NGÔN NGỮ SỐ 33
GIỚI THIỆU NHÀ VĂN NHÀ THƠ
LỮ QUỲNH

NHÓM CHỦ TRƯƠNG:
Luân Hoán - Song Thao - Nguyễn Vy Khanh - Hồ Đình Nghiêm - Lê Hân

CỘNG TÁC TRONG SỐ NÀY:
Ben OH, Cao Nguyên, Cái Trọng Ty, Dan Hoàng, Dung Thị Vân, Duyên, Đặng Hiền, Đặng Kim Côn, Đặng Xuân Xuyến, Đỗ Hồng Ngọc, Đỗ Trường, Hà Ngọc Hoàng, Hoàng Chính, Hoàng Hoa Thương, Hoàng Kim Oanh, Hồ Chí Bửu, Hồng Lĩnh Phạm Thị Quý, Huỳnh Liễu Ngạn, Huỳnh Như Phương, Kiều Huệ, Lại Văn Phong, Lâm Băng Phương, Letamanh, Lê Chiều Giang, Lê Hân, Lê Hữu Minh Toán, Lê Thanh Hùng, Lê Thị Cẩm Hương, Lữ Quỳnh, M.H. Hoài Linh Phương, Ngàn Thương, Ngô Sỹ Hân, Nguyên Cẩn, Nguyễn An Bình, Nguyễn Châu, Nguyễn Đình Phượng Uyển, Nguyễn Đức Nam, Nguyễn Đức Tùng, Nguyễn Hàn Chung, Nguyễn Lê Hồng Hưng, Nguyễn Thanh Sơn, Nguyễn Thị Hải Hà, Nguyễn Văn Điều, Nguyễn Văn Gia, Nguyễn Văn Sâm, Nguyễn Vy Khanh, NP Phan, Phạm Cao Hoàng, Phan Văn Thạnh, Phương Tấn, Song Thao, Thái Thị Lý, Thái Tú Hạp, Thanh Trắc Nguyễn Văn, Thiên Di SG, Thục Uyên, Thy An, Tiểu Lục Thần Phong, Tiểu Nguyệt, Tôn Nữ Mỹ Hạnh, Trần C. Trí, Trần Hoài Thư, Trần Quý Trung, Trần Thanh Quang, Trần Thị Nguyệt Mai, Trần Văn Nghĩa, Trần Vấn Lệ, Triều Hoa Đại, Trương Quang, Trương Xuân Mẫn, Tuệ Sỹ, Vinh Hồ, Võ Phú, Vương Hoài Uyên, Xuyên Trà.

BÌA: Uyên Nguyên Trần Triết

TRANH BÌA: Autumn Glow của Họa sĩ Connie Tom

DÀN TRANG: Lê Hân

ĐỌC BẢN THẢO: Trần Thị Nguyệt Mai

LIÊN LẠC:
Thư và bài vở mời gởi về:
- Luân Hoán: lebao_hoang@yahoo.com
- Song Thao: tatrungson@hotmail.com

TÒA SOẠN & TRỊ SỰ:
Lê Hân: (408) 722-5626 han.le3359@gmail.com

MỤC LỤC
NGÔN NGỮ 33
GIỚI THIỆU NHÀ VĂN LỮ QUỲNH

Luân Hoán	6	Thư tòa soạn

PHẦN ĐẶC BIỆT VỀ LỮ QUỲNH

Lữ Quỳnh	9	Tiểu sử
Lữ Quỳnh	11	Thơ
Lữ Quỳnh	19	Truyện ngắn: Anh Hoán
Lữ Quỳnh	28	Truyện ngắn: Bão đêm
Lữ Quỳnh	34	Truyện ngắn: Bóng tối dưới hầm
Lữ Quỳnh	45	Truyện ngắn: Cát vàng
Lữ Quỳnh	51	Truyện ngắn: Mùa thu Paris
Lữ Quỳnh	59	Truyện ngắn: Mùa xuân hư vô
Lữ Quỳnh	66	Ký: Như một giấc mơ dài
Lữ Quỳnh	71	Truyện ngắn: Một người tù lãng mạn

BẰNG HỮU VIẾT VỀ LỮ QUỲNH

Trần Hoài Thư	82	Lữ Quỳnh, bạn tôi
Nguyễn Vy Khanh	87	Lữ Quỳnh và những con chữ, những giấc mơ
Huỳnh Như Phương	94	Vài nét về văn xuôi Lữ Quỳnh
Đỗ Trường	99	Lữ Quỳnh, Cái cán cân của văn học miền Nam
Trần Thị Nguyệt Mai	113	Đọc vài truyện ngắn của Lữ Quỳnh
Đỗ Hồng Ngọc	118	Cảm nghĩ nhân đọc "Sinh nhật..."
Nguyễn Thị Hải Hà	121	Đọc "Những Cơn Mưa Mùa Đông"...
Hoàng Kim Oanh	127	Cuối năm đọc thơ Lữ Quỳnh...
Duyên	134	Xếp lại. Xót xa. Xưa...

THƠ VĂN NGÔN NGỮ 33

Song Thao	138	Dân Nhật
Hoàng Chính	146	Kẻ làm chứng gian
Nguyễn Lê Hồng Hưng	155	Mùa hè trắng
Trần C. Trí	164	Huyễn ngã
Lê Chiều Giang	175	Vỡ nợ
Tuệ Sỹ	176	Ngồi giữa bãi tha ma
Triều Hoa Đại	178	Ngờ vực
Trần Vấn Lệ	180	Mây vừa qua cửa sổ...
Phạm Cao Hoàng	182	Tháng bảy này con về Việt Nam
Thái Tú Hạp	183	Đá nở hoa
Cái Trọng Ty	184	Yêu dấu thuở nào
Ngô Sỹ Hân	185	Nhớ những ngày Cù Hanh
Phương Tấn	186	Giặc thù. Giặc thù đâu
Vinh Hồ	187	Bước chân trần thầm lặng
Nguyễn An Bình	188	Năm mươi năm qua trường cũ
M.H. Hoài Linh Phương	190	Cung khúc

Tiểu Lục Thần Phong	191	Ông Robert
Võ Phú	199	Công viên tiểu bang Virginia...
Letamanh	205	Chẳng có nghĩa gì!
Thái Thị Lý	212	4 mẩu truyện cực ngắn
Nguyễn Đức Nam	215	Cơn đau bất chợt
Lê Hữu Minh Toán	216	Cổ mộ tình sầu
Cao Nguyên	217	Mưa ướt em rồi
Xuyên Trà	218	Điều có thể và không thể
Ben OH	220	Nếu một mai em đi
Đặng Hiền	221	Em, tháng chín
Dan Hoàng	222	Anh không viết thơ tình nữa
Thục Uyên	223	Mùa thu chết
Trần Thanh Quang	224	Mưa đêm
Lê Thị Cẩm Hương	225	Mùa nhớ
Hoàng Hoa Thương	226	Lời ca mây trắng
Trần Quý Trung	227	Thu về nhớ người xưa
Dung Thị Vân	228	Em muốn
Kiều Huệ	229	Mối tình Tương Như – Văn Quân
Đặng Kim Côn	230	Hương Lay-Ơn
Nguyễn Đ. Phượng Uyển	235	Hạn định
Tiểu Nguyệt	240	Thương nhớ ngôi làng xưa
Trương Quang	246	Chuyến tàu 18 phút
Thanh Trắc Nguyễn Văn	252	Nhớ Phan Rí
Vương Hoài Uyên	253	Lạc lõng giữa cõi trần
Lâm Băng Phương	254	Em cứ thế
Thiên Di SG	255	Không có anh
Lại Văn Phong	256	Bài thơ cuối hạ
Ngàn Thương	257	Không còn mùa thu
Nguyễn Văn Gia	258	Nụ hoa chiều
Trương Xuân Mẫn	259	Nỗi niềm
Nguyên Cẩn	260	Bước chân
Nguyễn Văn Điều	261	Cám ơn
Đặng Xuân Xuyến	262	Sân ga
Trần Văn Nghĩa	263	Gió nhớ mùa phai
Nguyễn Đức Tùng	264	Người nữ trong truyện N. T. Minh Ngọc
Nguyễn Châu	276	Lão Đục
Nguyễn Văn Sâm	279	Giới thiệu tuồng David...
Lê Thanh Hùng	287	Đêm trên bãi Phú Hải
Huỳnh Liễu Ngạn	288	Tám tháng xa người
Phan Văn Thạnh	290	Thả thơ về miền thiên thu
Nguyễn Hàn Chung	292	Gửi một nhà thơ nữ
Thy An	293	Tan ra ở một khúc quanh
Hồng Lĩnh Phạm Thị Quý	294	Mộng tưởng
Tôn Nữ Mỹ Hạnh	296	Ký ức trong veo
Nguyễn Thanh Sơn	298	Thơ ngắn
Hà Ngọc Hoàng	299	Say hương
Hồ Chí Bửu	300	Tàn thu
NP Phan	301	Ngỡ như
Lê Hân	302	Gặp lại thời gian

THƯ TÒA SOẠN

Kính quý chào tất cả bạn đọc, bạn viết, cư ngụ tại nhiều quốc gia, chúng tôi không quên chúc tất cả chúng ta luôn an bình trong cuộc sống.

Ngôn Ngữ 33, đầu tháng 9-2024 được hân hạnh giới thiệu đến các bạn một nhà văn, vốn đã thành danh tại miền Nam Việt Nam trước 1975, và ông vẫn tiếp tục cầm bút, in nhiều tác phẩm tại Hoa Kỳ, nơi ông đang định cư; người luôn có lòng với văn chương đó là nhà văn Lữ Quỳnh. Chắc chắn các bạn sẽ hiểu thêm về nhà văn, mà tác giả Đỗ Trường nhận xét là "cái cán cân của Văn học Miền Nam" qua các bài viết của Huỳnh Như Phương, Nguyễn Vy Khanh, Hoàng Kim Oanh, Nguyễn Thị Hải Hà, Đỗ Trường, Đỗ Hồng Ngọc, Trần Thị Nguyệt Mai, Duyên... được giới thiệu lại trong Ngôn Ngữ 33 này.

Cùng với chủ đề Lữ Quỳnh, phần thơ văn kỳ này được đóng góp bởi những bút danh thân tình, lâu lâu xin phép ấm hơi nhắc lại: Ben OH, Cao Nguyên, Cái Trọng Ty, Dan Hoàng, Dung Thị Vân, Duyên, Đặng Hiền, Đặng Kim Côn, Đặng Xuân Xuyến, Đỗ Hồng Ngọc, Đỗ Trường, Hà Ngọc Hoàng, Hoàng Chính, Hoàng Hoa Thương, Hoàng Kim Oanh, Hồ Chí Bửu, Hồng Lĩnh Phạm Thị Quý, Huỳnh Liễu Ngạn, Huỳnh Như Phương, Kiều Huệ, Lại Văn Phong, Lâm Băng Phương, Letamanh, Lê Chiều Giang, Lê Hân, Lê Hữu Minh Toán, Lê Thanh Hùng, Lê Thị Cẩm Hương, Lữ Quỳnh, M.H. Hoài Linh Phương, Ngàn Thương, Ngô Sỹ Hân, Nguyên Cẩn,

Nguyễn An Bình, Nguyễn Châu, Nguyễn Đình Phượng Uyển, Nguyễn Đức Nam, Nguyễn Đức Tùng, Nguyễn Hàn Chung, Nguyễn Lê Hồng Hưng, Nguyễn Thanh Sơn, Nguyễn Thị Hải Hà, Nguyễn Văn Điều, Nguyễn Văn Gia, Nguyễn Văn Sâm, Nguyễn Vy Khanh, NP Phan, Phạm Cao Hoàng, Phan Văn Thạnh, Phương Tấn, Song Thao, Thái Thị Lý, Thái Tú Hạp, Thanh Trắc Nguyễn Văn, Thiên Di SG, Thục Uyên, Thy An, Tiểu Lục Thần Phong, Tiểu Nguyệt, Tôn Nữ Mỹ Hạnh, Trần C. Trí, Trần Hoài Thư, Trần Quý Trung, Trần Thanh Quang, Trần Thị Nguyệt Mai, Trần Văn Nghĩa, Trần Vấn Lệ, Triều Hoa Đại, Trương Quang, Trương Xuân Mẫn, Tuệ Sỹ, Vinh Hồ, Võ Phú, Vương Hoài Uyên, Xuyên Trà. Chúng tôi cùng bạn đọc chân tình cảm ơn quý bạn vẫn hào hứng sáng tác và góp bài cho những tạp chí Việt ngữ tại hải ngoại trong đó có Ngôn Ngữ.

Một tin không được vui: Vì gặp khá nhiều khó khăn khi sưu tập tư liệu, cũng như chọn mời người để giới thiệu, nên sau số 33 này, chúng tôi sẽ tạm ngưng phần giới thiệu một tác giả đương thời, trong cùng một số báo có tuyển tập thơ văn. Với những tác giả sẵn có tư liệu và có nhu cầu, chúng tôi sẵn sàng tiếp tay như trong tương lai sẽ làm riêng những cuốn Ngôn Ngữ đặc biệt cho Nhà thơ Trần Vấn Lệ, Nhà văn Nguyễn Minh Nữu, Nhà thơ Phương Tấn, Họa sĩ Trương Vũ, v.v...

Kính quý,

Luân Hoán

PHẦN ĐẶC BIỆT VỀ
LỮ QUỲNH

TIỂU SỬ
LỮ QUỲNH

Nhà văn, nhà thơ. Tên thật Phan Ngô, sinh năm 1942 tại Thừa Thiên - Huế. Học sinh Quốc Học Huế 1959-62. Dạy học trường Bán công Vinh Lộc 1962-63. Cựu sĩ quan VNCH (khóa 19 trường Bộ binh Thủ Đức). Sau 1975, "học tập cải tạo" ở trại Cồn Tiên, Ái Tử tỉnh Quảng Trị. Là một trong ba sáng lập viên (gồm Ngy Hữu, Lữ Kiều, Lữ Quỳnh) đầu tiên của tạp chí Ý Thức, hậu thân tờ Gió Mai ở Huế 1958. Ý Thức qua nhiều giai đoạn in ấn từ roneo, typo đến offset. Năm 1970, Ý Thức được cấp giấy phép xuất bản tại Sài Gòn: Tạp chí Bán nguyệt san Văn học Nghệ thuật, số ra mắt phát hành bởi nhà Đồng Nai, số lượng 7000 bản. Lúc này, Nguyên Minh là chủ bút với sự cộng tác của nhiều bạn văn tên tuổi. Tạp chí Ý Thức ra được 24 số thì đình bản. Từng đăng bài trên: Tạp chí Thời Nay (1959), Phổ Thông (1960), Mai (1961), Bách Khoa (1962), Ý Thức (1970), Khởi Hành, Thời Tập (1972), Nhật báo Công Dân-Huế (1960-61) [ở trong nước]. Và Văn Học, Hợp Lưu, Khởi Hành, Thư Quán Bản Thảo … [ở hải ngoại, từ 2001]. Đến Hoa Kỳ năm 2000. Hiện định cư cùng gia đình ở San Jose, California.

Tác phẩm đã xuất bản:
Cát Vàng (tập truyện, Nxb Ý Thức, Sài Gòn, 1971; Nxb Văn Mới tái bản, Calif., 2006), *Sông Sương Mù* (tập truyện, Nxb Ý Thức, Sài Gòn, 1973), *Những Cơn Mưa Mùa Đông* (truyện vừa, Nxb Nam Giao, Sài Gòn, 1974; Nxb Thư Quán Bản Thảo tái bản, NJ, 2010), *Vườn Trái Đắng* (truyện dài, đăng nhiều kỳ trên tạp chí Ý Thức, Sài Gòn, 1971-1972), *Sinh Nhật Của Một Người Không Còn Trẻ* (tập thơ, Nxb Văn Mới, Calif., 2009), *Đi Để Thương Đất Nước Mình* (ký, Nxb Văn Mới, Calif., 2012), *Mây Trong Những Giấc Mơ* (tập nhạc phổ thơ Lữ Quỳnh (NXB Ý Thức, Sài Gòn 2013), *Những Giấc Mơ Tôi* (thơ, Nxb Văn Mới, 2015), *Những Con Chữ Lang Thang Không Ngày Tháng* (tuyển tập, Nxb Sống, 2016), *Thơ Việt Đầu Thế Kỷ 21* (thơ, in chung, Nxb Nhân Ảnh, 2018), *Tình Nghĩa Mẹ Cha* (thơ, in chung, Nxb Nhân Ảnh, 2020).

Chân dung Lữ Quỳnh qua nét vẽ:

Đinh Cường, 2011　　　Vĩnh Phối, 2013　　　Nguyễn Trọng Khôi, 2011

THƠ
LỮ QUỲNH

Lữ Quỳnh par Đinh Cường, Huế 1979

CHIỀU CUỐI NĂM
ĐI NHẦM TÀU Ở SAN JOSE

thành phố chiều cuối năm
những chiếc bus chạy qua vắng khách
đường mang số - hàng cây trơ cành
mùa đông vừa đem đi hết lá.

ngồi một mình cà phê Starbucks
ở góc đường số 3
mưa mịt mù ngoài cửa kính
người phục vụ da đen đưa mắt nhìn buồn bã
thời gian trôi trên những chiếc bàn trống.

nỗi nhớ chiều cuối năm
cánh đồng một thời bom đạn
giờ này trắng xóa mưa
bạn bè nghĩa địa đìu hiu
ôm đất trời sũng nước.

đón light rail đi Blossom Hill
toa tàu vắng
người homeless già thu mình hàng ghế cuối
giấu khuôn mặt dưới chiếc mũ dạ nâu
tàu đi - tàu qua rất lâu
bóng tối đầy trong đôi mắt
người homeless già
tàu đi - tàu qua nhiều ga
người homeless vẫn ngồi
chờ xuống ga nào quá khứ.

tôi đi Blossom Hill
tàu qua hoài chẳng tới
mỗi lúc càng xa
những ga xép chiều mưa quê nhà
tiếng còi tàu ảm đạm
Lăng Cô - Thừa Lưu - Huế
tôi đã lên nhầm tàu

Santa Teresa - Winchester
chiều cuối năm
như người homeless già
tôi đi chuyến về ký ức.

Chiều trên đồi Evergreen

chiều trên đồi Evergreen
chưa mùa đông sao ngày tắt sớm
thảm đèn màu nhấp nháy dưới lũng sâu
gió như dao cau cắt đêm từng mảnh

mảnh đêm nào trên đồi chiều nay
có tiếng sóng từ bình minh xa ngái
lênh đênh một cánh buồm
chở sớm mai.

Một lần rồi xóa tan

anh đứng giữa trời đêm
dưới ánh đèn
soi màu lá đỏ
tuyết đã rơi bên miền đông bắc
và nơi đây
lạnh giá tràn về
đêm thất thanh
khi tiếng thở dài bên kia trái đất
âm u làn sóng nhiễu
làm buốt trái tim...
lá đỏ dưới ánh đèn mùa đông
mùa đổi từ bao giờ
lòng anh quanh năm chỉ một mùa vàng lạnh
giấu bạn bè trong những giấc mơ.

anh đứng giữa trời đêm
người sũng nước
gió quất mưa vào mặt
không làm tắt
cơn sốt đang bốc lửa thịt da

gió gào lên mê sảng
át tiếng u u ngoài vùng phủ sóng
chỉ một lần rồi xóa tan
mà sao im lặng
im lặng quá thế này.

MỘT MÙA ĐÔNG BÌNH YÊN

Bắt đầu những ngày bình yên
ngắm mùa đông
ấm áp trong tóc em
trong ánh mắt reo vui
bữa cơm chiều.

Lần đầu tiên ở xứ người
hiểu thế nào hạnh phúc
khi cỗ máy ầm ào hằng đêm
cùng ánh đèn cao áp
không còn giành giựt với trái tim
nhịp đập.

Mùa đông
cây thông Giáng Sinh
lấp lánh quả cầu giấy bạc
nhớ quê nhà những chiều mưa
trên sân gạch nở đầy
bong bóng nước
em mặc áo len vàng
tung tăng cánh đồng ký ức
cánh đồng mùa xuân
hoa cúc vàng nở rực.

Mùa đông này
trời trong veo và rất lạnh
hai bàn tay buốt cóng
cầm nỗi nhớ nhà
đi lang thang qua Tự Do Lê Lợi
trước Givral
nhìn bạn bè đứa còn đứa mất
rượu tràn ly nói cười
chuyện thiên đường địa ngục.

Lần đầu tiên
hiểu thế nào sự bình yên
là lúc
nỗi cô đơn dịu dàng
cùng mùa đông
bắt đầu thắp
những ngọn nến hồng
trên mặt đất.

NHỮNG GIẤC MƠ TÔI

nhớ Trịnh Công Sơn

1.
thường có những giấc mơ
gặp gỡ bạn bè
những người bạn ra đi đã nhiều năm
nay kéo về
nói cười ấm áp
tôi rất vui - rất vui trong từng đêm như thế
để lúc tỉnh ra
ngồi một mình trong bóng tối
quạnh hiu

2.
những giấc mơ giúp tôi thở được
đâu cần chiếc máy thở vô tri

dẫu ngày mai ra sao đi nữa
còn có con đường mây trắng bay

một cái chết dịu dàng
đôi khi nghĩ tới
còn đẹp hơn cuộc sống này
tình bạn êm đềm hơn viên thuốc ngủ
vỗ về tôi trong đêm dài

tôi vẫn sống bằng những giấc mơ
bởi mặt trời không làm nên ngày mới

3.
chiếc piano treo ngược trước khán phòng
hoàng tử bé một mình trên sân khấu
hát trường ca Dã Tràng

có tiếng vỗ tay râm ran
trên từng hàng ghế trống
lạnh lẽo gió thiên đường

những ngọn nến thắp bằng ánh sao
soi trái tim khô
đang nẩy mầm bất tử

bầy quạ giăng hàng trên dây thép
những nốt nhạc đen giữa hoàng hôn
chập chờn trùng vây mộ địa

sao em giờ đây phố thị
một mình cười nẻ răng
với giọt nước mắt hồng?

Những trái thông không rơi vào mùa Giáng sinh

Tôi trở về nơi làm việc cũ
parking lot không một bóng xe
cánh cửa mỗi sáng bấm giờ vào ca
im lìm đến hãi hùng
tôi gọi thầm Amanda
mà sao cổ nghẹn
tôi gọi Amanda nhiều lần
mà âm thanh chỉ làm trái tim muốn vỡ

Gió reo hay thông reo
những ngọn thông cao vút
ném xuống lòng đường những trái khô queo
trái thông năm nào lúc chia tay
cũng xám màu huyết dụ
như chiều nay
giấc ngủ mấy mùa đông
vì một tiếng thông rơi
mà tỉnh thức

Tôi bước đi trên lối cũ
tiếng gió và sự lặng thinh
bãi đậu xe lênh đênh hoàng hôn
tôi thất thanh gọi…
sao chỉ nghe tiếng vỡ trong ngực mình.

TRUYỆN NGẮN & KÝ
LỮ QUỲNH

Lữ Quỳnh par Trịnh Cung 2001

ANH HOÁN

Khi xe vượt qua trạm gác của quân cảnh để vào bến, tôi thò tay vào túi áo lấy sổ tay ra xem một lần nữa địa chỉ anh Hoán. Con số và tên đường đã nằm sẵn trong trí tôi, nhưng tôi vẫn không ngăn được thói quen máy móc của mình. Chiếc xe lắc lư tiến chậm rãi vào chỗ đậu giữa đám bụi mù hăng hăng mùi đất. Tôi đợi cho đám hành khách ngồi trước mình xuống hết, rồi mới thong thả cầm xắc tay xuống sau. Tôi gạt đám tài xế xe thổ, xe lam, xích lô đang chen khách, tiến tới một quán cóc gần đó. Tôi cần có ít phút để xếp đặt thời khắc biểu cho mình trong thời gian ngắn ngủi ở đây, dù cho chuyến đi này chẳng có gì quan trọng cả. Việc trước tiên có lẽ tôi sẽ tới thăm anh Hoán, sau đó sẽ tới ở lại chơi với Thung. Tôi gọi một ly cà phê đá, lấy một gói thuốc, và hỏi vẩn vơ cô hàng về con đường mà tôi sắp tới. Cô hàng nói, con đường đó nhà rất ít nên ông rất dễ tìm. Tôi mỉm cười hình dung ra căn nhà của anh Hoán, tự hỏi không biết bây giờ những người ở đó còn ai nhận ra mình nữa không.

Nắng buổi chiều đậu trên những ngọn cây đầy bụi cho tôi một cảm giác hết sức khó chịu. Cảnh vật đó với thứ khí hậu oi ả không hợp với tôi chút nào, rồi nghĩ tháng này ở đây lẽ ra phải đang lạnh chứ. Tôi đứng dậy chào cô hàng, và theo ngón tay chỉ của cô, tôi tà tà đi tới nhà anh Hoán. Đường phố gập ghềnh những ổ gà, bụi và rác bám trên lề đường. Tôi nghĩ chút nữa sẽ đùa với anh Hoán về cái tỉnh của anh. Tôi quan sát những ngôi nhà xinh xắn có cổng bằng gạch đỏ. Tôi đoán ra ngôi nhà anh một cách dễ dàng. Tôi tiến tới, ngừng lại nói với người lính gác mấy câu cần thiết, nhưng vì tôi là người khách hoàn toàn xa lạ với y, nên y phải gọi điện thoại vào nhà xin xác nhận, rồi mới lễ phép để tôi vào.

Tôi bước giữa hai đám cỏ xanh được cắt xén cẩn thận. Ngôi nhà với tường vôi màu vàng thẫm trông thật uy nghiêm. Những cánh cửa sổ màu nâu với rèm vải màu gạch. Tôi mỉm cười nghĩ đến anh Hoán thủa tôi còn nhỏ và anh mới ở trường võ bị ra được vài năm. Hồi đó anh đâu có nghĩ có một ngày anh làm lớn thế này. Tính tình thẳng thắn, hồn nhiên, nghịch ngợm của anh đâu phải là những đức tính của một người làm chính trị. Tôi không bước vào cửa chính mà tiến vòng cửa sau, một thiếu nữ tôi đoán chừng là đứa con lớn của anh Hoán đang đứng ở cửa chào tôi và đưa tôi vào phòng khách. Tôi ngắm thiếu nữ đi nhẹ nhàng trước mình không tránh nghĩ đến thời gian được. Thời gian là mầm sống, nhưng cũng là sự chết của con người. Đứa bé ngày nào trong một thời gian không gặp, đang là một thiếu nữ trước mặt.

Tôi đứng giữa phòng khách, chỉ tay vào thiếu nữ, hỏi tự nhiên:

- Có phải Nữ đấy không?

Thiếu nữ dạ nhỏ, tay cuốn tròn những sợi tóc trước ngực.

- Mời chú ngồi đợi ba cháu. Cháu đã điện thoại và có lẽ ba cháu cũng sắp về. Xin phép chú cháu đi lấy nước.

Thiếu nữ vào nhà sau. Còn một mình, tôi ngả người ra lưng ghế, nhìn lên những bức tranh và đồ trang trí chung quanh. Một chiếc đàn Tây Ban Cầm treo khiêm nhường ở góc tường, gợi tôi nhớ đến những buổi chiều bên dòng sông Bồ, anh Hoán đã chơi đàn như người ta đánh trống. Những bản nhạc hùng tráng được anh ưa thích nhất. Không biết bây giờ anh có thì giờ và còn tâm hồn ngày xưa để chơi những bản nhạc như thế nữa không...

Thiếu nữ trở vào, đặt trước mặt tôi một ly nước cam vắt.

- Cám ơn Nữ, tôi nói và đưa tay chỉ lên cây đàn, anh Hoán có còn thường chơi đàn nữa không?

- Thưa chú thỉnh thoảng thôi ạ. Ba cháu cứ bận rộn suốt ngày. Thỉnh thoảng ba cháu vẫn nhắc đến chú...

Tôi cười, chỉ ghế phía trước cho thiếu nữ:

- Nữ ngồi tự nhiên đi. Lần gặp trước Nữ bằng chừng này, tôi đưa tay ra dấu ngang tầm tay ghế dựa, lần gặp tiếp theo Nữ như vậy đó. Thời gian kể cũng đáng khiếp thật!

- Cháu cũng nghe ba cháu nói về chú, nhất là lúc Ba cháu còn ở ngoài mình. Ba cháu thường băn khoăn không biết chú đi đâu mà tuyệt tích giang hồ. Tí nữa gặp chú, chắc ba cháu ngạc nhiên và mừng lắm.

Có tiếng xe đỗ ngoài cửa. Tôi đoán biết anh Hoán đã về. Nữ đứng dậy reo lên:

- Ba cháu đã về rồi đấy!

Tôi cũng đứng dậy bước ra với Nữ. Anh Hoán mập trắng, già hẳn đi. Anh nhìn tôi một lúc mới ồ lên:

- À, chú Phan. Chú từ góc trời nào hiện tới thế? Bao nhiêu năm rồi nhỉ? Mười năm? Ồ, mười năm. Chú tệ thật.

Tôi nói:

- Tôi đâu có tệ, anh. Tôi vẫn biết về anh mà.

- Làm sao chú biết được?

- Qua báo chí.

- Qua báo chí? Nếu chú biết theo kiểu đó thì coi như chú không biết gì về tôi cả...

Tôi biết anh Hoán hiểu lầm ý tôi, nhưng tôi chẳng nói gì. Anh bảo tôi thay đồ, ra phòng khách ngồi chơi đợi anh trong ít phút. Sực thấy Nữ đang đứng bên cạnh, anh hỏi:

- Lúc mới vào nhà, chú có nhận ra ngay cháu Nữ không?

- Cũng ngờ ngợ anh ạ, tôi nói, mới ngày nào còn vòi vĩnh làm nũng với chị đó, mà bây giờ...

Tôi trở vào phòng khách ngồi cởi giày. Anh Hoán bước vào theo, mở những nút áo lính một cách tự nhiên.

- Tối nay tôi có buổi họp, tuy nhiên có thể tới trễ được. Chú định ở lại chơi với tôi bao lâu?

Tôi nói:

- Xin anh chớ bận tâm. Tôi đến thăm anh một lúc rồi đi. Có người bạn cũng ở tỉnh này, tôi muốn gặp hắn.

- Tôi trông chú chẳng khác gì xưa cả. Cũng cái tính hờ hững ấy.

Tôi cười. Một lúc, tôi hỏi thăm anh về chị Hoán và mấy đứa nhỏ sau này. Anh cho biết, chị và chúng nó vừa ra ngoài mình thăm.

Giọng địa phương của anh làm tôi cảm thấy thân mật lạ lùng.

- Bây giờ chú kể cho tôi nghe chú đi đâu mà biệt tăm biệt tích như thế? Lâu rồi tôi có hỏi thăm chú, và cũng chỉ biết đại khái thôi.

- Tôi cũng quanh quẩn đó đây thôi anh ạ. Giữa thời buổi này không cần thấy, anh cũng biết quá rồi cái sinh hoạt của tụi tôi.

Anh Hoán cười. Anh cười như anh đã sẵn sàng nghe cái câu nói đó từ khuya. Anh làm như anh thông hiểu hết những ẩn ức của tuổi trẻ, nhưng vì ẩn ức đó không đi tới đâu, nên anh có hiểu cũng vậy thôi. Tôi không hài lòng thái độ đó. Tôi nói:

- Sống là thường xuyên giải quyết những vấn đề lúc nào cũng sẵn sàng có đó. Những vấn đề của tôi không rõ ràng. Vì dòng sống của tôi cùng quẩn, nhưng không phải vì thế mà chúng ta xem như không có vấn đề nào cả.

Anh Hoán vẫn cười điềm nhiên. Anh gọi người lính dọn cơm, bảo Nữ lấy rượu, rồi quay qua tôi:

- Chú cùng quẩn, chú khổ là do chú. Chú đã chọn những vấn đề phức tạp cho mình. Phải phân biệt những điều mình nghĩ và những điều mình làm. Tôi biết chú đang đòi hỏi gì. Trước một sự bi thảm, đói khát, khốn khổ, ai chẳng biết một cuộc vận động để chấm dứt những cái đó là hợp lý. Trong tình cảnh đó, tôi nghĩ như chú. Nhưng tôi chưa làm gì được, trong khi chú đã làm rồi chứ gì? Chú lên tiếng, chú vận động, nhưng sự vận động đó của chú sẽ đi tới đâu, có làm những người khác có cơm ăn không? Phải thực tế chú ạ...

- Anh mỉa mai tôi có phải không? Dĩ nhiên là tôi không thể đem cơm áo lại cho ai được. Nhưng không lẽ mọi người đều cam phận, chịu đựng hoàn cảnh khắc nghiệt của mình?

Anh Hoán cười. Tôi tưởng như tôi không thể nào làm anh giận được cả. Sự điềm tĩnh của anh Hoán, trong một phút giây nào đó đã làm tôi cảm thấy lao đao. Tôi nghi ngờ về sự chín chắn của mình, về những điều mình từng nghĩ ngợi. Anh Hoán đứng dậy, mời tôi ra phòng ăn.

Chiếc bàn trải khăn trắng với những chiếc ly thủy tinh trông thật ngon mắt. Bữa ăn chỉ gồm có tôi, anh Hoán và Nữ. Tôi ngồi vào ghế, nói với anh Hoán:

- Tôi vẫn nhớ đến sông Bồ mỗi lần nghĩ tới anh. Dòng sông quá đẹp. Vào mùa nắng, anh còn nhớ anh thường đỡ tôi ra cái cồn cát giữa dòng. Những bóng cây hai bên bờ thật mát, lại gặp mùa thanh trà... Sau này anh có hay về lại đó không?

- Rất ít, anh Hoán nói, cách đây vài năm tôi có nhìn con sông đó từ trực thăng. Cồn cát đã lớn và dài ra, trong khi dòng sông như hẹp lại. Cây cối hai bên bờ cháy nám. Những trái thanh trà chưa có dịp để ăn, nhưng tôi đã thấy đắng chát từ đáy cổ.

Tôi nghe nỗi ngậm ngùi trong giọng nói của anh Hoán. Tôi nhìn anh, khuôn mặt đầy ưu tư nghiêm nghị. Anh rót rượu chát vào ly tôi, trong khi Nữ loay hoay chọn những viên đá nhỏ cho vào ly còn lại.

- Khi nãy chú bảo chú biết tin tức tôi qua báo chí, tôi biết chú đã nghĩ không đúng về tôi. Phải ở vào vị trí của mỗi người, mới thấy cái sai lầm hợp lý, hoặc cái thành công gượng ép của họ.

Tôi cải chính:

- Anh lại hiểu sai ý tôi. Chính nhờ báo chí mà tôi biết anh dự trận Hạ Lào, rồi sau đó về nhận bàn giao ở tỉnh này. Còn những tin tức khác, anh cứ tin là tôi có thể hiểu như anh.

Anh Hoán xới cơm vào chén tôi. Anh nói:

- Thời buổi đầy rẫy sự hoài nghi. Chính cuộc sống này đã tạo sự cô đơn cho mỗi người. Không làm được gì hết. Sống, dè dặt. Làm việc, cầm chừng. Đừng xấu quá, và đừng tốt quá. Hễ quá tức là đổ. Chú hiểu ý tôi chứ?

Tôi mỉm cười, nhưng trí óc tôi đang bận nghĩ tới một chuyện khác. Tôi nhớ những điều buồn thảm trong một lá thư của người bạn vừa gửi cho tôi. Cảnh đói kém và đời sống cùng khổ đã xuất hiện từ lâu nay. Tôi nghĩ tới hoàn cảnh của Thung, hai năm trốn lính, thân thể mỏng dính như một tấm giấy, đang hiện diện trong căn nhà gỗ nào đó của thành phố này. Tôi nói:

- Những ngày còn nhỏ sống bên anh thật tuyệt. Nghe anh nhắc đến sông Bồ vừa rồi, chắc tôi không bao giờ còn có ý định về lại đó nữa.

Dòng sông như tuổi trẻ. Tuổi trẻ của tôi có dòng sông là kỷ niệm cũng không còn. Anh có bao giờ đặt câu hỏi ai đã lấy mất tuổi trẻ của thế hệ tôi, ai biến dòng sông xưa thành đồng cỏ cháy? Thủ phạm quá mơ hồ phải không anh?

Anh Hoán cười, lại châm rượu vào ly. Tôi tự hỏi, tại sao anh cười, anh tự tại đến thế. Tôi cầm ly rượu bằng cả bàn tay. Tôi uống một hơi cạn. Nữ đứng dậy bật đèn. Tôi nhìn ra cửa sổ, bóng chiều đã phai nhạt trên những ngọn cây. Bóng Nữ gầy, xinh xắn, tươi mát như một trái cây vừa chín. Tôi nhớ câu nói đùa hơn mười năm trước của anh Hoán, lúc Nữ mới được năm sáu tuổi: Mày đừng lấy vợ sớm nhé, chờ ta gả con Nữ cho. Bây giờ Nữ như thế đó, hẳn cũng đã mười sáu mười bảy tuổi. Giá lúc này nhắc lại câu nói đùa đó, không biết anh Hoán có cười nổi không. Nhìn những sợi tóc bạc lưa thưa, cùng những đường nhăn tuy nhỏ nhưng không giấu được nỗi ưu tư trên khuôn mặt anh, tôi hiểu tôi đã sai lầm khi khai mào câu chuyện. Lẽ ra tôi phải nói với anh về những chuyện khác. Mười năm xa nhau, thời gian quá đủ để có những câu chuyện tươi vui hơn, cớ sao tôi lại dẫn đưa câu chuyện vào cảnh buồn nản này.

Anh Hoán bảo tôi dùng thêm cơm, nhưng tôi cảm thấy đủ. Tôi nói:

- Cám ơn anh. Anh đã cho ăn một bữa cơm thật ngon.

Nữ mang trái cây tráng miệng.

- Sao Nữ không theo mẹ về thăm quê luôn? Tôi hỏi.

Nữ đặt những miếng cam trước tôi và anh Hoán:

- Ba cháu không cho theo đấy. Cháu cũng muốn về ngoài đó lắm, vì cháu chẳng còn nhớ chi hết.

Tôi quay qua anh Hoán.

- Anh vẫn thường nhận tin tức ngoài quê chứ? Tôi nghe ngoài đó dân chúng sống cơ cực lắm. Nhiều gia đình đã phải nấu cây xương rồng để ăn, một vài nơi chính quyền nghĩ tới nấu cháo phát chẩn cho dân chúng rồi đó.

Anh Hoán nói:

- Người ta bi thảm hóa lên đấy. Tôi nghĩ sau cuộc chiến tranh nào cũng xảy ra tình trạng như thế cả. Nền kinh tế hậu chiến nào cũng vậy cả.

Rồi chú còn thấy cuộc sống đen hơn, có thể đi tới chỗ như chú vừa nói, chứ bây giờ cũng chưa đến nỗi nào.

Anh Hoán không tin điều tôi nói, nhưng điều tôi đã nói là sự thật.

- Tôi không biết ở địa vị anh, anh nghĩ gì trước hoàn cảnh đó?

Anh Hoán nhún vai:

- Nghĩ? Ý nghĩ thì bao giờ mà tôi chẳng giống chú. Nó khác cảm xúc, sự thất vọng, tôi nghĩ, giữa mọi người không khác nhau mấy trong cùng một hoàn cảnh. Nhưng ý chú muốn nói tôi ở vai trò có thể hành động được chứ gì? Chú mong hành động gì ở tôi? Tôi là tôi, nhưng tôi của một guồng máy nó khác chứ. Việc làm của tôi bị giới hạn. Tôi có thể giúp đỡ tạm thời chứ tôi làm sao tạo dựng lại tất cả cuộc đời được.

- Anh bất lực?

- Tôi không nghĩ thế. Trong phạm vi hoạt động của tôi, tôi làm đủ. Ngoài ra, dù ước muốn thế nào chúng ta cũng không thể thắng được cái quy luật tự nhiên sẵn có của nó. Khi còn chiến tranh, ước muốn và công lý đâu làm cho cuộc chiến ngừng lại. Thì bây giờ, dù cho hòa bình thật sự có chăng nữa, những nỗ lực nhân đạo cũng không thể chặn đứng được nạn nghèo đói. Tiếp theo một cuộc chiến tranh, những gì phải xảy đến thật quá dễ dàng để biết...

Nghe anh Hoán nói, tôi quá thất vọng. Ở vị trí anh, anh đã nghĩ như thế, tất cả phải xảy ra một cách máy móc như thế. Anh Hoán đã coi thảm cảnh đó như những điều tất yếu của lịch sử, và anh đã sống được trong sự bình yên. Tôi thường ray rứt, để rồi cảm thấy bế tắc. Những người dân tiếp tục sống cam phận trong hoàn cảnh khắc nghiệt. Tất cả đều cam phận, tự thấy mình đứng ngoài lề cuộc đời của nhau. Tôi nhận thấy không còn gì để nói với anh Hoán nữa cả.

Nữ pha cho tôi một tách cà phê và anh Hoán một tách trà chanh nóng. Anh bưng tách lên, đứng dậy rủ tôi trở lại phòng khách. Anh nói :

- Chú phải ở lại với tôi vài hôm. Tôi chưa hỏi thăm chú hết chuyện mà.

Tôi nghĩ đến Thung, với những tháng ngày cùng quẫn của hắn. Hắn cũng như tôi, những kẻ đã bị thiệt thòi trong chiến tranh, và còn tiếp tục chịu thiệt thòi trong hòa bình nữa. Chiến tranh đã làm giảm thọ chúng tôi gần hết cả cuộc đời. Tôi nói:

- Cám ơn anh lắm, nhưng tôi phải xin phép anh đi. Tôi cần thăm một người bạn ở đây. Cũng khá lâu rồi chúng tôi không gặp nhau.
- Có ở gần đây không? Tôi sẽ đưa chú tới đó.
- Thôi khỏi cần anh ạ. Địa chỉ của hắn cũng rắc rối lắm, tôi sẽ tự tìm lấy, như thế vui hơn.

Anh Hoán cười. Tôi uống những ngụm cà phê cuối. Tôi gọi Nữ vào, nói với anh Hoán:
- Lúc tôi xa anh, Nữ còn bé xíu. Bây giờ gặp lại, cô bé như thế đó. Lần này từ giã anh, chắc lần gặp tới anh chị đã có cháu bồng.

Nữ cười nhìn xuống đất. Anh Hoán nói:
- Đâu có được. Bây giờ thì tôi đâu có chịu để chú xa chúng tôi lâu đến thế. Chú chẳng đổi khác gì cả. Tôi vui nhận ra điều ấy.

Tôi đứng dậy quàng tay qua vai Nữ, và bắt tay anh Hoán.
- Thôi anh cho tôi đi, tôi sẽ tới với anh như gió.

Anh Hoán đứng dậy, lấy áo mặc vào người, nói:
- Để tôi đưa chú đi một quãng. Tôi cũng phải tới tỉnh họp bây giờ đây.

Chúng tôi ra xe. Dưới bóng tối của những tàn cây, anh Hoán lái xe chậm rãi, anh nói với tôi:
- Không ai sống mà không ý thức về đời sống của mình cả chú ạ. Nhưng vẫn không thiếu những lý do để người ta cam chịu ngộ nhận.

Giọng anh Hoán buồn buồn. Tôi hiểu những điều anh muốn nói ra. Chúng tôi đang sống như những hình múa rối. Tiếng nói không vọng tới nổi người gần ta nhất. Nhiệt tình không ấm đủ để kéo lòng nhau lại. Anh Hoán dừng xe lại ở một ngã tư. Tôi nhảy xuống, đi bọc sang cửa xe bên kia, bắt tay anh một lần chót. Anh nhìn tôi, không nói gì. Tôi nhận ra thêm một lần nữa anh đã già. Những ngày vui cũ không còn nữa ở anh. Dòng sông Bồ đã cạn, đã biến thành đồng hoang rồi không chừng.

    Tôi ngậm ngùi nhớ đến bài thơ với hình ảnh vừa bắt gặp. Bài thơ vốn buồn, lúc này nghe chừng như buồn hơn. Tôi nhìn bóng xe anh Hoán mất hút phía tòa hành chánh, trong khi bước chân tôi lang thang tìm nhà Thung. Không biết Thung còn ở đó cho tôi gặp?

*

Anh Hoán, nhân vật trong truyện ngắn này, sau tháng 4/1975, may mắn vượt thoát ra khỏi miền Nam và chỉ vài năm sau gia đình anh định cư ở Mỹ. Trong sinh hoạt cộng đồng của người tỵ nạn, sau này mang nhiều màu sắc phức tạp, các chính trị gia, sĩ quan miền Nam viết hồi ký, đăng đàn diễn thuyết, xuất hiện trên báo chí mỗi ngày. Thì, anh Hoán đã sống lặng lẽ ở một thành phố nhỏ thuộc tiểu bang California. Mỗi cuối tuần, anh lái xe đến ngôi chùa chỉ cách nhà sáu dặm, đàm đạo với vị sư trụ trì về Phật pháp. Thỉnh thoảng hai người cũng bàn qua thế sự, nhưng không nặng nề thế tục, mà nhẹ nhàng siêu thoát, bởi họ đều thấu lẽ vô thường. Ngày vợ anh, chị Hoán qua đời, anh buồn phiền tưởng không thể vượt qua nỗi đau, nhưng rồi lòng cũng nhẹ tênh như mây trắng. Nữ, con gái anh ngoài ba mươi đã hai lần lấy chồng đang ở một tiểu bang lạnh giá, mỗi năm về thăm cha một lần không quá vài ngày. Tháng ngày trống trải, thế nào mà anh Hoán không nhớ lại thời gian còn chức quyền, thời mà cái guồng máy quyền lực đã buộc anh hành động ngược lại với trái tim anh; thế nào mà anh không nhớ dòng sông tuổi thơ của mình, dòng sông Bồ mùa nước cạn.... Nhưng cớ sao giờ đây anh lại nói với vị sư già, một mai khi anh chết xin hãy hỏa thiêu và rải tro anh xuống biển?

Lữ Quỳnh

BÃO ĐÊM

Lúc mở mắt, hình ảnh ghi nhận đầu tiên trong căn phòng lờ mờ ánh sáng là ngọn đèn ngủ trên mặt bàn. Bóng đèn tròn đục, vàng ửng như một trái chanh chín nằm dưới cái chụp đèn không lớn quá một bàn tay. Anh lắng nghe tiếng gió hú bên ngoài cửa kính. Tiếng một cánh cửa mà ai đó quên gài, thỉnh thoảng đánh ầm vào tường từ xa nghe thật rõ. Ngoài khung cửa kính trước mặt, vẫn từ chỗ nằm, anh có thể nhìn thấy hành lang bệnh viện chạy dài dưới ánh đèn mờ và xa hơn một chút, những thân dương liễu như những vệt thẫm oằn mình trong bóng tối. Chợt anh buột miệng: Đêm nay trời bão chăng?

Không thể dỗ lại giấc ngủ, anh mở mắt thao láo nhìn trần nhà, tai lắng nghe và cố ý phân biệt các tiếng động đang có. Lúc đầu anh còn cảm thấy khó chịu với tiếng dương liễu vi vút từ xa, tiếng reo tưởng như không ngừng lại không thay đổi cường độ, làm có lúc anh đã so sánh nó với tiếng hú kinh hoàng của gió trên mái ngói. Tiếng cánh cửa đập vào tường khô và chát, anh có thể tưởng tượng ra được hình ảnh cánh cửa xanh bật ra đập vào ở một trại ngoại thương nào đó. Rồi gần hơn nữa, tiếng rên nho nhỏ từ phòng trước vọng vào. Tiếng rên nhắc anh nhớ tới những người thương binh vừa được trực thăng chở về lúc sáu giờ chiều. Những người lính áo quần trận rách bươm im lặng nằm trên băng ca với vũng máu dưới đùi hay dưới lưng. Những người lính với ánh mắt đờ đẫn khi biết mình đã về được quân y viện, chỉ thều thào hỏi một câu duy nhất: em có nặng lắm không? Và anh trả lời họ, những người bị nhẹ, cả những người bị nặng một câu không mấy khi thay đổi: Nhẹ mà, chịu khó đau một chút nhé... Trong khi bàn tay anh vẫn nhanh nhẹn rửa hoặc may kín vết thương của họ.

Gió mỗi lúc càng tăng cường độ bên ngoài. Anh nghe thật rõ tiếng gió đập ào ào vào cửa kính và thổi hút từng cơn trên mái tưởng có thể làm trốc bay những lớp ngói. Anh cũng nghe thật rõ từ ngoài kia tiếng răng rắc của một thân dương sắp gẫy. Cùng nỗi ái ngại về cơn bão đêm đã đến anh cảm thấy lạnh len vào cơ thể, vội đưa tay kéo chiếc chăn từ dưới chân giường tung ra phủ kín người tận cổ. Anh cảm thấy dễ chịu nhưng cảm giác ấy không đậu lâu trong anh, khi cái cảnh hiu hắt buồn bã của phòng cấp cứu phía trước hiện ra trong trí. Dưới ánh đèn vàng võ, những người thương binh giờ này đang thiêm thiếp ngủ. Có lẽ họ ngủ được nhờ những viên thuốc an thần hoặc những ống morphine buổi chiều. Những chai nước biển trong vắt treo ở mỗi đầu giường nhỏ giọt, từng tăm nước sủi lên đều đặn. Những khuôn mặt xanh xám bất động trên dãy băng ca màu cứt ngựa càng làm tăng thêm sự yên tĩnh của đêm.

Không thể chợp mắt được nữa, anh tung chăn bước xuống giường đi lại cửa sổ dán mũi vào ô kính. Bên ngoài trời tối đen, ngoài chút ánh sáng hiu hắt ở dãy hành lang trước mặt và xa hơn, vô tình anh bắt gặp một ngọn hỏa châu bay vun vút trong gió, trông chẳng khác gì nhánh củi mục đang trôi phăng trên dòng nước lũ. Ánh sáng ngọn hỏa châu soi thật nhanh sườn đồi trọc với rất nhiều tảng đá xám. Anh nghĩ giữa một đêm bão như thế này vẫn có những người lính ở đầu ngọn núi kia còn thức để thỉnh thoảng bắn lên trái hỏa châu soi vùng kiểm soát, vẫn có những toán lính đội mưa ngồi co ro dưới một giường ruộng hay bên bờ đất tròn xoe mắt chờ đợi... Trên những vùng đất bình yên hơn thì những người đàn bà nằm thao thức giữa đám con trong giấc ngủ buồn bã đầy mộng mị héo úa đã làm nhan sắc họ tàn phai nhanh như cánh đồng lúa mơn mởn bỗng cháy xám sau một ngày nhận thuốc khai quang. Đêm nay, đêm trên quê hương Việt Nam...

Tự nhiên anh nhớ Huế, quê hương anh. Nhớ đậm đà Huế của những ngày mưa dầm và lạnh cóng. Mưa lê thê, mưa như kéo dính những cuộc đời lại. Mưa ướt đẫm con đường dẫn xuống cầu Trường Tiền. Mưa làm tê cóng những ngón tay vuốt lên thành cầu sắt. Mưa làm buồn những con đò cắm sát bờ sông và làm thấp những hàng cây trước trường Đồng Khánh. Huế trong ký ức anh là một Huế mưa dầm dề, một Huế mịt mùng hơi nước. Kỷ niệm về Huế của anh, một kỷ niệm ướt sũng mùa đông thật buồn. Nhưng nỗi buồn đó bây giờ anh mới nhận ra. Nó chỉ có trong những ngày đất nước thanh bình hay tạm yên ổn. Nhớ về những mùa đông đêm nay là nhớ về những ngày thanh bình cũ. Những ngày bây giờ không thể nào có được.

Mưa bây giờ làm nhạt nhòa thêm đôi mắt thiếu phụ, làm trở ngại con đường nhặt tìm xác chết mỗi ngày, làm gợi nhớ những khổ đau tan nát của cuộc đời. Và gần gũi nhất bên anh lúc này là những thương binh đang đau đớn vì vết thương, đang khắc khoải khi nghĩ đến ngày mai của họ.

Anh bỏ khung kính trở lại chân giường lấy chiếc áo lạnh khoác vào người rồi mở cửa bước ra khỏi phòng. Một làn gió thổi thốc vào hiên làm anh ngừng lại, đầu hơi cúi và một tay đưa lên mắt che hơi nước. Chờ cho đợt gió qua, anh bước nhanh khỏi thềm cửa, rồi rẽ về phía trái để vào dãy hành lang dài hun hút. Những bóng đèn vàng võ lác đác trong hơi nước. Những bóng đèn trước mỗi trại bệnh trông thật hiu quạnh. Anh dừng lại vén tay xem đồng hồ dưới chút ánh sáng đầu trại Tê Liệt chiếu hắt ra. Những bụi nước bám nhanh vào mặt kính, kim đồng hồ chỉ hai giờ kém năm. Giờ của nửa đêm về sáng. Giờ của những giấc ngủ nồng, những cơn mộng đẹp. Giờ của những thao thức không còn những xót xa không có. Giờ của ý thức ngủ yên. Giờ này trong giấc ngủ say có thể người thương binh đang mơ thấy mình là một cầu thủ đang giao banh thật đẹp trên sân cỏ, dìu người yêu đi dưới bóng cây, hay lái xe đưa tình nhân ra ngoại ô thành phố... Có thể họ đã có những giấc mơ như thế, nhưng anh không bao giờ muốn những giấc mơ đó còn lại với họ khi ngày bắt đầu. Vì họ thuộc cấp độ tàn phế cao. Họ không thể, không bao giờ còn có nữa trong đời sống hình ảnh trong các giấc mơ kia.

Bão vẫn tiếp tục hoành hành trong đêm. Những đợt mưa lạnh buốt thổi giạt qua hàng hiên trắng xóa hắt vào anh tê cóng. Anh đưa tay kéo cao cổ áo và tần ngần dừng lại giữa hành lang. Một lúc anh bước vào trại bệnh. Trước khi khuất vào cánh cửa anh còn kịp thấy những thân dương gẫy đổ ngoài mặt đường, chỗ gẫy phơi màu trắng nõn của ruột cây trong bóng tối. Anh bước qua chỗ người y tá trực ngủ thật nhẹ nhàng, cố giữ im lặng tuyệt đối. Khi đứng ở đầu phòng bệnh nhìn suốt hai dãy giường với những thương binh mặc áo quần xanh nằm bất động, anh yên tâm nghĩ tất cả họ đều ngủ yên. Anh đứng ngắm họ, giờ đây ngủ trong những thế nằm thật thoải mái, ngoan ngoãn như trẻ thơ. Sau những đôi mi khép kia, hẳn đang dàn trải một cảnh đời tươi đẹp mà hằng ngày dưới ánh sáng mặt trời họ cảm thấy thiếu thốn thèm khát. Sự thèm khát tưởng như bị ngâm trong nỗi thất vọng tột cùng. Nỗi thất vọng như dấm chua và sự thèm khát kia, dù ê răng vẫn không thể nào không có.

Cụt một cánh tay, bị cưa mất đôi chân hay tê liệt cả thân người, anh thương binh nào cũng sống lặng lẽ trong những ngày đầu với đêm đêm ướt sũng nước mắt, với nỗi tuyệt vọng lịm hồn, chỉ vì bấy giờ họ còn gần gũi với ngày hôm qua quá. Ngày qua và hôm nay thật vô cùng cách biệt với cuộc đời họ. Hôm qua với tháng ngày xanh mướt quá khứ, hôm qua với nguyên vẹn thân thể ngày chào đời. Nhưng từ bây giờ trở đi cho đến suốt cả tương lai ngun ngút của phần đời còn lại, họ sẽ sống với tấm thân dị hợm mà chiến tranh tạo nên với không một tình cờ thích thú, không một hy vọng đổi thay.

Hôm nay họ thấy suốt cả tháng năm cuối cùng của cuộc đời. Họ buồn khổ vì sự bất hạnh đó nhưng sự bất hạnh rồi cũng theo thời gian mà trở nên quen cũ. Vừa nghĩ ngợi vừa bước đi giữa hai dãy giường kê sát bỗng anh dừng lại, ngạc nhiên nhìn sững một cánh tay buông thõng ngoài chân mùng. Anh tiến lại gần. Trước mặt, sau lớp vải mùng thưa người thương binh đang mở mắt thao láo nhìn ngọn đèn trên trần nhà. Có lẽ hắn không biết sự có mặt của anh nãy giờ trong phòng này. Khuôn mặt hắn trông xanh mướt dưới ánh sáng. Đôi mắt tròn mà tròng trắng chiếm phần lớn nhìn lên bất động. Anh biết người thương binh còn thức và rất tỉnh không phải chỉ nhờ vào đôi mắt ấy mà còn vì những cái nhíu mày khổ sở khi tiếng gió rít trên mái, mang theo hơi lạnh giạt qua các khe cửa sổ. Bão bên ngoài còn tiếp tục, anh thầm nghĩ và cúi nhìn hắn qua lớp mùng. Đôi mắt người thương binh hạ xuống khi nhận ra anh bên cạnh giường. Anh đưa tay đặt lên mu bàn tay hắn, bàn tay lạnh ngắt, bàn tay chỉ còn da bọc xương ấy lạnh ngắt . Anh hỏi:

- Sao em không ngủ?

Người thương binh tê liệt nhìn anh không trả lời. Hắn đưa lưỡi ra liếm mép trong khi anh cầm lấy bàn tay hắn, bàn tay mềm nhũn và lạnh. Hắn còn trẻ quá.

- Sao em chưa ngủ?

Anh thấy đôi mắt hắn long lanh. Trong ánh mắt vừa lóe lên một tia sáng nhỏ nhưng anh chưa kịp nhận ra. Hắn tiếp tục cho lưỡi liếm vòng qua hai vành môi, một lúc sau mới thì thào:

- Nhờ nhặt giùm em chiếc mền...

Câu nói của hắn nhỏ và tắt nhanh như một hơi gió. Câu nói thốt ra từ đôi môi xanh mét đó, nghe rồi anh vẫn tưởng như không phải do nó thốt ra. Người thương binh đã không thể chợp mắt được vì lạnh quá, mà chiếc chăn lại quái ác rơi tuột khỏi giường. Anh xúc động đến lặng người khi nhận ra điều đó. Trời lạnh căm mà phải nhìn chiếc chăn trong tầm tay bất lực để thèm vô cùng một hơi ấm. Đó là sự xao xuyến trong đôi mắt buồn bã, nỗi nghẹn ngào trong câu nói thì thào như hơi gió kia cùng tâm trạng người thương binh suốt đầu đêm đến giờ. Hắn đã chịu đựng, sự chịu đựng có từ nguyên nhân hết sức vô nghĩa. Hắn như con ve sầu với đôi cánh bị dính chặt vào nhựa cây của đám trẻ nghịch ngợm nhìn vòm trời xanh mà tuyệt vọng. Anh đi vòng qua bên kia giường nhặt chiếc chăn lên đắp cho người thương binh. Anh nhìn xuống đôi mắt thiết tha bấy giờ đã có vẻ nồng ấm. Anh có cảm tưởng như mình vừa ủ rơm cho một con chim ướt. Không nén được thoáng vui lẫn với nỗi bùi ngùi trong lòng, anh cúi xuống đôi mắt đang reo vui kia mỉm cười:

- Nãy giờ không ngủ được vì lạnh quá phải không?

Hắn gật đầu. Anh nói tiếp:

- Bây giờ thì ấm áp rồi đấy nhé, gắng ngủ đi.

Người thương binh từ từ khép mắt. Anh chậm rãi bước ra khỏi phòng. Đến giữa hành lang một làn mưa quất vào mặt lạnh cóng, nhưng cảm giác đó lại làm anh cảm thấy dễ chịu. Anh đi dọc theo dãy đèn vàng hiu hắt, cố giữ thăng bằng trên mỗi bước chân vì gió và thềm hành lang trơn ướt. Hình ảnh người thương binh vẫn chưa rời tâm trí anh. Hôm hắn được chở từ mặt trận về với mảnh đạn xuyên vào đốt xương sống phía sau gáy, anh đã không có chút lạc quan nào về vết thương hiểm hóc ấy cả. Mảnh đạn thật nhỏ, nhưng tác dụng thật lớn trên một đời người.

Những trại bệnh nằm im lìm dưới mưa. Một sự im lìm chứ không phải im lặng. Bởi trong nó anh còn nhận ra được những âm sắc mơ hồ buồn bã gợn lên sự sống. Anh dừng lại ở cuối hành lang, từ đó có thể nhìn thấy thềm hiên của phòng Cấp Cứu. Ngọn đèn đầu mái chiếu sáng một khoảng sân. Những chiếc băng ca xếp gọn dựng thẳng thành dãy. Ở đó thường xuyên rộn rịp những trực thăng tản thương lên xuống mỗi khi có sự sôi động từ mặt trận ngoài thành phố. Đêm nay cảnh đó không có nhưng không phải từ nay cảnh đó không có. Gió có phần nhẹ hơn. Cơn bão tưởng như cũng sắp tàn. Tuy thế khi quay trở về căn phòng của mình, anh vẫn phải chú ý dưới mỗi bước chân và đưa tay kéo cao cổ áo. Anh nghĩ người thương binh tê liệt giờ này đã ngủ ngon. Chiếc chăn mang hơi ấm cùng những giấc mơ an lành đã đến với hắn. Anh mỉm cười trong bóng tối. Anh nhìn ra bãi cỏ nơi dùng làm sân trực thăng đang trắng mù hơi nước. Đêm nay không có thương binh về. Cơn bão hình như cũng đã dứt. Ai mà chẳng mong hai cảnh ấy đừng xảy ra. Lúc nhỏ anh sợ bão vô cùng nhất là những trận bão đêm, cũng như bây giờ anh rất bồn chồn lo âu khi nhìn cảnh thương binh về tấp nập.

Nhưng những cơn bão như đêm nay thế nào rồi cũng chấm dứt. Còn cảnh thương binh về, biết đến bao giờ?

Lữ Quỳnh

BÓNG TỐI DƯỚI HẦM

Người đàn ông ngồi trên một chiếc ghế bằng gỗ tạp thấp, gã cúi người xuống tì trán lên mu bàn tay lồng vào nhau. Thanh niên ngồi xổm có vẻ đang chú ý nghe tiếng động trên nóc hầm, thỉnh thoảng hắn nhìn lên chút ánh sáng nơi lỗ thông hơi. Dưới ánh sáng lờ mờ, khuôn mặt hắn hốc hác và linh động nỗi bất an. Trong xó tối cạnh đó, một thiếu nữ nằm im. Nàng mặc một bộ đồ đen, mái tóc xõa tung bê bết mồ hôi trên trán. Ba người như không chú ý đến sự có mặt của nhau. Căn hầm hẹp, bề dài khoảng hơn hai thước và bề rộng một thước rưỡi. Những giọt nước từ thành đất rỉ ra, thỉnh thoảng nhỏ thành tiếng xuống mặt hầm. Sự im lặng hình như tăng thêm. Trời bên trên hẳn đã hoàng hôn. Chút ánh sáng nơi lỗ thông hơi nhạt nhòa không còn nhìn rõ. Thiếu nữ cựa mình trong bóng tối, cùng lúc người đàn ông ngồi thẳng dậy nhìn mà không thấy gì cả. Gã nuốt nước bọt, rồi nói bằng một giọng khô tưởng như sắp chết khát:

- Ai đói?

Không ai trả lời gã hết. Có lẽ họ chưa chuẩn bị. Sự im lặng kéo dài suốt buổi, có khi cả ngày, làm họ tưởng mình câm. Thanh niên có lần định lên tiếng, chỉ để xem mình có còn nói được không nhưng hắn vẫn ngồi im lặng. Chỉ cố gắng đó thôi cũng thật khó. Bây giờ hắn nghe tiếng người đàn ông hỏi, hắn tự hỏi mình có đói không? Hắn không cảm thấy gì cả. Giọt nước cuối cùng đã hết từ buổi sáng. Nghĩ tới mấy thức ăn khô khan mà người đàn ông vừa gợi ra, cổ hắn như càng khô thêm đắng chát.

- Ai đói không?

Người đàn ông lặp lại câu nói một cách khó khăn hơn. Thiếu nữ trả lời gọn:

- Chú ăn đi.

Thanh niên nói tiếp:

- Khát, không đói.

Người đàn ông:

- Tôi cũng vậy.

Cả ba người lại im lặng. Họ ở nguyên vị trí. Thiếu nữ nằm quay mặt vào thành đất. Nàng nghe trong đầu như có những mũi kim chích. Trong bóng tối dày đặc nàng nhắm mắt lại, hai bàn tay rịn mồ hôi lạnh toát. Bỗng nàng ngồi dậy, hốt hoảng gọi người đàn ông:

- Chú Sửu, chú Sửu...

Người đàn ông chồm tới, nắm chặt cánh tay thiếu nữ dằn mạnh với nỗi tức giận:

- Im ngay. Cô biết đang ở đâu không? Phải nhớ lệnh tôi, không được gây tiếng động. Sự chết đang ở trên đầu chúng ta.

Người đàn ông chợt lo lắng, nhưng gã bình tĩnh ngay:

- Cô không lo gì hết. Sự xảy ra, có tôi.

Tiếng nói của người đàn ông nhỏ nhưng lạnh như thép. Thiếu nữ nghe lạnh sau gáy. Nàng nằm cong người lại, đưa hai bàn tay đẫm mồ hôi bấu vào mặt. Nước mắt chảy ra lặng lẽ. Thiếu nữ không nghĩ là mình đang khóc.

Thanh niên ngồi bệt xuống đất, hai tay bó gối. Hắn hỏi trong đầu: Ông Sửu và cô Liên vẫn còn hơi để nói chuyện được, mình thì hết. Hắn dùng lưỡi rút nước bọt ra từ mấy chân răng, rồi nuốt xuống cổ.

Tiếng người đàn ông lại vang lên:

- Ai khát?

Thanh niên chồm tới, rồi ngừng lại ngồi xuống như cũ.

- Tôi. Có nước hả?

Người đàn ông:

- Không. Khát, ráng thức đừng ngủ quên. Thế nào trời cũng mưa. Ta hứng nước từ lỗ thông hơi...

Thanh niên thở dài thoáng thất vọng, nhưng sau đó hắn cũng cảm thấy chút mát mẻ len qua tâm hồn. Hắn nói với người đàn ông:

- Có lý. À, mà tại sao bà già biệt tăm thế?

Người đàn ông suy nghĩ một lúc:

- Tôi nghi loạt súng nổ trên đầu mình đêm qua quá. Có lẽ nào thế nhỉ. Bà già bị lạc đạn... Có thể bị bắn thẳng, ban đêm ai mà biết bà già...

Thanh niên:

- Không đâu. Cứ hy vọng.

Thiếu nữ có lẽ đã ngủ thiếp. Người đàn ông nhìn về phía nàng nhưng không thấy gì, gã ngẩng cổ cao về phía thanh niên.

- Tâm à.
- Tôi nghe.

Im lặng một lúc:

- Theo anh, khi cô Liên lên cơn thì chúng ta phải làm gì?

Thanh niên suy nghĩ nhưng có lẽ không tìm ra cách giải quyết, hắn nói:

- Ông tin cô Liên sẽ lên cơn thật à?

Người đàn ông:

- Mấy ngày ở dưới này cực khổ quá, Liên lại là con gái đau tim, thỉnh thoảng bị rối loạn thần kinh... Nước không có, thức ăn thiếu. Lại lạnh, hơi đất...

Thanh niên:

- Ông định làm gì?

Người đàn ông im lặng. Thanh niên cảm thấy bồn chồn trong lòng. Hắn mở mắt thật lớn cố nhìn người đàn ông nhưng không thể thấy gì ngoài màu tối thăm thẳm. Hắn hình dung ra khuôn mặt thường ngày của gã. Một khuôn mặt thật lạnh lùng rất ít khi xuất hiện giữa mọi người. Gã có những công tác thật bí mật. Những người chung quanh có một số kính nể, nhưng cũng có số người khác thật e ngại gã. Họ không tin vào cái mớ lý thuyết mà gã được nhồi nhét để biến gã thành một con người toàn diện, tượng trưng cho tình thương lòng vị tha và sự công bằng. Im lặng hay lạnh lùng, có lẽ là thái độ khôn ngoan nhất của những kẻ chưa có lập trường hay một lý thuyết vững chãi. Thanh niên tự hỏi, sự lạnh lùng của người đàn ông có nằm trong trường hợp đó không?

Người đàn ông nhớ tới một bài hát. Bài "Từ ngày chinh chiến mùa thu". Cái không khí bấy giờ thật cảm động. Đêm giã từ Mỹ Lộc. Người nhạc sĩ đứng bên ánh lửa bập bùng, một chân gác lên ghế đẩu thấp, gảy đàn ghi-ta. *Từ ngày chinh chiến mùa thu.* Giọng hát của người tình gã. Người tình, có phải là người tình không? Người con gái mặc áo nâu và quần đen bóng láng, tóc kẹp sau gáy chảy xuống nửa lưng. Đôi môi không phấn son mà mọng thắm. Nàng hát, những đầu ngón tay bối rối quấn vào nhau. Tiếng đàn người nhạc sĩ chậm rãi. Anh ngẩng mặt lên trời mà đàn. Đàn hững hờ, như không một chút bận tâm. Nhưng tiếng đàn, giọng hát đã làm những người ngồi vây quanh nhìn ánh lửa hồng mà chết ngất cõi lòng. Những đôi mắt ướt lấp lánh. Người con gái dứt bài hát với những giọt nước mắt lóng lánh quanh mi. Nàng bước về phía gã. Sao em lại khóc? Khi câu hỏi đó bung ra, gã mới thấy mình quả thật ngu ngốc, lẽ ra không nên hỏi như vậy. Người con gái đưa tay chặm nhẹ những giọt nước mắt, nói thật nhỏ nhẹ: Em nghĩ tới sự chia tay ngày mai... Gã cay đắng trong lòng. Nghĩ tới sự chia tay, hay chính bài hát tiếng đàn đã làm nàng cảm xúc? Nàng muốn giấu đi sự yếu mềm của mình. Ai cũng lựa chọn cho mình một cách trả lời cả. Lựa chọn. Ta phải lựa chọn trong ta một cái tôi và thường xuyên giữ gìn để cái tôi đó không phản trắc, không nhầm lẫn, không đi sai đường lối. Ta phải canh chừng cả những giấc mơ, gã nghĩ đó là sự lựa chọn đúng. Phải nghĩ tới tập thể, nghĩ tới những cứu cánh mà tập thể đang theo đuổi. Sự hãnh diện chỉ dành cho những người sống. Mọi người đều cảm thấy hãnh diện, không ai nghĩ mình sắp chết nhưng cũng không ai từ chối sự chết đến với mình cả.

Năm giờ sáng hôm sau những người tham dự lửa trại lên đường. Người nhạc sĩ và một số lớn ra bến đò chờ vượt sông. Gã, một mình đi đường bộ với gùi thức ăn và chiếc ba lô trên vai. Người con gái hát "Từ ngày chinh chiến mùa thu" ở lại. Lúc ra đi gã không gặp nàng. Gã mang cái cảm giác lênh đênh của một thứ tình yêu không bao giờ được tỏ. Lúc gã vượt được một phần đường, lúc mặt trời vừa xuất hiện với những tia nắng đầu tiên, gã chợt nghe tiếng máy bay gầm và tiếp theo nhiều tiếng nổ chát chúa của bom và súng liên thanh. Gã dừng lại, nhìn về phía bến đò. Những đám khói bốc lên. Những chiếc máy bay đang chao lượn trên vòm trời. Gã ngồi đợi cho đến lúc những chiếc máy bay đó nối đuôi nhau bay thẳng về cuối trời mới đứng dậy vội vã đi trở lại con đường cũ. Gã chạy thẳng ra bến đò. Gã thầm mong người nhạc sĩ và đoàn người đã vượt khỏi bên kia sông từ lúc trời còn tối. Nhưng gã thất vọng. Lúc gã đến nơi bến đò còn thưa thớt người. Đồng bào vẫn ngại máy bay có thể trở lui oanh tạc nữa. Những người y tá đang hớt hải di tản số người bị thương về trại cấp cứu. Những xác chết còn nằm nguyên chỗ. Gã thấy xác người nhạc sĩ hai chân chìm dưới nước, phần thân thể còn lại nằm sấp trên bờ. Gã gỡ ba-lô gùi thức ăn trên vai xuống, bước tới kéo xác chết lên hẳn trên gò đất cao. Người nhạc sĩ chỉ nhắm một mắt. Con mắt còn lại mở lớn, tròng mắt lồi ra đến hãi hùng. Chiếc áo nâu của anh rách một mảng lớn, phơi màu da tái xám với một vết máu đã đông lại. Xác người nhạc sĩ tương đối lành lặn. Một viên đạn xuyên qua ngực. Cái chết trong những cuộc oanh tạc ồ ạt được như vậy, quả thật có nhẹ nhàng. Gã nhìn xác chết nhớ tới đêm lửa trại. Hình ảnh người nhạc sĩ vừa gảy đàn vừa ngước mắt nhìn trời cao. Tiếng đàn của anh như còn văng vẳng đâu đây, lời hát u buồn cũng còn đó. "Từ ngày chinh chiến mùa thu." Bây giờ cũng mùa thu. Anh chết giữa một buổi sớm mùa thu. Gã nghĩ tới nhưng không dám tin, cái không khí buồn bã đêm qua với những ánh mắt rớm lệ là cái điềm báo trước sự cách ly vĩnh viễn bây giờ.

Gã nhìn xác nhạc sĩ, nhìn những người chung quanh rồi lặng lẽ khoác ba lô lên vai. Vẫn một mình trở lại con đường cũ, gã lủi thủi đi và bấy giờ gã biết rằng nước mắt mình đang ràn rụa.

*

Trong bóng tối của chiếc hầm chật hẹp, người đàn ông cố nhìn bàn tay mình mà vẫn không thấy nổi. Gã vừa nghĩ tới những kỷ niệm thật xa. Lúc này gã nhớ lại hình ảnh người nhạc sĩ nằm chết trên bến sông, gã đã khóc thật nhiều trên quãng đường công tác còn lại. Con tim bật máu làm trào nước mắt. Chính gã khóc chứ không phải cái tôi mà gã chọn lựa, cái tôi không bao giờ mềm yếu phản trắc lầm lẫn ấy khóc cả.

Ngày đó dĩ nhiên gã chưa già như bây giờ. Đứa con lớn của gã tám tuổi. Gã chiến đấu hết mình với rất nhiều hoài bão. Gã nghĩ gần gũi nhất ít ra, gã cũng chiến đấu dù phải chết đi, cho đàn con gã sống. Gã hy sinh để nhìn lũ trẻ được sống tự do sau này, được trở thành những con người chứ không phải những tên nô lệ. Nhưng bao nhiêu năm qua, sự chiến đấu của đồng bào gã vẫn còn. Đứa con trai lớn của gã đã cầm súng tham dự và đã gục chết. Trọn đời với niềm tin vào sự thanh bình cuối cùng cho đất nước, nhưng niềm tin đó đã mỏi mòn. Gã cảm thấy ý chí đã lụt và sức khỏe yếu kém hẳn.

Bây giờ giả sử bà già, chìa khóa của cái hầm này đã chết thật thì gã phải làm gì đây? Cuộc hành quân hẳn đã đi qua. Bọn gã sống dưới cái hầm này đã hơn hai ngày đêm. Gã cảm thấy sốt ruột. Bỗng một ý nghĩ thoáng qua hãy đội nắp hầm và vượt thoát. Chỉ có chết và sống. Gã hoàn toàn không bận tâm về điều đó nữa. Sống hay chết chỉ là một.

Bàn tay người đàn ông mò mẫm trong bóng tối tìm mấy quả lựu đạn. Chợt bàn tay gã chạm vào chân người thanh niên. Gã vội rút tay về, nhưng thanh niên đã nhận ra. Hắn cảm thấy ái ngại vì cảm giác hốt hoảng của người đàn ông để lại trên da thịt. Hắn hỏi:

- Ông Sửu đấy hả?

Im lặng. Thanh niên hỏi tiếp:

- Ông tìm gì đấy?

Giọng người đàn ông bối rối:

- Không.

Thanh niên chợt nghĩ đến sự phản trắc. Hắn bắt đầu đề phòng. Hắn vội vàng di chuyển mấy quả lựu đạn sang một vị trí khác. Giữa lúc đó thiếu nữ thức dậy.

- Chú Sửu à.

Người đàn ông:

- Cô Liên gắng ngủ đi. Đừng gọi lớn quá.

Trong bóng tối thiếu nữ cảm thấy chới với khi nghe tiếng nói của người đối diện. Tiếng nói, chỉ có tiếng nói thôi. Ma quái quá sức. Tiếng nói. Trong căn hầm chỉ có tiếng nói và tiếng nói thôi. Thiếu nữ nghĩ mình cũng không còn nhận ra mình. Tiếng nói không biết có phải là của mình không nữa?

- Chú Sửu à.

Thiếu nữ muốn nghe tiếng mình nhưng người đàn ông không hiểu.

- Cô đừng gọi mãi như thế.

Thiếu nữ nuốt nước miếng và thở hổn hển:

- Chú ra lệnh cho tôi đi, khi sắp lên cơn thì tôi phải làm gì?

Người đàn ông:

- Tôi đã trả lời cô rồi. Cố gắng ngủ thêm một chút để lấy sức.

Thiếu nữ dựa lưng vào thành đất, hơi lạnh thấm qua lưng làm nàng cảm thấy dễ chịu.

- Chú có biết chuyện ngày trước cha tôi điên như thế nào không nhỉ? Ông ta uống rượu cắn luôn ly. Ông ta nhai mẻ chai giữa hai hàm răng và máu chảy ra đỏ cả khóe miệng...

Người đàn ông hốt hoảng khi nghe thiếu nữ kể đến đây. Gã sợ câu chuyện sẽ làm nàng lên cơn thật sự.

- Cô Liên, tôi bảo cô gắng ngủ đi. Dạo đó ông cụ uống rượu say, chứ đâu phải điên khùng gì. Tôi biết rồi. Cô ngủ đi, phải ngủ đi cô Liên. Thanh niên xích vào gần thiếu nữ. Hắn chuẩn bị đối phó nếu nàng có hành động làm lộ mục tiêu. Sự im lặng kéo dài một lúc lâu. Sau đó thiếu nữ vẫn lên tiếng:

- Chú Sửu, cả anh Tâm nữa... Các người phải cho tôi biết khi tôi lên cơn thì chúng ta sẽ làm gì?

Người đàn ông:

- Không bao giờ cô lên cơn cả. Tôi tin vậy mà.

Thiếu nữ:

- Chú tin vậy hay chú đang nghĩ tới cách bóp cổ tôi chết, lấy dao găm đâm lút tim tôi? Còn cách nào nữa không nhỉ?

Người đàn ông sợ hãi. Gã cố trấn an thiếu nữ nhưng giọng gã trở nên lúng túng:

- Cô đừng nói vậy. Xin cô hãy gắng ngủ đi...

Thiếu nữ giận dữ:

- Ngủ, ngủ, ngủ...

Người đàn ông chồm tới. Gã muốn tỏ phản ứng để thiếu nữ hiểu nhưng trong bóng tối dày đặc không còn cách biểu lộ nào khác ngoài tiếng nói. Mò mẫm một lúc mới nắm được tay thiếu nữ, gã dịu dàng.

- Cô đừng giận. Phải biết rằng chúng ta đang ở đâu. Sự sống của chúng ta hoàn toàn tùy thuộc vào nhau. Sự sơ hở của một người sẽ giết chết cả bọn...

Thiếu nữ lạnh lùng:

- Tôi biết như vậy. Nhưng tại sao chú không nói thẳng điều chú đang nghĩ. Tôi đâu sợ hãi gì. Tôi chấp nhận mà. Chết để cứu những người khác sống là một bổn phận. Tôi biết chú, anh Tâm sẽ giết tôi ngay khi cơn điên của tôi bộc phát. Chú hãy nhận đi. Tôi không bao giờ làm phiền các người cả... À, tại sao bây giờ mẹ tôi chưa xuất hiện nhỉ... Đầu đêm hình như chú bảo có thể mẹ tôi đã chết.

Thiếu nữ nói nhỏ đủ nghe làm người đàn ông yên tâm. Gã nói:

- Cô suy nghĩ nhiều quá. Tốt nhất là bây giờ chúng ta nên im lặng. Bà cụ... Trong một phút tuyệt vọng quá bọn tôi nghi ngờ vậy thôi. Sự thực, như cô biết... không có gì chắc chắn khi ta còn ở dưới này... Chỉ toàn phỏng đoán... Có thể mấy ngày qua bọn lính dừng quân trên đầu ta...

Thanh niên mệt mỏi ngồi gục đầu xuống hai đầu gối ngủ thiếp từ lúc nào. Người đàn ông trả lời thiếu nữ xong, cũng ngả lưng vào thành đất. Gã nghĩ tới bà già, mẹ Liên, và tự hỏi một lần nữa bà ta chết rồi chăng?

*

Những ý nghĩ buồn thảm hiện ra trong đầu thiếu nữ. Nàng nghĩ tới người mẹ rồi ứa nước mắt. Kể từ ngày cha chết đi, mẹ đã kéo dài chuỗi sống hẩm hiu với anh Ba và nàng trên mảnh vườn nhỏ với hoa lợi mỗi ngày chỉ đủ sống. Bà thường ái ngại nhìn hai con với nỗi lo lắng duy nhất, bệnh thần kinh di truyền. Hình ảnh của người chồng trước khi chết đã làm bà hãi hùng tưởng không bao giờ nguôi. Sau này vì cuộc sống bất ổn ở quê, anh Ba bỏ lên tỉnh đầu quân vào lính. Người mẹ bề ngoài tỏ ra phàn nàn, nhưng tự thâm tâm bà hài lòng. Dù sao nó cũng yên được một bề, còn hơn ở quê để chịu không biết bao nhiêu áp lực. Thời buổi chiến tranh lòng nhân đạo thường vắng mặt, chỉ thấy có áp bức, đe dọa và tàn sát. Sau khi vào lính thỉnh thoảng anh Ba có về thăm nhà. Da anh đen, thân thể cường tráng ra làm mẹ hài lòng lắm. Chiến tranh ngày càng khốc liệt, làng trở nên bất an, anh Ba chỉ ghé thăm nhà trong những dịp hành quân qua. Anh khuyên mẹ và em hết lời, nên bỏ làng lên tỉnh sống nhưng mẹ suy nghĩ mãi rồi không nghe. Mẹ không quen sống ở thành thị, hơn nữa ra tỉnh sống có nhiều vấn đề đặt ra quá. Từ cuộc hành quân qua làng lần đó anh Ba không bao giờ trở về. Làng bị oanh tạc thường xuyên. Hai mẹ con sống giữa gọng kìm. Hãi hùng tất cả. Họ sống giữa nỗi hoài nghi của mọi người. Và chỉ còn một cách duy nhất để tồn tại là trốn. Người mẹ nhận làm cái chìa khóa của căn hầm bí mật này từ đó. Người đàn ông giữ thiếu nữ như một con tin. Không còn cách nào hơn. Mọi thủ đoạn chỉ có tính cách tạm thời, cố gắng thoát chết từng ngày, cố gắng vượt qua từng chặng nguy hiểm.

Thiếu nữ nhớ lại những lời của người đàn ông và thanh niên vào lúc đầu đêm. Bà già có thể bị lạc đạn chết rồi. Nàng cũng linh cảm thế. Nếu không tại sao hai ngày qua mẹ không xuất hiện. Mẹ chết rồi chăng? Thiếu nữ nhủ thầm rồi nuốt nước mắt xuống cổ. Nàng cắn môi để khỏi bật khóc thành tiếng.

Trong góc hầm người đàn ông cựa mình. Bàn tay gã mò mẫm trên mặt đất một lúc rồi dừng lại. Gã cất tiếng gọi:

- Tâm à.

Thanh niên cũng vừa tỉnh.

- Gì thế?

- Có lẽ trời sắp sáng.

- Đồng hồ tôi chết máy từ hôm qua rồi.

Người đàn ông thở dài. Một lát sau gã rụt rè hỏi:

- Anh có nghĩ gì không?

Thanh niên lạnh lùng:

- Ông muốn tôi nghĩ gì?

- Nghĩ bà già chết rồi chẳng hạn...

- Sao nữa ?
- Nghĩ cô Liên sẽ lên cơn điên...

Thanh niên nghe lạnh tận đáy lòng. Hắn đưa hai bàn tay lên áp má.

- Ông đã chuẩn bị cả rồi mà.

Người đàn ông:

- Vâng.

Thanh niên:

- Cô Liên cũng nghĩ ra những gì ông sẽ áp dụng khi cơn điên đến....
- Anh nghĩ còn cách nào hơn?

Thanh niên im lặng. Người đàn ông nhìn sững vào bóng đêm. Trong khi đó thiếu nữ vẫn tỉnh táo. Nàng nghe cuộc đối thoại giữa hai người đàn ông một cách dửng dưng. Nàng cảm thấy tâm hồn bỗng sáng láng lạ lùng. Còn cách nào hơn. Nhưng họ sẽ giết mình bằng dao găm hay với hai bàn tay siết cổ?

Bằng dao găm hay bóp cổ? Thiếu nữ choáng váng. Nàng nghĩ tới mẹ tới anh Ba, rồi lẩm bẩm trong trí, có lẽ mình sắp lên cơn thật.

*

Lúc đó thanh niên mở mắt, hắn thấy ánh sáng lờ mờ hiện ra ở lỗ thông hơi. Hắn ngồi yên mải mê nhìn lên chút ánh sáng nhỏ nhoi đó. Hắn cảm thấy nhớ thứ ánh sáng đầu ngày lạ lùng. Hắn nghe bứt rứt trong lòng. Một chút nắng, chỉ một chút nắng của trời mà hắn cũng thèm khát. Hắn nhìn người đàn ông đang ngủ say trong góc tối. Không biết trong đầu gã trong những ngày qua đã nghĩ những gì? Có nghĩ tới chuyện vượt thoát khỏi căn hầm này không? Bà già có lẽ đã chết thật rồi. Hắn nhìn người đàn ông ái ngại, không cách nào hiểu nổi con người đó.

Thanh niên đưa tay mò mẫm mấy quả lựu đạn mà đêm qua hắn vùi dưới cát. Hắn nghĩ đến cách thoát khỏi căn hầm. Không còn cách nào hơn. Hãy chấp nhận trước mọi rủi ro, sống hoặc chết. Hắn chợt nghĩ đến số tuổi hai mươi của mình. Số tuổi mà chiến tranh đã tước đoạt mọi ý nghĩa, đã cướp hết thời gian để sống của hắn. Hai mươi tuổi, hắn không có một chọn lựa nào hết. Sinh ra và lớn lên giữa chiến tranh, hắn thụ động trước mọi áp lực. Hắn như con thú sợ hãi trước họng súng của người thợ săn. Ai cũng có thể bắn ngã, và suốt cả một phần đời hắn chỉ biết chạy trốn. Hắn cảm thấy cay đắng và nước mắt chực trào ra khi nghĩ đến cái chết như côn trùng của mình. Một cái chết tẻ lạnh như nỗi tình cờ.

Người đàn ông cựa mình rồi choàng mở mắt. Bấy giờ ánh sáng đã giúp thanh niên nhìn rõ gã:

- Lại một ngày mới.

Giọng gã đặc sệt.

Thanh niên không nói gì. Hắn chăm chú nhìn lên lỗ thông hơi. Người đàn ông đảo mắt khắp mặt hầm với ánh mắt đầy mưu toan. Bỗng gã dừng lại ở thiếu nữ. Nàng nằm sấp, một phần thân thể chệch ra ngoài đất, mặt úp xuống im lìm. Gã chăm chú nhìn. Khuôn mặt gã mỗi lúc càng tái, rồi như không kìm nổi sự hốt hoảng gã gọi:

- Cô Liên, cô Liên!

Nhưng thiếu nữ không cử động. Người đàn ông chồm tới băng qua người thanh niên, đặt tay lên bàn chân nàng. Bàn chân lạnh ngắt. Lúc đó thanh niên cũng vừa kịp hiểu, hắn giúp gã đỡ nàng dậy. Nhưng thiếu nữ đã mềm nhũn. Một vết cắt trên cổ tay trái, máu đọng đen dưới một khoảng đất ướt.

Không khí trong căn hầm đã đổi khác. Trong ánh sáng còn nhạt nhòa bóng đêm, người đàn ông nhặt chiếc ly vỡ từ một góc hầm. Gã im lặng ngồi ngắm mớ thủy tinh trong tay. Thanh niên thì mân mê quả lựu đạn mà hắn lấy ra dưới cát từ lúc nào. Hai người nhìn xác thiếu nữ. Họ không nói với nhau một lời.

Có lẽ trong đầu họ bây giờ bóng đêm là thứ ánh sáng duy nhất, là niềm hy vọng cuối mà họ chờ đợi.

Lữ Quỳnh

CÁT VÀNG

  Về văn xuôi, những gì của Lữ Quỳnh mà chúng tôi có được trong tay chỉ là một truyện vừa, một truyện dài và 15 truyện ngắn, một số lượng khiêm tốn. Nhưng nếu giới hạn trong bối cảnh văn học Miền Nam nửa đầu thập niên 1970, qua đó cũng có thể hình dung được những nét chính chân dung sáng tạo của Lữ Quỳnh.
  Tất cả các truyện của Lữ Quỳnh đều liên quan đến chiến tranh. Không miêu tả trực tiếp những trận đánh, nhưng không khí chết chóc ám ảnh và đè nặng lên các trang văn.

Sự đối chứng giữa lý tưởng và hiện thực xuất hiện trong truyện ngắn Lữ Quỳnh qua những hoạt động dấn thân và cái giá phải trả, như của nhân vật Chiến trong **Cát Vàng**: *"Bây giờ người ta không còn khóc được nữa. Tâm hồn là đá mà nỗi buồn cũng thành đá. Chiến đã nằm xuống và không một ai có thể thay hắn sống phần đời còn lại. Những kẻ còn sống còn bôi đen tương lai mình, huống gì nghĩ tới việc sống thay đời kẻ khác."*
(**Huỳnh Như Phương**, Giấc mơ, Cảnh tượng và Cái nhìn, tr. 109)

Tôi giữ nguyên thế nằm từ lúc vừa thức giấc. Gió làm lay động những lá cỏ ngoài lỗ châu mai. Tôi ngửi thấy mùi đất ẩm, và liên tưởng tới những nấm mồ hoang, những bộ xương trắng phếu trong hang sâu mà ngày còn nhỏ tôi đọc trong các truyện đường rừng. Bây giờ tôi nằm đây. Tôi đang nằm dưới một pháo đài chìm, có khác gì nấm mồ hoang trong trí tưởng? Tôi nằm im. Tôi muốn tan ra trong sự yên lặng của đêm. Trí óc tôi có thể tự do ngắm nhìn thân xác. Tôi nhìn nó – cái thân thể có ở tôi suốt một phần tư thế kỷ này vẫn có thể làm tôi cảm thấy lạ hoắc? Tôi thấy lòng hoang vu khi nhìn xuống mỗi vuông da thịt. Sao nó xa lạ đến thế? Tôi không còn nghĩ ngợi gì nữa. Như Chiến thế đó. Như những đám mây trắng lơ lửng trên vòm trời, như sự ngu si của ký ức. Tôi chợt buồn đến ứa nước mắt, như mọi lần mỗi khi nhớ tới Chiến. Tôi cứ tưởng rằng mình sẽ khóc thật dễ dàng khi đứng trước nấm cát vàng của Chiến. Nhưng không, trong tôi sợi thần kinh tuyến lệ hình như đã tê liệt hẳn rồi. Bây giờ người ta không còn khóc được nữa. Tâm hồn là đá, mà nỗi buồn cũng thành đá. Chiến đã nằm xuống và không một ai có thể thay hắn, sống phần đời còn lại. Những kẻ còn sống còn bôi đen tương lai mình, huống gì nghĩ tới việc sống thay đời kẻ khác.

Ánh sáng mờ nhạt bắt đầu hiện rõ dần ở lỗ châu mai. Một hình chữ nhật màu sữa. Tôi lắng nghe bước chân của người lính đi tuần phía ngoài. Tiếng động đều, rã rời, âm thầm không dứt. Nó lê thê như nỗi chán chường và cô đơn hơn sức chịu đựng. Tại sao tôi không chết lúc này. Cái chết của tôi thật hợp lý, vì tôi là lính. Tôi đã chờ đợi và chấp nhận. Còn Chiến thì không thể được. Chiến như một cây xanh. Đôi mắt hắn tròn xoe, đã nhìn qua chiến tranh và chắc chắn phải vượt qua sự chết. Những lời thì thầm của Chiến còn đó, hoài bão của Chiến còn đó. Nhưng bây giờ thì tôi phải thăm Chiến bên một nấm cát vàng, phải nghe gió thì thào và hơi nóng mùa hạ hắt lên từ đất.

Con đường cát mịn giữa hai hàng liễu xanh của chiều thu ngày nào. Những dấu chân tôi bơ vơ đến tội nghiệp trên cát. Ngày đó chưa mặc áo rừng, cổ chân chưa có những vết chai cứng vì giày trận. Cái thời mà quê hương còn tiếng chó sủa, đêm trăng còn nhìn lá dừa lấp lánh sương khuya. Con đường đó thật thơ mộng, đẹp dịu dàng như tuổi thơ, đã chôn vùi bao nhiêu vết chân Chiến. Quê hương những hoàng hôn chúng tôi nằm dài trên cát chờ sao mọc. Giọng Chiến còn đó, bao giờ cũng ngập ngừng: Tôi hiểu anh... Chúng mình phải phấn đấu. Quá khứ bi thảm cũng là hơi men váng vất trong hơi thở đủ ta say...

Tôi mỉm cười. Tôi đã say. Quá khứ cùng một dáng dấp. Tôi cúi đầu đi, quên cả đôi chân bỏng rát vì cát nóng mùa hạ. Quá khứ thảm thương của một thế hệ. Bấy giờ thì tôi chưa nghĩ thế, nhưng từ khi Chiến chết, tôi đã nghĩ thêm được nhiều điều. Tôi cảm thấy thêm sự ngọt ngào của những củ khoai bột vàng, những chén cơm gạo đỏ trộn lẫn sắn khô, những đêm trăng bà mẹ của Chiến bắc thang hái trầu, và chúng tôi nằm bên nhau thao thức. Chiến đã sống bên tôi, nhưng Chiến chưa nói hết. Có những điều hắn không muốn nói ra, nhưng tôi hiểu. Tôi còn nhớ rõ ràng khuôn mặt già nua đầy âu lo của người mẹ khi ngồi xếp từng lá trầu hoặc những cuốn lá chuối khô để mang ra chợ bán. Chiến đã lớn lên bằng những đồng tiền kiếm được từ mỗi ngọn trầu, mỗi lá chuối qua bàn tay khô đét của người mẹ. Tôi biết Chiến đã nghĩ gì, khi ánh mắt đăm chiêu nhìn những đứa bé hàng xóm trần truồng ngồi chơi với cái bụng ỏng căng tròn như chiếc trống. Màu vàng trên da lũ trẻ còn thê thảm hơn thân phận của màu da quê hương. Tôi biết hắn đang ao ước điều gì. Không thể ngồi mơ có chiếc đũa thần để lần lượt gõ lên khắp bụng đám trẻ. Tôi nghĩ tới tương lai không một sự rào đón, không một chút đề phòng. Quê hương tôi đói khổ, lũ trẻ con cần được hướng dẫn. Những người mẹ của chúng không thể suốt đời đi chợ mỗi ngày bằng năm đồng bạc. Năm đồng bạc đủ mua mấy con cá vụn nấu với một trách bỏng nước cho cả gia đình cùng húp. Chúng ta phải phấn đấu, dù có chết đi cũng sung sướng vì được chết trong ước mơ làm nhỏ lại những cái bụng màu nghệ căng tròn, làm cho mỗi ngọn trầu, mỗi chiếc lá chuối khô có thể đổi được nhiều hơn những con cá vụn với năm đồng bạc chợ mỗi ngày. Tôi hiểu Chiến. Tôi chờ đợi, và không hề nghĩ tới một sự trắc trở, vì Chiến còn đi học, Chiến mới hai mươi tuổi.

Tôi nhớ thật rõ nét mặt của bà mẹ Chiến hôm tôi về thăm. Da mặt sạm đen, và hai gò má nhô hẳn ra. Bà nói với tôi, giọng bùi ngùi: Ngày Tết mà thằng Chiến không về được.

Tôi thản nhiên, vì tôi đã biết hắn ngồi trong tù. Ở tù hắn sẽ có dịp để suy nghĩ nhiều hơn. Cơm tù chắc chắn cũng không khổ hơn những bữa cơm nhà với mỗi ngày năm đồng tiền chợ. Quả thật tôi yên tâm hơn khi biết chắc chắn Chiến ở tù không vì lý do nào cả. Một buổi trưa ở trường về, bị người ta chặn ở đầu cầu rồi dẫn đi. Cảnh Chiến ngồi tù cũng không làm tôi cảm thấy buồn. Ở đời vẫn có vô số kẻ chỉ sợ có mỗi sự âm thầm, nhất là sự âm thầm của Chiến. Sự âm thầm làm kẻ khác nhìn vào tối mắt. Tôi lấy giọng ngọt ngào để trả lời mẹ Chiến: Chiến không có tội gì, thế nào người ta cũng thả anh về, bác nên yên lòng. Người đàn bà rướm nước mắt: Người ta cũng bảo thế, nó còn dại đã biết gì mà người ta đòi làm tù làm tội...

Tôi tưởng tượng khuôn mặt Chiến sau những chấn song tù ngục, mà mỉm cười chua xót. Dù là mẹ, những người đàn bà làm sao hiểu được những mơ ước trong lòng con. Mẹ thương con bằng những củ khoai bột vàng buổi sáng, những bữa ăn đằm thắm buổi trưa, những đêm thức dậy nhìn con ngủ, đắp lại chiếc chăn, sửa lại chân mùng. Mẹ thương con bằng ấy thứ, nhưng mẹ làm sao hiểu được những tiếng thở dài vu vơ, những giấc ngủ chập chờn mộng mị nước mắt... Chiến ở tù thật yên ấm.

Thế là đêm giao thừa thiếu Chiến để đốt nến, thiếu Chiến để nhìn bàn tay run cầm cây hương thắp vào chuỗi pháo. Tôi biết thiếu Chiến. Và tôi cảm thấy tết này không đầy đủ thật sự.

Tiếng pháo nổ giòn hơn mọi năm. Niềm vui cũng bừng sáng trong lòng mọi người. Tiếng pháo nổ giòn quá, làm người ta nghĩ sự tốt đẹp, thanh bình phải đến trong năm mới. Nhưng pháo đã không nổ giòn như họ tưởng. Sự bình yên vốn có ở thành thị làm người ta không thể phân biệt được tiếng súng bấy giờ. Pháo nổ tràn ngập. Và súng nổ tràn ngập. Cho đến khi nhận ra sự bất an thì đã quá muộn. Thành phố thành chiến trường. Biết làm thế nào khi bên kia vành nôi là họng súng, trong lời ru hớt hải của mẹ là tiếng ì ầm của đại bác. Tôi không thể tưởng tượng được trong giây phút đó Chiến đã nghĩ gì? Lần đầu tiên trong đời phải đối diện chiến tranh, và cũng là lần mang theo vĩnh viễn cái vốn liếng xác xơ của quê hương nghèo khổ. Khi cánh cửa ngục được súng đạn và sự hỗn loạn mở tung, những người tù trở nên tự do. Họ quên nghĩ rằng họ đã vượt ngục. Họ đang sợ hãi sự chết, đang cố gắng vượt qua sự chết, vì bom đạn giây phút đó đang trút xuống quanh họ, trên cùng khắp các đường phố. Đạn bay ra từ mọi cánh cửa sổ. Bom giội xuống từ tiếng thét rợn rùng của máy bay. Những người tù cắm đầu chạy không định hướng, chạy theo đồng bào, theo tiếng khóc hãi hùng của trẻ thơ. Trong sự hãi hùng bi thảm nhất, tôi biết chắc một điều là Chiến đã chạy về phía tôi, về căn nhà mà mỗi buổi sáng buổi chiều, tôi đã nhắc tới Kim với Chiến. Những buổi trời sáng trong và chúng tôi cùng nhận ra khuôn mặt rạng rỡ của mình. Bước chân của Chiến thế nào mà chẳng run lên vì lo lắng và mừng rỡ. Bằng bước chân trần trên ngói gạch vụn, Chiến đã chạy như con nai giữa phố phường. Buổi sáng trời thật xanh, nhưng không một người chú ý. Tiếng súng làm căng thẳng trí não họ. Hơn nữa, họ đã dành hết thì giờ để nhìn thật kỹ khuôn mặt vợ con, nhìn mà cứ ngỡ nhìn lần cuối cùng. Không một ai nghĩ rằng bầu trời bấy giờ thật xanh, và dòng sông thì thật buồn đang âm thầm chảy. Chiến vẫn như một con nai không bao giờ nghĩ tới họng súng săn đang di chuyển theo mình. Tâm hồn Chiến trong sáng quá. Tâm hồn đó đầy ắp yêu thương, không biết tới tầm đạn đi cũng không nghĩ rằng mình có thể chết.

Tôi nghe kể lại, Chiến đã nằm chết thật thản nhiên trước mặt một trường tiểu học, phía sau sân vận động. Thành phố bấy giờ nhiều xác người quá, nên thân thể Chiến chẳng gây thêm sự tò mò nào cho kẻ còn sống. Chiến bị ngã giữa lúc muốn vượt qua con đường, con đường dẫn tới căn nhà quen thuộc, mà ở đó mỗi sáng mỗi chiều tôi đã kể về Kim với hắn. Nhớ lại buổi sáng cuối cùng được nhìn nụ cười, ánh mắt của Chiến cùng câu chuyện vu vơ về một đám cưới. Chiến muốn ngày cưới Kim tôi phải mặc áo rộng xanh, và Kim chít khăn vành thật rộng, Chiến muốn thấy lũ trẻ xách lồng đèn, những người đàn ông mặc áo dấu, đội nón Gò Găng.

Cái gì Chiến ước mơ cũng tầm thường như thế cả. Hình ảnh một đám cưới ngày xưa, cũng như những đứa trẻ với chiếc bụng căng tròn vàng ỏng nước, những ngọn trầu, những lá chuối, những đồng bạc bé nhỏ trên tay mẹ già... Quả thật những ước mơ của Chiến quá nhỏ. Quá nhỏ, nhưng đến lúc buông xuôi hai tay, lòng chưa toại nguyện.

Tôi cảm thấy mắt mình cay rát, lạnh hai bên khóe. Bây giờ thì tôi không cảm thấy gì hết. Suốt ngày, tầm mắt với màu đỏ núi đồi, tôi thật thản nhiên khi nhớ tới quá khứ, khi nghĩ về tương lai. Và đêm xuống, dưới chiếc pháo đài chật hẹp này, tôi cũng bình thản ngắm nhìn thân xác mình. Tôi nghĩ tới cát bụi, nghĩ tới hư vô. Rồi tâm hồn tôi bỗng chao đi chới với, như cảm giác một đêm nào uống say mềm ở thành phố, nhìn thằng bạn vừa kéo violon vừa khóc tức tưởi. Tôi đã ôm hắn, kéo đầu hắn vào lòng mà thầm dỗ: Nín đi, hãy nín đi; đừng khóc nữa. Mày còn khóc tao đánh chết bây giờ!

Tôi đã buồn thật nhiều. Tôi nhớ Chiến se sắt. Tôi muốn khóc cho Chiến nhưng không thể nào khóc được. Trong ánh sáng đầu tiên của ngày, tôi nghĩ đó là điều bất hạnh nhất.

Lữ Quỳnh

MÙA THU PARIS

Tặng Jacques Ng.

1.

Bốn giờ sáng, taxi đưa ra ga Eurostar London St. Pancras để lên chuyến tàu đầu tiên đi Paris, khởi hành lúc sáu giờ. Nhà ga rộng lớn, hiện đại chẳng khác gì một phi trường quốc tế. Cũng phải làm các thủ tục an ninh: bỏ giày, điện thoại, áo khoác, xách tay, và những thứ lỉnh kỉnh khác… vào khay cho qua máy. Rồi điền giấy khai hải quan… Vé lên tàu có ghi số toa, số ghế. Tàu sẽ dừng đúng số toa của mình, đầu mỗi toa có nhiều ngăn để hành lý. Tàu chạy với vận tốc 300 km / giờ, qua biển Manche. Mình chỉ nhận biết lúc tàu bắt đầu vào hầm tối và ra khỏi hầm, với thời gian hơn hai mươi phút. Kể từ ngày khai trương vào năm 1994, Luân Đôn và Paris không còn bị chia cắt bởi biển, chỉ có hơn hai tiếng đồng hồ để qua lại.

Đến Paris Gare Du Nord đúng 9 giờ 20. Đi hai đoạn métro ngắn là tới khách sạn đã đặt phòng trước. Vì ở Paris chỉ có ít ngày, nên phải lên lịch ngay, đi thăm một số nơi.

Thầm cám ơn các website văn học, vì nhờ đó mà Jacques đã đọc và lần mò hỏi ra địa chỉ email của tôi. Tên Việt của Jacques là Thạch, con nuôi của người cô họ tôi.

Lúc tôi trưởng thành, Thạch còn nhỏ lắm. Tôi thương Thạch vì cứ nghĩ đến nỗi buồn thiếu vắng tình thương cha mẹ ruột của nó. Tôi không nhớ những lần đi chơi với Thạch, đã cư xử, nói ra những gì. Chỉ biết lần cuối cùng gặp nhau vội vã ở Nha Trang vào giữa tháng 4 năm 1975, thời điểm những ngày tàn cuộc nội chiến. Rồi thời gian dài sống lăn lóc trong sa mù thời cuộc, như bầy gà bươi móc mỗi ngày để kiếm sống, ngụp lặn trong cái u tối đói nghèo, ngu dốt; còn chút ánh sáng nào đâu để soi rọi ký ức mình...

Cho đến một ngày đầu năm nay, tôi nhận email của Thạch, chỉ mấy dòng ngắn ngủi, luộm thuộm, thiếu dấu thiếu chữ, nếu là anh của email này thì trả lời em ngay. Tôi trả lời Thạch. Những thư tiếp theo: "Lần cuối em gặp anh đến nay đã 36 năm rồi!" Và "Em đang sống ở Paris."

Khi biết tôi sẽ ghé Paris, Thạch vui lắm. Thạch hẹn gặp tôi ngay buổi trưa đầu tiên ở khách sạn. Rất đúng giờ, Thạch đến. Thay vì mừng rỡ vồ vập, tôi đứng lặng người nhìn Thạch. Trước tôi là một người Pháp già, lưng hơi còm, mái tóc muối tiêu, tên là Jacques.

Ôi, Thạch của ngày nào đây, chỉ còn nét mặt và giọng nói không thay đổi. Jacques cười, ông chủ khách sạn tưởng em là người Pháp nên nói toàn tiếng Tây! Thì em là người Pháp rồi còn gì, đã sống ở Paris 28 năm!

Chúng tôi ăn trưa ở quán Phở 14. Thạch nói quán phở này ngon nhất Paris đó anh. Trong lúc ăn, Thạch lên chương trình đưa tôi đi chơi một số nơi.

Paris với hệ thống métro chằng chịt, trên cao dưới thấp, mà Thạch thuộc nó như trong lòng bàn tay. Vì thời gian hạn hẹp, chúng tôi không thể đi sâu vào mỗi nơi. Như khi phải đứng từ xa mới có thể nhìn hết được Viện bảo tàng Louvre, chứ đừng nói vào được bên trong, phải mất ít ra vài tuần mới đi thăm hết được. Louvre, công viên Tuilerie, quảng trường La Concorde, Khải Hoàn Môn nằm trên một trục thẳng. Cảnh vật suốt dọc các công trình rất đẹp và nhiều nơi ghi dấu lịch sử. Vườn Tuilerie, đang là mùa thu, lá vàng rơi đầy mặt đất. Đại lộ Champs-Élysées có tiếng đẹp nhất thế giới, rất đông du khách đi bộ. Cái lạnh chớm thu nằm sau những chiếc khăn quàng của các bà các cô, rơi hững hờ trước ngực.

Giờ cao điểm ở các trạm métro, cứ hai phút có một chuyến, mọi người đứng sát nhau, không một biểu lộ khó chịu, cảnh đó rất bình thường trong sinh hoạt hằng ngày.

Để đến một địa chỉ, đôi khi phải đổi tàu vài ba lần, phải đi thang máy hoặc leo bậc cấp lên trạm métro phía trên, hay đi vòng xuống trạm phía dưới. Có những đường tàu nằm sâu cả mấy trăm mét trong lòng đất.

2.

Nước Pháp với dân số 67 triệu, mà khách du lịch nước ngoài hàng năm có tới 80 triệu người, dẫn đầu thế giới trước cả Mỹ, Ý, Tây Ban Nha. Những lúc nghỉ chân bên bờ sông hay trong công viên, Thạch kể về những tháng năm đầu tiên trên đất Pháp. Qua câu chuyện, tôi biết cuộc sống Thạch sau nhiều năm khó khăn vất vả ở xứ người, giờ đây đã ổn định, các con khôn lớn đều thành đạt.

Hơn ba mươi năm trước hai vợ chồng với ba cháu nhỏ sống nheo nhóc dưới gầm cầu thang nhà người mẹ nuôi, chưa được sáu mét vuông diện tích, ở một thành phố miền Trung. Nhớ mỗi lần tôi ghé thăm, vợ Thạch vội vã chạy qua quán giải khát cạnh nhà đem về một chai cam vàng với ly đá. Không có chỗ đặt chai nước, tôi cầm ly đá trong tay, đứng hỏi chuyện Thạch vài ba điều rồi ra ga đi chuyến tàu tối vào Nam. Tình cảm trân trọng, quý mến người bà con xa trong cảnh nghèo khó của vợ chồng Thạch làm tôi xót xa. Mấy năm sau Thạch và gia đình được định cư ở Pháp theo diện con lai. Thạch bị bệnh thận nặng, phải lọc máu mỗi tuần ba lần suốt 5 năm nay, thế mà vẫn đi thoăn thoắt, bước hai bậc cấp một, thỉnh thoảng còn dừng lại chờ tôi.

Xuống métro, lên métro, chỉ hai phút là có tàu, tôi phải bước thật nhanh mới theo kịp Thạch, dù hắn luôn quay lui nhìn tôi giữa đám đông chỉ thấy đầu người nhấp nhô vội vã.

Trước khi đến nhà thờ Notre-Dame, chúng tôi đi bộ trên Rue De La Paix. Đây là một đại lộ đẹp có nhiều cửa hàng bóng lộn, rất đông du khách, dẫn đến quảng trường Vendôme nơi đặt tượng đài Napoléon.

Lúc chúng tôi dừng chân trước Notre-Dame de Paris, du khách đã xếp hàng dài để lần lượt đi vào cánh phải của nhà thờ. Ngay cửa vào có một quầy bán tượng và hình ảnh lưu niệm. Rải rác bên trong, đặt những chiếc máy như máy rút tiền ATM, để du khách tự động bỏ vào hai euro và nhận lại một medal kim loại tròn mạ vàng, trên một mặt khắc hình nhà thờ, mặt kia có hình thập tự với dòng chữ Cathédrale Notre-Dame de Paris.

Nhà thờ này xây dựng từ 1163 nhưng vì có nhiều sự cố, mãi đến 1345 mới hoàn thành. Mái vòm cao với những khối đường nét tuyệt mỹ. Những khung kính lớn lộng lẫy nhiều màu sắc tồn tại từ bao thế kỷ nay. Rất nhiều tượng mang ý nghĩa trong Kinh Thánh, mà tôi là người mến Chúa nhưng ngoại đạo, không thể nào hiểu hết.

Cùng với các tín đồ đang cầu nguyện, tôi ngồi xuống một băng ghế sát tường, bên cạnh tôi là Kim. Thạch ngồi ở dãy ghế giữa. Tôi nhìn tượng Chúa trên cao, cảm thấy lòng thanh thản. Đây là lần thứ hai tôi vào nhà thờ, không ngờ lại là một nhà thờ nổi tiếng, mà văn hào Victor Hugo đã lấy bối cảnh để viết tác phẩm bất hủ The Hunchback of Notre-Dame (ở Việt Nam, anh Trần Quang Huề chuyển ngữ "Thằng Gù Nhà Thờ Đức Bà" trước năm bảy lăm.)

Còn lần thứ nhất tôi đến giáo đường, cách nay hơn bốn mươi năm, ở một thành phố nhỏ ven biển miền Trung. Lần đó còn rất trẻ, vào một buổi sáng tôi đưa người bạn gái vào đây. Nhà thờ vắng vẻ. Những hàng ghế trống im lìm. Chúng tôi đứng cạnh nhau sau hàng ghế cuối, tôi bảo nàng nhìn lên tượng Chúa và im lặng. Rất trang trọng, mấy phút sau tôi hỏi, Kim có biết tôi vừa nói gì với Chúa không. Nàng gật đầu, mắt long lanh ướt. Tôi thầm cám ơn Chúa và nắm tay Kim rời nhà thờ. Tôi đã cầu hôn nàng như thế đó.

Bây giờ người con gái thuở ấy đang có mặt ở đây, trong ngôi nhà thờ danh tiếng Notre-Dame, cách xa nhà thờ năm xưa nửa vòng trái đất. Người con gái với áo dài lụa trắng được đón đưa trước cổng trường Sư Phạm ngày nào, giờ đây với mái tóc điểm nhiều sợi bạc, hạnh phúc vượt qua những tháng năm khó khăn, gian khổ bên cạnh chồng con.

Tôi nhìn lên tượng Chúa nhân từ giữa giáo đường uy nghi rộng lớn, và như khi đứng trước Chúa bốn mươi năm về trước ở quê nhà, tôi thầm ngỏ lời cám ơn.

Thạch ngồi ở hàng ghế giữa, mắt nhắm, miệng lâm râm cầu nguyện. Chúng tôi đi vòng lối ra ở cánh trái nhà thờ. Những bức tường bên ngoài với nhiều phù điêu, hình tượng nghệ thuật rất đẹp được trang trí công phu, nói lên tài nghệ tuyệt vời của điêu khắc gia những thế kỷ trước.

Từ sân nhà thờ băng qua đường, chúng tôi ghé một quán cà phê, ngồi ở dãy bàn đặt dọc vỉa hè giữa đám đông khách. Thạch luôn miệng hỏi, anh có mệt không? Tôi thấy thương Thạch vì bệnh mỗi tuần phải lọc máu ba lần, lại luôn quan tâm đến người tương đối còn sức khỏe dù tuổi có cao.

3.
Ở thế hệ chúng tôi, trước những năm sáu mươi ngồi ghế nhà trường trung học, không ai là không nhớ bài học thuộc lòng "Ngày Tựu Trường" của Thanh Tịnh, và đoạn văn của Anatole France tả cậu bé với chiếc cặp trong tay, đi qua vườn Lục Xâm Bảo vào một buổi sáng mùa thu, lá vàng rơi trên những pho tượng trắng... Ngờ đâu nửa thế kỷ sau, tôi lại được ngồi trong công viên Luxembourg cũng vào một buổi sáng mùa thu, giữa những bức tượng trắng và lá vàng rơi đầy mặt đất.

Luxembourg, công viên lớn thứ hai của Paris, sau Tuileries, được đặt nhiều tượng danh nhân như Beethoven, Paul Verlaine, Georges Sand, Sainte Geneviève... Công viên cũng là bối cảnh nổi bật trong tác phẩm Les Misérables của Victor Hugo. Nhiều chiếc ghế dựa bằng sắt có thể xê dịch được, để du khách thoải mái chọn góc nhìn ngồi nghỉ ngơi. Cuối công viên bên phải là một lâu đài có hồ nước lớn phía trước, tiếp với một vườn hoa đầy sắc màu rực rỡ.

Hơn năm mươi năm trôi qua, từ một cậu bé lòng như khăn mới thêu, từng xúc động bởi hình ảnh mùa thu ở vườn Lục Xâm Bảo ngày nào, nay với mái tóc bạc đang ngồi đếm tháng năm còn lại của đời mình trên đầu ngón tay. Nhìn những pho tượng trăm năm còn đứng đó, nhớ đến cậu bé của Anatole France ngày nào cùng những người đã một lần qua đây, mà ngậm ngùi làm sao!

Một ngày lang thang dưới bầu trời đầy mây và trong những đường hầm métro, tôi không giấu được nét mệt mỏi dù cho nhiều thắng cảnh, di tích lịch sử ở đây luôn cuốn hút bước chân mình. Jacques thường nhìn tôi với ánh mắt ái ngại. Còn tôi tham lam giành giựt với thời gian, phải tận mắt nhìn cho được những gì mà mình chỉ biết qua sách báo và chuyện kể. Thạch đưa chúng tôi đi bộ qua nhiều nơi.

Nào Place Vendôme ở trung tâm Paris, nối liền với đại lộ De La Paix. Giữa quảng trường là tượng Napoléon đứng chót vót trên một trụ đồng tròn có chạm trổ hoa văn hình xoắn ốc cao trên hai trăm mét, để kỷ niệm ngày chiến thắng quân Áo năm 1805. Ông là một vĩ nhân, được ca tụng là người "khi trên lưng ngựa thì chiến đấu lẫy lừng, lúc xuống ngựa là một nhà cai trị đất nước kiệt xuất". Sau cách mạng Pháp, ông lập ra triều đại Bonaparte, với những cải cách về luật pháp, bộ luật Napoléon đã ảnh hưởng rất lớn đến chính trị thế giới. Về giáo dục, các trường đại học được mở, đào tạo sinh viên bằng tiền nhà nước. Ông thành lập đơn vị hành chánh tự cai quản và xử lý lấy công việc. Napoléon mất năm 1821. Lăng mộ ông sáng lòa có thể nhìn thấy từ tháp Eiffel.

Nào Khải Hoàn Môn (L'Arc de Triomphe), đài kỷ niệm nổi tiếng nhất, với 50 mét chiều cao, 45 mét bề rộng, từng chứng kiến biết bao thăng trầm của lịch sử nước Pháp: Năm 1940 Đức đánh chiếm Paris đã cho quân diễn hành qua đây, trong khi thủ đô bỏ trống, mở đầu cuộc kháng chiến chống phát xít. Qua năm 1944, Paris được giải phóng, đoàn quân chiến thắng của nước Pháp Tự Do trở về ca khúc khải hoàn, lại diễn hành qua Khải Hoàn Môn lịch sử này.

4.

Buổi chiều đứng trên cầu Notre-Dame ngắm sông Seine, Jacques giành máy ảnh chụp tôi cho bằng được. Hắn nói anh toàn chụp cảnh không, ít ra phải có vài tấm để làm kỷ niệm chứ. Sông Seine đẹp, nhất là cảnh vật thơ mộng hai bên bờ. Tôi vừa đọc đâu đó, chỉ khúc sông chảy qua Paris đã có đến 37 cây cầu, mà nổi tiếng là Pont Neuf, cổ nhất, được xây bằng đá từ cuối thế kỷ thứ 16, có tượng vua Henri IV ngồi trên lưng ngựa. Tiếp đến là Pont Marie, Pont Royal, Pont Louis-Philippe... Theo Jacques cây cầu đẹp nhất là Pont Alexandre III, gần nơi an nghỉ của Napoléon. Hắn tiếc rẻ là tôi ở Paris ít ngày quá, không thể đi thăm hết được, và anh mới biết chưa được một phần trăm Paris!

Đâu cần đi thuyền trên sông Seine, mà dù có muốn cũng không có thời gian, chúng tôi đứng tựa thành cầu, nhìn những chiếc tàu lớn lộ thiên chở đầy du khách chạy trên sông, luồn qua chân cầu hình vòm cung, thật êm ả.

Sông Seine. Trước mắt tôi là sông Seine. Bỗng cảm thấy có cái gì vướng nơi đáy cổ, cùng với nắng chiều đang tắt dần, khi nhớ Trịnh Công Sơn lần đầu tiên qua Pháp trở về, khoảng đầu những năm chín mươi; ngồi uống rượu với anh, nghe anh kể về những ngày vui và bận rộn với bạn bè ở Paris, tôi nẩy ý làm một phỏng vấn nhỏ. Bài viết gần như một tạp văn, lấy tựa "Trịnh Công Sơn, từ sông Hương đến sông Seine", sẵn dịp nhà thơ Thái Ngọc San về Sài Gòn in báo, đã lấy bài này đăng trên tạp chí Sông Hương. Giờ đây hai anh đã đi vào cõi vĩnh hằng, đâu biết có kẻ còn lận đận ở trần gian, đang đứng bên dòng sông Seine của anh ngày nào, nhớ về sông Hương với các bạn Thái Ngọc San, Võ Quê, Lê Văn Ngăn… trong lần uống rượu vang đỏ ở quán Thiên Đường[(*)]. Không ngờ lần chia tay nhau hôm ấy là lần Thái Ngọc San và sau này, Lê văn Ngăn vĩnh viễn xa rời chúng tôi.

Sông Hương, sông Seine, những trái tim yêu thương đang ở rải rác khắp mọi miền, có nhớ về nhau là nhớ về một dòng sông, nơi từng in bóng anh em bạn bè, dù còn hay đã mất.

Kể từ ngày bỏ nước ra đi, Jacques chưa một lần về thăm chốn cũ. Hắn đã nhận Pháp là quê hương của mình rồi. Hai mươi tám năm sống ở Paris, những đền đài, phố xá, sông nước nơi đây đã làm nhạt phai hình ảnh một Hòn Chồng, cầu Xóm Bóng, Hải Học Viện Nha Trang mà tuổi thơ hắn từng yêu mến.

Chúng tôi ngồi xuống bậc thềm trước quảng trường tháp Eiffel, nhìn du khách đi thành đoàn vui vẻ chụp hình, quay phim. Dưới chân tháp người ta xếp hàng rồng rắn, dài hàng mấy trăm mét để mua vé lên các tầng trên. Giá vé cho mỗi tầng khác nhau: Lên tới đỉnh, tầng 3 là 14 euro, tầng 2: 8,20 và tầng 1: 4,10 euro. Sinh hoạt này kéo dài đến nửa đêm. [(**)]

Tháp Eiffel xây dựng năm 1887, do kỹ sư Gustave Eiffel (1832- 1923) thiết kế. Nó là một công trình kiến trúc bằng kim loại, trở thành biểu tượng nổi tiếng nhất, không những của Paris nước Pháp, mà còn được cả thế giới công nhận, mỗi năm có hàng triệu người leo lên chiêm ngưỡng. Trong số những công trình trứ danh của ông, ngoài Paris nước Pháp ra, còn có những công trình nổi tiếng trên nhiều quốc gia khác như Tây Ban Nha, Bồ Đào Nha, Bỉ, Ai Cập, Hoa Kỳ, Việt Nam... Riêng tại Việt Nam, Gustave Eiffel đã xây dựng Bưu điện Sài Gòn, cầu Long Biên Hà Nội, cầu Trường Tiền Huế; những công trình còn đến ngày nay.

Như lần trước, khi rời Luân Đôn đến Paris bằng chuyến Eurostar đầu tiên, sáng nay chúng tôi giã từ thủ đô ánh sáng cũng trên chuyến tàu khởi hành lúc 6 giờ. Đêm qua trước khi chia tay Jacques, hai anh em ngồi với nhau trong một quán nhỏ, tôi uống vang đỏ, còn Jacques cũng uống nhưng chỉ nhấp môi. Trưa mai em lại vào bệnh viện lọc máu, vẫn chờ ngày được thay thận nhưng không biết đến bao giờ, em rất mừng gặp anh lần này. Rồi im lặng một lúc, giọng Jacques chùng xuống không biết em có còn lần thứ hai để gặp anh không? Tôi không nói gì, kể cả một lời cám ơn Jacques, vì tôi biết rằng kể từ đây Jacques mãi mãi có mặt trong đời sống chúng tôi.

Lữ Quỳnh

(*) Tên một quán cà phê bên bờ sông Hương, gần cầu Trường Tiền, Huế.
(**) Giá biểu vào năm 2011

MÙA XUÂN HƯ VÔ

Mặt trận Q.Ng. trở nên sôi động trong mấy ngày qua. Đó là điều chập chờn mãi trong đầu lão Lang, nhưng lão giữ im lặng. Trời mưa thật nhẹ, những hạt mưa bụi tưởng không làm ướt áo người đi đường, lại làm se da thịt lão. Sân cỏ xanh mướt trước mặt, những lá cỏ dài vươn cao lay động dịu dàng trong gió. Mùa Xuân, khí trời như thế này thì phải lắm. Nhưng lão Lang vẫn cảm thấy ái ngại khi nhìn những chiếc trực thăng tản thương lên xuống vun vút ở cuối sân cỏ. Với những người bị thương thì mùa này lại làm họ phải chịu đựng thêm một lần đau đớn. Điều mà mỗi khi lão nghĩ tới, thường kèm theo nhiều tiếng xuýt xoa. Tiếng trực thăng nổ lụp bụp trên cao, tiếng máy nghe thật buồn. Mấy ngày nay âm thanh đó như thường trực trong không gian nhỏ bé này. Mặt trận Q.Ng vẫn còn tiếp diễn, người ta đang giành nhau từng ngọn đồi, và nghe đâu có nhiều thương binh bị kẹt dưới hỏa lực, chưa đem về được. Lão Lang xoa hai bàn tay vào nhau đứng dậy, khi nghe tiếng chân Kiên chột mắt đi ăn cơm trưa về. Kiên phủi chân lên bậc cửa.

- Có lẽ trong chiều nay người ta sẽ chở đi mấy quan bác à. Tôi thấy thân nhân họ ngồi thật đông trong phòng Xã hội.

Lão Lang loay hoay ở góc nhà. Một lát, lão kéo ra chai rượu đế chỉ còn một phần ba. Lão đưa chai rượu lên tầm mắt nheo nheo nhìn.

- Họ chở đi mấy quan có thấm gì. Tao nghe trận này đánh nhau ác quá. Có thể chết tới cả trăm.

Kiên xé bao hương, thổ thổ nắm hương trên lòng bàn tay, rồi ghé vào ngọn nến trên nắp chiếc quan tài, đốt. Mùi hương tỏa ngào ngạt cả căn phòng, nhưng cả lão Lang và Kiên không để ý tới. Bụi mưa lọt qua những chấn song sắt trên cuối bức tường, bay xuống làm ẩm mấy tờ giấy điều nằm ngổn ngang trên nền xi-măng. Lão Lang đi về phía chiếc tủ ướp xác khổng lồ có rất nhiều ngăn dài sâu vào trong như một cái hộc bàn có quai cầm. Lão khom lưng nhìn vào tấm phiếu bằng bìa cứng cột sẵn ở mỗi ngăn. Lão xem hết một lượt, rồi quay lại nói với Kiên:

- Có lẽ chiều nay thân nhân họ không tới thì mình liệm. Mày nhớ mua thêm ít rượu nữa đi. Đêm qua có mấy cái xác tao đổ rượu nắn hoài mà suýt không bỏ vào quan được đó. Chúng bắn loại súng gì mà chết lạ quá.

Tiếng trực thăng lại nổ lụp bụp trên nóc nhà xác. Những chiếc xe hồng thập tự chạy nhanh ra sân bay. Lão không buồn nhìn theo. Trời lạnh làm lão luôn miệng thở hít hà. Thằng Kiên nhìn cái ảnh trên bàn thờ đặt trước chiếc quan tài có phủ lá cờ mới. Người trong ảnh thật trẻ, chụp lúc còn là sinh viên sĩ quan. Chiếc mũ cát-két với vành lưỡi trai che ngang chân mày, chiếc cà-vạt đen phần đuôi được nhét vào ngực áo, cặp an-pha làm đôi vai thật ngang. Hình như sĩ quan nào cũng có hình chụp lúc làm sinh viên sĩ quan cả. Những tấm ảnh đó như một sự trùng hợp, thường được người ta chọn lồng vào khung kính đặt ở bàn thờ. Nhìn mãi rồi quen mắt. Mấy ngày trước có một thiếu úy tử trận được đưa về đây. Người mẹ có mặt ngay vào buổi chiều. Bà khóc thét lên, hai bàn tay đập xuống nền đất. Nhưng đến tối thì bà hết nước mắt. Kiên nhìn bà ngồi ủ rũ bên quan tài con. Mái tóc rủ trên đôi vai áo trắng. Bà bắt đầu kể lể về những ngày còn sống của con, về người vợ sắp làm lễ cưới… Bấy giờ lão Lang ngồi rót rượu rhum ra chiếc ly nhỏ xíu trên tay ực từng ngụm, còn Kiên nhìn ngọn đèn chớp đỏ trên đài quan sát bên phi trường. Ngày hôm sau, đứa em trai người thiếu úy tử trận cầm tờ báo, cùng một thiếu nữ mặc áo khoác trắng đi vào. Đứa con trai ngồi xuống cạnh quan tài anh, chỉ cho mẹ xem ở trang cáo phó. Người đàn bà nhìn, đôi mắt chớp chớp, rồi bật khóc nức nở khi thấy thiếu nữ đang cúi đầu chào mình. Bà giày vò khuôn mặt trong hai bàn tay khô nám. Đứa con trai bỏ ra ngoài hiên. Thiếu nữ đứng yên, lặng lẽ chảy nước mắt. Lúc đó Kiên định ra ngoài ăn cơm trưa, nhưng hắn dừng lại. Nước mưa loang ra một góc nhà. Hắn nhìn vũng nước sóng sánh bùn loang đến chân thiếu nữ. Đôi giày cao gót dính đầy đất. Kiên ngại ngùng nhìn cặp chân trắng nõn, những sợi lông măng dài mơn mởn. Thiếu nữ im lặng chặm nước mắt. Nàng còn trẻ quá. Kiên nghĩ thầm, rồi bước ra sân cỏ. Lão Lang ngồi dựa lưng vào tường, hai cánh tay tì gối, ung dung vấn thuốc hút. Bầu trời hừng nắng nhưng những bụi mưa vẫn còn lất phất nom thấy rõ.

Đám lính trực bỏ chỗ ngồi ở dưới những tàn cây cạnh sân trực thăng, tản mát vào các phòng. Tiếng các loại xe nổ lốp bốp chạy vút qua báo hiệu giờ làm việc, nhưng giờ giấc chung của mọi người thường cũng có ảnh hưởng đến lão. Lão cảm nhận được sự nghỉ ngơi ơ hờ của mình qua từng hơi thuốc, từng ngụm rượu nhỏ giữa đám xác chết được kéo fermeture cẩn thận trong các túi ni-lông. Gió thổi bay những tàn hương xuống mặt bàn. Lão đứng dậy, nhìn qua các chiếc quan tài sắp thành hàng một lượt, rồi đưa tay lần trong túi áo tìm hộp quẹt. Lão thắp lại những ngọn nến đã tắt, gắn thêm vài ngọn mới. Lão khom lưng kê mặt sát bàn thờ thổi bụi, những tàn hương rơi nhẹ xuống nền nhà ẩm ướt.

Thằng Kiên từ trên phòng Xã Hội đi xuống, bước chân giẫm lên đất nhão kêu lép bép. Hắn nhìn lão Lang, rồi nhìn vào các ngăn tủ ướp xác.

- Chắc không còn chỗ nào, bác?

Lão Lang đứng sửa lại một vài thứ trên bàn thờ, đưa tay nạy những khoanh bạch lạp chảy thành vũng trên nắp áo quan.

- Hết rồi. Tình trạng này không còn ở đó mà chờ thân nhân họ được nữa. Chiều nay phải liệm cho xong mấy cái xác trong túi ni-lông đó. Hình như đã có mùi rồi. Tao mong trời đừng nắng lên...

Kiên nhìn ra bãi cỏ xanh mướt:

- Tui nghe chiều ni còn về nữa đó. Họ còn đang đánh nhau mà. À, chuẩn úy Xuân đem chai rượu xuống bác chưa? Chuẩn úy nói để thưởng bác...

Lão Lang cằm ràm:

- Chưa. Có rượu uống cho át bớt mùi cũng đỡ. Mà sao không trình xin thêm người làm nhỉ. Không lẽ chỉ có tao với mày.

Tiếng trực thăng đột ngột vang lên, rồi cả đám cỏ sát sân bay bị thổi rạt xuống. Những xe hồng thập tự chạy vụt ra. Kiên đưa mắt nhìn theo. Hắn không thấy những chiếc cáng được khiêng xuống như mọi lần, mà chỉ thấy người ta đang chuyển những túi ni-lông nặng nề. Mấy người lính chạy tới chạy lui dưới cánh trực thăng, thỉnh thoảng ngừng lại nhìn nhau lắc đầu lia lịa. Lão Lang khom lưng sắp những chai rượu ở góc phòng. Những cây vải quyến trắng toát cũng được dựng đầy một góc đối diện. Kiên quay vào thở dài:

- Làm sao đây bác? Trực thăng đang đem xác về nữa đó. Hòm, chắc chắn không lấy kịp rồi.

Tiếng lão Lang khuất sau mấy chiếc quan tài vọng qua:

- Mày khỏi lo, cứ bó xác bằng vải để đó...

Chợt lão im lặng. Tiếng một người đàn bà đang khóc nấc trước sân cỏ. Thằng Kiên bước ra đứng ở hiên nhìn. Người đàn bà đang vùng vẫy trong tay một thanh niên trẻ.

- Hãy cho tôi thấy mặt chồng tôi.

Thanh niên nói gì bên tai người đàn bà. Đôi mắt y cũng đỏ hoe. Người đàn bà khóc tức tưởi:

- Các ông đừng có dối tôi, tội nghiệp lắm. Xác chồng tôi có về tới đây không? Anh ơi, các con đang đợi anh ở nhà...

Kiên nhăn mặt. Hắn ghét nghe những lời khóc kể lể như vậy. Những âm thanh quen thuộc đến nhàm chán mà hắn phải nghe mỗi ngày, chẳng hiểu sao vẫn làm lòng hắn xao xuyến đến không chịu nổi. Hắn nói với người lính đang canh chừng mấy bao xác:

- Cho bà lại nhìn mặt chồng đi mày.

Người lính quay lại sừng sộ:

- Xúi ẩu nghe mày. Ổng còn mặt mũi đâu mà cho nhìn với không?

Người đàn bà thoáng thấy Kiên và người lính như đang nói chuyện gì liên quan tới mình lại khóc to thêm, mong tiếng khóc đó như một trợ lực có thể thúc đẩy hai người quyết định giúp bà toại nguyện. Người lính hiểu ý, nói như quát:

- Bà đừng khóc nữa nghe khổ lắm. Tôi đã báo cho bà biết, chồng bà đây rồi.

Người lính lại cúi xuống bao xác, lật cái etiquette đọc lớn một lần nữa:

- Đây nè, Hạ sĩ nhất Nguyễn Văn Đ. Số quân…, đại đội…

Người đàn bà vùng thoát khỏi tay thanh niên, nhào tới bên bao xác:

- Trời ơi, số quân là chi tôi đâu biết. Cho tôi nhìn mặt chồng tôi một tí thôi mà…

Người đàn bà bỗng ngừng khóc, nói bằng giọng thật tỉnh táo; nhưng không che hết nỗi hớt hải với người lính:

- Tội anh, anh lật mặt cho tôi thấy một giây thôi mà.

Người lính lúng túng không biết phải làm gì. Thằng Kiên bước ra đỡ người đàn bà dậy.

- Thôi bà à, bà hiểu cho tại sao chúng tôi không giúp bà được… Chúng tôi cũng khổ lắm!

Tiếng một vài người xì xầm chung quanh. Người đàn bà chợt hiểu ra, khóc nức nở, hai bàn tay đập bành bạch xuống sân lấm bùn đỏ.

Bây giờ không khí quanh nhà xác đã sôi động rõ. Thân nhân các tử sĩ đang kéo đến ngồi đứng la liệt một phía sân cỏ. Tiếng máy xe hồng thập tự nổ đều ở đầu sân đang chờ bỏ xác xuống. Thằng Kiên đi vào phòng lão Lang, thấy lão Lang đang khó nhọc kéo một cái xác ra khỏi bao. Tiếng lão đều đặn:

- Mỗi người đến tìm xác chỉ khóc một lần, chỉ khổ cho tao phải nghe đến mãn đời. Người này bị một viên ở ngực đây. Chết trận mạc như thế này thì cũng phước lắm. Kiên à, phải làm ngay cho xong mấy cái xác còn lại hôm qua. Mày chịu khó ăn cơm tối một chút cũng được. Hôm qua còn mấy nhỉ?

- Bốn, bác à.

Kiên trả lời, hai tay cuốn tròn túi ni-lông ném vào một góc. Lão Lang đặt xác chết lên bàn đá, gọi thằng Kiên cầm chai rượu đổ vào hai bàn tay chụm lại của lão. Lão nắn cho cái xác nằm ngay ngắn. Kiên đưa bàn tay vuốt cẩn thận cặp mắt đã lạnh cứng, chợt nghĩ tới trận đánh mà hắn từng tham dự cách đây mấy năm. Hồi đó đâu đánh lớn như bây giờ. Thế mà hắn vẫn bị thương, bị mù một mắt, rồi được đưa ra hội đồng miễn dịch. Kiên nhớ những đứa bạn cùng chia nhau nửa điếu thuốc, thường dựa lưng vào nhau những đêm ngồi kích ngoài đồng. Có thể trong đám bạn đó, bây giờ có đứa không còn nữa. Chết dễ quá mà. Kiên nhìn xuống lỗ đạn tròn vo đen thẫm trên ngực cái xác, thở dài. Lão Lang đang lấy vải quấn quanh xác chết, bó lại như một hình người bằng thạch cao, xong cùng Kiên khiêng xuống đặt cạnh những cái xác khác đã liệm rồi. Lão làm việc không vội vã. Mấy lít rượu đã vơi gần hết. Tiếng trực thăng vù vù rồi nổ lụp bụp trên mái nhà. Tiếng xe hồng thập tự thắng rít trước sân cỏ, cùng tiếng người lao xao sụt sùi nước mắt vọng tới tai lão.

Kiên và một người lính khiêng vào một bao xác mềm nhũn nhưng có vẻ nặng ký. Lão Lang chăm chú nhìn theo, những nếp nhăn trên trán lão hiện rõ ra. Lão nói với Kiên và người lính, giọng trầm xuống:

- Để đó cho tao làm một mình cũng được. Tụi mày ra ngoài giúp đưa mấy xác còn ngoài trời vào trong.

Kiên hiểu ý lão, kéo người lính đi ra. Lão Lang thường muốn một mình liệm những xác không toàn thây. Lão tránh để người khác thấy nỗi xúc động của mình. Nhiều lúc đứng trước những hình ảnh quá thê thảm của đời người, lão đâm ao ước được chết ngay tức khắc, để cảm thấy tâm hồn không đau đớn quá, nỗi đau đớn về những cái chết mà lão phải chịu đựng hằng ngày.

Kiên ra đứng trước sân cỏ. Bụi mưa bay bay thật nhẹ trong không gian. Hắn nhìn vẩn vơ những bao đựng xác nằm ngổn ngang dưới hiên, nghĩ đến những ngày Tết êm đềm đã qua, cùng những người bấy giờ không nghĩ tới mình đang hưởng một mùa xuân cuối cùng. Kiên cảm thấy nỗi hư vô thấp thoáng trong bụi nước, trong từng lá cỏ, trong cả một mùa xuân. Những bữa cơm trưa khô khan như rơm rạ. Nỗi u buồn như muốn thay hết ý nghĩa của cảnh vật. Làm sao để sống được phần đời còn lại của những kẻ đang nằm bất động trong các túi ni-lông đó? Kiên quay trở vào đứng cạnh một chiếc quan tài. Hắn rút nắm hương thổ thổ trên lòng bàn tay, rồi châm vào ngọn nến.

Chuẩn úy Xuân từ phòng Xã Hội đi xuống. Anh ngừng lại trước hiên cởi áo mưa. Cổ chai rượu rhum lòi ra giữa hai hạt nút áo. Anh đứng nghiêm chào mấy cái quan tài, rồi bước ra phòng lão Lang. Kiên chột mắt phủi hai tay vào nhau bước theo sau. Gió làm hắn cảm thấy se lạnh ở gáy. Đến khung cửa, người sĩ quan ngừng lại. Anh im lặng nhìn lão Lang đang ngồi ngả lưng vào tường, hai mắt nhắm nghiền. Chung quanh lão, những xác chết vừa liệm xong, bó gọn gàng bằng vải trắng như những pho tượng thạch cao. Kiên đưa tay cầm cổ chai rượu trong áo chuẩn úy Xuân rút ra, đặt nhẹ nhàng xuống cạnh lão Lang. Lúc đó Kiên không nghĩ gì. Còn người sĩ quan thì có vẻ như buồn ngủ.

1969
Lữ Quỳnh

NHƯ MỘT GIẤC MƠ DÀI

huế chiều chạng vạng hàng me
ý ơi bạn vẫn mùng che giấc sầu
Đinh Cường

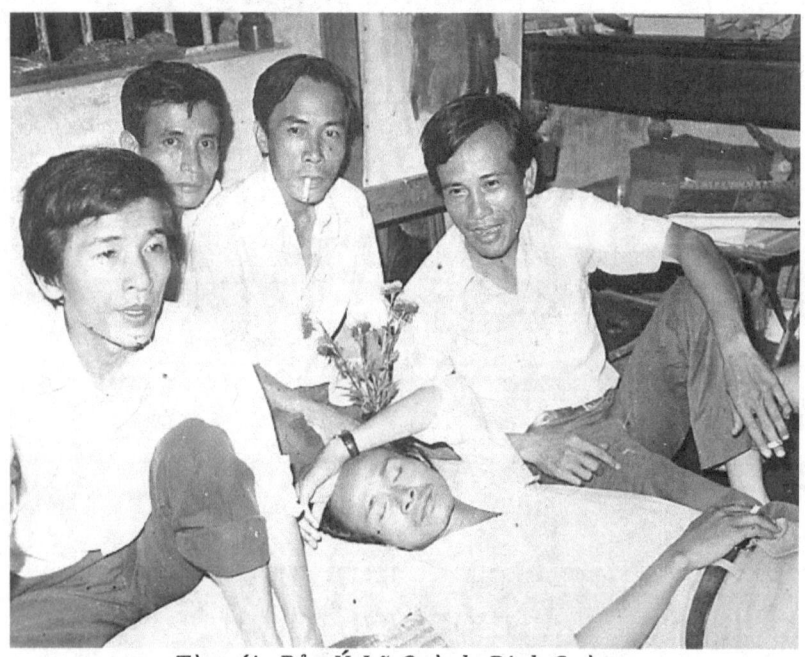

Từ trái : Bửu Ý, Lữ Quỳnh, Đinh Cường,
Tôn Thất Văn, Trịnh Công Sơn (Huế, 1977)

Khoảng mùa hè năm 1985, Bửu Ý vào chơi Sài Gòn. Ở thành phố này, thời gian của anh thường dành cho, quanh quẩn, với những người bạn thân Đinh Cường, La Quang Thanh, Trịnh Công Sơn, Tôn Thất Văn… Trong một lần ngồi với nhau, uống rượu, nói nhiều chuyện lan man từ trưa đến chiều, bỗng câu chuyện bất ngờ chuyển đề tài về vợ con. Một bạn nói, Bửu Ý lần này trở về Huế nên tính chuyện cưới vợ đi. Anh em cười hưởng ứng, trong khi Bửu Ý nói chậm rãi, không đâu, moa cũng như Sơn, không có tính gì chuyện vợ con đâu. Cuộc rượu vui vẻ khép lại trong không khí tình thân, ấm áp.

Tuần sau Bửu Ý về Huế, và chỉ hơn một tuần sau nữa, thì có tin nhắn của anh cho Trịnh Công Sơn, moa quyết định cưới vợ; và ngày làm đám cưới cũng cận kề. Thế là anh em ở Sài Gòn, vừa rất vui và cũng vừa lo sốt vó. Lữ Quỳnh lấy chiếc PC của Sơn chạy thông báo bạn bè, còn nhớ trong số đó có anh Đặng Ngọc Hồ và Hồ Đăng Lễ. Anh Hồ đang khám bệnh ở phòng mạch, còn anh Lễ đang ngồi uống bia với các bạn ở gần nhà.

Sau này nghe kể lại, đám cưới của Bửu Ý ở Huế đẹp lắm. Cô dâu không lạ với các bạn. Chị Lợi làm việc văn phòng trường đại học Sư Phạm. Chị rất thân thiện với bạn bè của anh. Các cháu Mưa và Tây lần lượt chào đời. Cháu gái đầu lòng lớn lên rất xinh đẹp và giống mẹ, cháu học giỏi, tốt nghiệp ban Pháp văn, du học Pháp. Hiện nay là giáo sư Pháp văn, theo nghiệp cha ở trường đại học Huế.

Có thể nói gia đình anh Bửu Ý rất đẹp, đầm ấm, hạnh phúc vô cùng. Cho đến một ngày trong năm 2005, tôi choáng váng nhận tin chị Lợi mất vì ung thư. Tôi phone, email chia buồn với anh. Lần về thăm nhà sau đó, tôi ra Huế thắp hương cho chị và ngồi nghe anh kể chuyện. Thật buồn.

Với Bửu Ý, cũng như Đinh Cường, Trịnh Công Sơn là những người bạn, những người anh cả của gia đình tôi. Các anh đã san sẻ những khó khăn của tôi, đã tham dự vào sinh hoạt nghèo khó, buồn vui của tôi và các cháu. Qua các anh dường như tôi đã trưởng thành hơn, biết sống từ bi và độ lượng hơn. Không thể quên những lúc nửa đêm Trịnh Công Sơn lên đập tay vào cánh cổng bằng tôn ở căn phòng tôi thuê, thức tôi dậy, bắc hai chiếc ghế đẩu nhỏ, ngồi dưới mái hiên lạnh lẽo để uống với nhau những ly vodka, mà đôi khi chẳng nói với nhau lời nào. Tôi vẫn không quên một buổi chiều mùa đông cuối năm 1976 ở thành nội Huế, Đinh Cường đi bộ đem qua cho cháu BêLa bấy giờ vừa tròn tuổi, nửa chiếc bánh ga-tô lớn, nói, nhà làm có một chiếc bánh, chia hai, một nửa biếu người lớn tuổi nhất là ông cụ của Võ Đình và người nhỏ tuổi nhất là cháu BêLa đây.

Từ trái: Ng đình Thuần, Đinh Cường, Bửu Ý, Lữ Quỳnh, Siphani

Rồi còn biết bao kỷ niệm buồn vui với các bạn Định Giang, Bửu Chỉ, Tôn Thất Văn...

Bửu Ý có một thời làm thư ký tòa soạn báo Mai, ở Sàigòn, hình như năm 1963. Anh sáng tác kịch, viết khảo luận, viết tạp văn. Anh dịch nhiều sách , có những cuốn mà sau 1985, khi liên kết với nhà xuất bản Văn Nghệ, tôi đã xin phép tái bản như Vườn Đá Tảng của Nikos Kazantzaki, Con Lừa Và Tôi của Juan Ramón Jiménez... Nhưng chỉ được in cuốn Con Lừa Và Tôi.

Tháng 11 năm 2013, tôi về thăm nhà, theo Đinh Cường ra Huế dự triển lãm tranh của anh bày ở căn hộ nhà cũ của Trịnh Công Sơn, nay là Gác Trịnh, nơi lưu niệm một số di vật và hình ảnh của anh. Thật vui lần này có Siphani ở Pháp về, có họa sĩ Nguyễn Đình Thuần từ California, có Ban Mai ở Quy Nhơn ra.

Thật cảm động trong bữa tiệc tối trên sân thượng Câu Lạc Bộ thể thao, Bửu Ý đã đứng dậy, trịnh trọng nói lời chào mừng họa sĩ

Đinh Cường và các bạn ở xa về đây. Anh lo tuổi tác và sức khỏe của anh em, không biết có còn được gặp lại nhau như thế này một lần nữa trong thời gian tới? Tối hôm đó có các anh Dương Đình Châu, Nguyễn Hữu Châu Phan, Nguyễn Văn Dũng, Nguyễn Đắc Xuân, Phan Thuận An, Bửu Nam... Đêm xuống, Huế se lạnh. Bỗng Bửu Ý gọi với, vì tôi ngồi ở cuối bàn: Lữ Quỳnh hãy quay lưng lại, nhìn dòng sông... Tôi nghe lời anh và nhìn ra cả một dòng sông lấp lánh ánh đèn thật thơ mộng, nhìn một lần để rồi nhớ mãi. Thì ra anh không bỏ sót một điều gì để tặng bạn mình.

Từ trái: Bửu Ý, Tường Vy, Lữ Quỳnh, Nguyễn Hữu Châu Phan, Đinh Cường

Bây giờ cách nhau nửa vòng trái đất ở xa anh, tôi và Đinh Cường (cũng không gần gũi gì, phải mất sáu giờ bay nếu muốn gặp mặt) luôn nghĩ đến anh. Vẫn mong có dịp về lại Huế, về lại con đường Hàng Me, nay có nhà hàng Gecko của các cháu. Rất vui thấy anh an bình ngồi giữa các bạn ở chiếc bàn cuối quán. Một Bửu Ý không bao giờ thấy thay đổi, một Bửu Ý nhìn vào để kính trọng và tin cậy trao đổi, học hỏi.

San Jose đang mùa đông, suốt tuần qua mưa nhiều và tầng mây thấp. Sáng nay trời ửng nắng, ngồi viết những dòng này, để kịp gửi về cho Quán Văn. Có cháu Hải qua, vội nhờ scan mấy tấm hình của bác Bửu Ý.

Anh Ý ơi, hãy giữ sức khỏe. Anh bây giờ có nhiều niềm vui hơn, vì vừa có cháu ngoại kháu khỉnh, bên cạnh vợ chồng Mưa tài năng và Tây nghệ sĩ. Nghĩ về anh, đôi khi Quỳnh liên tưởng đến một giấc mơ dài, một giấc mơ êm đềm, hiền hậu, ấm áp. Quỳnh vẫn thường có những giấc mơ, mà lạ thay, những giấc mơ kỳ diệu, luôn lặp lại nhiều lần. Trong đó quanh quẩn, vẫn là hình bóng bạn bè, để lúc tỉnh ra bao giờ cũng cảm thấy nuối tiếc và yêu mến nhẹ nhàng đời sống hơn.

Lữ Quỳnh
San Jose, December 8- 2014

MỘT NGƯỜI TÙ LÃNG MẠN

Ở tận cùng sự đau khổ là niềm hoan lạc của hạnh phúc? Hắn nhớ rõ ràng hắn đã nghĩ như thế vào một ngày cảm thấy tuyệt vọng vô cùng, vào một ngày hắn nhìn mảnh trời xanh bị cắt xén bởi mái tôn nhà ngục và hàng cây chi chít dây kẽm gai mà mơ tưởng tới hình ảnh thân yêu đã có trong quá khứ. Hắn chỉ có quá khứ để nghĩ tới. Dù cho hắn biết với quá khứ, chỉ nên ngả nón chào. Hắn biết điều ấy rõ lắm, nhưng điều ấy chỉ có thể có với một người còn tương lai. Với hắn thì tương lai mù thẳm. Hắn đang sống mỗi ngày với các động tác như nhau, với một thứ không khí, và trí tưởng tượng cùng quẫn bởi không một dự phóng, không một khung cảnh đổi thay. Hắn chỉ biết chịu đựng. Và phút mà hắn khám phá ra cái điều *ở cuối sự đau khổ là niềm hoan lạc của hạnh phúc* là phút sự tuyệt vọng đã làm giác quan hắn tê liệt hắn.

Người tù hỏi chuyện người quân cảnh một cách tự nhiên:
- Giờ này người ta vẫn đang sinh hoạt ngoài kia chứ?

Người quân cảnh im lặng nhìn hắn rồi quay đi không chú ý. Sự tuyệt vọng làm người tù thản nhiên lạ lùng, hắn tiếp tục hỏi:
- Buổi sáng vẫn có những người đàn bà đến chợ ngoài kia, và lũ trẻ con thì tới trường học... Sinh hoạt vẫn như mọi ngày?

Người quân cảnh hỏi một người bạn tù đang đứng bên cạnh hắn:
- Sáng nay có bác sĩ đến không?

Hắn cúi xuống đất mỉm cười khinh bạc. Anh ta không hiểu gì hắn hết. Mà anh ta làm sao hiểu được khi mỗi ngày anh vẫn từ cái sinh hoạt đó đến đây. Có lẽ anh hỏi bác sĩ đã đến chưa để khai bệnh giúp hắn chăng? Hắn bị loạn trí, hắn sắp điên? Thật là nhầm lẫn. Hắn phải làm cho anh ta hiểu rằng hắn không đau yếu gì cả. Người tù nói:

- Nếu anh còn tin có những con người trên mặt đất này, xin anh hãy tin tôi. Tôi đã thành thật hỏi anh những câu hỏi mà anh cho là ngớ ngẩn, nhưng với tôi, nó thỏa mãn tôi như nắm cơm khi đói, như miếng nước khi khát. Anh nhớ cho tôi đã ở đây bốn năm chưa kể chốn tù ngục cũ. Mỗi ngày tôi đã ăn những chén cơm, làm tạp dịch và ngủ. Ăn, ngủ, làm tạp dịch, ngày nào cũng như ngày nào. Anh thử tưởng tượng tôi đã sống bốn năm với từng ấy động tác. Những nhớ mong cũng trở thành cũ kỹ, kỷ niệm rồi cũng rỉ sét mất. Xin anh hãy tin tôi như tin những con người tuy còn rất ít trên mặt đất này.

Người quân cảnh có vẻ chú ý tới câu nói cuối của người tù. Anh gỡ nón xuống ôm vào ngực, ôn tồn nói với hắn:

- Anh là một người tù tốt trong khu vực này. Ngoài nhiệm vụ phải có của tôi đối với anh, tôi còn quý anh... Tôi mong anh đừng bao giờ để tôi phải nói ra như thế. Nên ở trong vị trí của mỗi người và vững tin vào lương tri...

Người tù bỗng ứa nước mắt:

- Cám ơn anh, cám ơn anh. Thật đủ quá rồi, tôi xin im lặng cho tới bao giờ...

Người quân cảnh bỏ hắn đứng lại một mình dưới hiên, lặng lẽ tiến ra phía cổng. Người tù ngồi xuống, đưa hai bàn tay lên úp mặt, tự nhiên thấy nước mắt ứa ra, thấm qua kẽ những ngón tay. Hắn khóc ngon lành như một đứa bé.

Hắn cứ tưởng rồi hắn sẽ không bao giờ làm phiền người quân cảnh ấy nữa. Dù chỉ một lời nói, anh ta đã trở thành ân nhân của hắn. Anh ta đã hiểu hắn, như hắn vẫn nhớ mong nếp sinh hoạt tầm thường ngoài bốn bức tường tù ngục. Nhưng buổi chiều người quân cảnh đã gợi chuyện trước:

- Anh có nghĩ tới một ngày nào đó cuộc chiến sẽ ngừng lại và người ta làm công việc trao trả tù binh...

Người tù nghe tiếng nói người đối diện mình xa xôi quá. Hắn nói:

- Có một điều lạ là tôi chưa nghĩ tới chuyện đó. Điều tôi đang mơ ước sao tầm thường quá, có lẽ anh không ngờ tới đâu...

Người quân cảnh ngắt lời vội vàng:

- Thử nói xem?

Người tù nhìn người quân cảnh dò hỏi, nhưng ánh mắt hắn xoắn vào đôi mắt của anh ta, hắn tự nghĩ không có gì phải dè dặt cả. Hắn nói chậm rãi:

- Nếu anh còn tin có những con người trên mặt đất này, xin anh tin những điều tôi sắp nói ra. Tôi đang ao ước được rời khỏi những vòng rào dày kẽm gai này chỉ trong chốc lát. Tôi chỉ cần thời gian đủ đi một vòng trên bãi cát, tôi sẽ đi bằng chân không... Có phải ngoài kia là biển không anh? Biển xanh thẳm và bọt sóng thì trắng ngần... Ước gì được như thế nhỉ, tôi sẽ không mang theo gì hết, tôi đi bằng chân không, tôi bước rất chậm rãi, cát mềm làm sao dưới chân mỗi bước... Sự ao ước của tôi giản dị quá phải không anh...

Giọng nói của người tù xa vắng, có lúc sự mơ màng đã làm mắt hắn dại đi một cách tội nghiệp. Người quân cảnh hỏi:

- Rồi sao nữa?

- Thì còn sao nữa! Sau đó tôi sẽ trở về đây, chắc chắn sẽ trở về đây...

Người quân cảnh áy náy khi nghe câu trả lời bình thản của người tù. Anh ta nhìn hắn, rồi bất chợt nói nhỏ:

- Có thật anh ao ước như thế?

Người tù thấy anh ta bỏ đi, không đợi câu trả lời của mình.

Bây giờ thì biển đang ở trước mặt người tù. Biển đen thẳm với những đốm đèn ẩn hiện trên mặt sóng ngoài khơi. Người tù bước đi rất chậm rãi, hắn lắng nghe hơi mát dưới lòng bàn chân. Hơi mát từ mặt cát ướt tỏa lên như mang theo sinh khí thắp nóng các mạch máu trong người. Hắn đi thật chậm, đủ ý thức rõ ràng từng phút tự do của một con người. Hắn đang bước trên mặt đất mênh mông, đang thở gió biển và cảm thấy mình trực tiếp tham dự vào sinh hoạt của những con người tự do. Hắn đang đứng trên chỗ đứng của con người. Dù với niềm hãnh diện nào về những tháng ngày trong ngục tù chăng nữa, cũng không thể đổi được giây phút xúc động này. Nỗi xúc động òa vỡ bất ngờ, khi hắn không thể ngăn được nước mắt. Những giọt nước mắt cùng với gió biển làm mặn chát môi hắn. Hắn không thèm để ý tới, tiếp tục bước với tâm hồn rộn rã. Những tàn cây xao xác bóng đêm, tiếng sóng cùng bọt sáng lòa liếm mát đôi chân. Ôi cảm giác của ngày nào xa thẳm với tâm hồn tràn ngập thiên nhiên.

Người tù bước đi không ngừng nghỉ. Bờ cát thoai thoải hoang vắng. Đôi chân trần tiếp tục đem sinh khí từ lòng đất lên. Người tù không ngờ sự tuyệt vọng đã đưa hắn đến những giây phút hạnh phúc bất ngờ như thế này. Hắn vươn vai hít không khí vào phổi. Gió của biển đấy. Mùi thơm của đất đấy. Hắn hít thở tham lam. Bằng những bước đi chậm rãi, hắn cố thu hết cảm giác thoải mái, những cảm giác làm hắn có cảm tưởng như được tái sinh. Hắn đang cảm thấy ngất ngây trong sự sung sướng kỳ diệu.

Có lẽ đêm đã khuya. Người tù rùng mình kéo cao cổ áo, nhưng đó chỉ là cái thói quen xưa cũ. Chiếc áo tù binh không có cổ đủ cao cho hắn làm thế. Hắn nhận ra trước mặt mình, từ đằng xa, một chiếc quán với ánh đèn hiu hắt và hình như có cả tiếng nhạc bị thổi giạt trong gió. Hắn chậm rãi đi tới. Sự sống kỳ diệu như quấn lấy mỗi bước chân. Hắn bắt đầu nghe rõ tiếng nhạc lạ hoắc. Người tù ngập ngừng đứng lại trước hàng rào, đưa tay áo lên lau mặt, xong mạnh dạn bước vào quán. Hắn tìm một chiếc bàn khuất trong bóng tối, ngồi xuống và nhìn quanh ngẩn ngơ. Quán với những chiếc bàn trống trơn, có lẽ khách đã bỏ về hết trước đó. Đã quá lâu rồi hắn không trở lại với không khí này. Hắn gọi một tách cà phê, không đợi cho đứa trẻ đến gần. Hắn nhớ tới một hơi thuốc lá, nhưng không thèm lắm. Chợt một cánh tay lay động sau đám lá cây ở chiếc bàn cạnh đó làm hắn chú ý.

Khi người tù nhìn được khuôn mặt của người đàn bà, cũng là lúc hắn bắt gặp đôi mắt nàng đang nhìn hắn với vẻ quan sát.

Quán hoàn toàn vắng vẻ. Người đàn bà có lẽ là người khách sau cùng nếu hắn không tới. Đứa trẻ mang tách cà phê đặt trước mặt người tù với ánh nhìn lạ lùng. Người tù im lặng mỉm cười với nó.

Ngắm những giọt cà phê nhỏ giọt qua lớp thủy tinh, hắn không quên mình là người tù chỉ tự do trong vài tiếng đồng hồ. Sự tự do được đổi bằng lòng tin, và có thể hơn thế nữa, bằng sự huyền nhiệm chỉ có giữa những con người. Hắn thầm cảm ơn lòng tốt của người quân cảnh, lòng tốt mà trước đó hắn tin là không thể nào có thực. Bỗng một ý nghĩ thoáng qua đầu, làm người tù mạnh dạn ngẩng mặt nhìn người đàn bà ngồi một mình ở bàn bên cạnh. Nàng còn trẻ, tóc ngắn đổ xuống vai, có nhiều sợi bị gió vắt qua trán như một cách điểm trang cho khuôn mặt thêm phần gợi cảm. Nhưng đôi mắt của người đàn bà bỗng làm lòng hắn chùng xuống. Đôi mắt sâu hút, thâm quầng, biểu lộ một tâm hồn phiền muộn đầy an phận. Nhận xét đó làm người tù chạnh lòng, đánh bạo hỏi:

- Xin phép cho tôi được ngồi cùng bàn...

Người đàn bà có vẻ lưỡng lự, trong khi người tù chậm rãi mang tách cà phê bỏ bàn của mình. Hắn nhận ra sự ngạc nhiên đến gần như hốt hoảng của nàng khi hắn xuất hiện toàn thể trước nàng trong cặp đồ tù binh. Hắn nói:

- Xin lỗi, tôi đã làm bà kinh ngạc. Tôi xin giới thiệu tôi là tù binh...

Người đàn bà vẫn mở tròn mắt không thốt được lời nào.

- Tôi là tù binh. Đây là lần thứ nhất tôi được tự do tạm vài giờ. Sự tự do trên nguyên tắc không thể nào có được. Xin bà yên tâm...

Người đàn bà cúi nhìn mặt bàn một lúc rồi nói ngập ngừng, câu nói mà hắn nghĩ như một cách triển hạn để nàng có thêm thì giờ tìm hiểu người đối diện.

- Tôi không ngạc nhiên đâu... Hình như ông nói tiếng Bắc?

- Vâng, tôi sinh ra ở Hà Nội.

Người tù trả lời và cũng nhận ra nàng nói đặc tiếng Nam. Hắn lấy phin cà phê ra khỏi tách, lắng nghe một bản nhạc cũ. Hắn cảm thấy ngờ ngợ, rồi dè dặt hỏi:

- Nhạc Phạm Duy chăng?

Người đàn bà gật đầu. Hắn nghe lòng bùi ngùi khi tiếng hát bỗng dẫn hắn trở về với quá khứ. Người đàn bà hỏi:

- Ông có thích nhạc tiền chiến không?

Người tù ấp úng, không biết phải trả lời sao. Người đàn bà tiếp:

- Nhạc của Văn Cao, Đoàn Chuẩn... ấy.

Người tù chợt hiểu, đáp:

- Vâng, có... Những bản nhạc thật xưa nhưng mỗi khi nghe vẫn còn cảm xúc như thuở nào...

Những ngày dài tù ngục đã làm hắn cách ngăn hắn với đời sống bên ngoài. Riêng cuộc sống ở miền Bắc với miền Nam đã là một cách ngăn rồi, huống gì khoảng cách giữa trong và ngoài nhà ngục. Người tù cảm thấy ngượng ngùng trước mỗi câu hỏi của người đàn bà. Hắn phải lắng nghe để đoán hiểu một vài danh từ chỉ mới xuất hiện trong khoảng thời gian hắn bị bắt. Người đàn bà có lẽ cũng nhận ra thế, nên nàng bắt đầu cẩn thận trong cách nói của mình.

Một bài hát được cất lên làm cho họ cùng cảm thấy buồn não nuột. Người đàn bà quay mặt nhìn ra biển. Gió hất tung những sợi tóc nàng ra sau cho người tù thấy trọn làn da trắng của nửa khuôn mặt nhìn nghiêng. Chỗ trũng của mắt và nét cao thẳng của chiếc mũi cắt nền đen của đêm trông linh hoạt đến đẹp mắt. Bản nhạc với âm thanh như tơ trời đang làm rối lòng người nghe. Người tù hỏi:

- Bà có biết tên bản nhạc này?

Người đàn bà quay lại, dành một phút lắng nghe:

Yên Phụ đôi bờ sóng vỗ
Nhị Hà lấp lánh sao thưa
Cầu Giấy...

Rồi nhìn hắn với ánh mắt dịu dàng:

- Bản *Thương về năm cửa ô xưa* đấy.

Người tù thì thầm lặp lại: Thương về năm cửa ô xưa, năm cửa ô xưa... Trong khi người đàn bà vẫn giữ nguyên mắt mình trong mắt người đối diện. Chợt nàng bắt theo tiếng nhạc đệm, hát nho nhỏ:

Thương về năm cửa ô xưa
Nhớ nhung biết mấy cho vừa...

Người tù cảm thấy buồn tràn ngập tâm hồn một cách mãnh liệt. Hắn nén tiếng thở dài trong cổ. Người đàn bà bỏ ngang câu hát hỏi:

- Năm cửa ô là những cửa nào ông nhỉ? Chưa một lần tới Hà Nội nhưng sao mỗi lần nghe những bài hát nhắc về thành phố đó lòng tôi cứ nao nao... Hà Nội nghe sao thân thiết quá chừng.

Người tù nhìn sững nàng. Hắn phải kể như thế nào về năm cửa ô, năm cửa đã mở ra thiên đường của thời thơ ấu hắn, mà giờ đây chỉ còn mịt mù ký ức. Những kỷ niệm xa vời tưởng cũng đã mờ nhạt như thế, tưởng đã vượt xa trên quãng đường gian khổ, tưởng đã làm trắng trí nhớ, bỗng chỉ trong một phút kéo về tràn ngập, làm cảm xúc như nước sông Hồng vào một ngày mùa đông dâng cao nhanh chóng. Hắn ngậm ngùi nhìn người đàn bà đã nặng tình với thành phố quê hương hắn.

- Năm cửa ô... Có lẽ nên chờ một ngày nào đó, tôi tưởng tượng một ngày nào đó sẽ mời bà đáp chuyến tàu suốt đầu tiên đến Hà Nội, tôi bấy giờ có lẽ cũng như bà, bằng một cảm xúc mới mẻ khi cùng đứng trước ô Cầu Giấy...

Người đàn bà nhấp nháy mắt, có lẽ vì cảm động, nàng hỏi giọng mềm đi trong gió khuya:

- Biết đến bao giờ hở ông?

Hắn nhớ đến một câu hỏi của người quân cảnh sáng nay, và nghĩ đến ngày cuộc chiến phải ngừng lại. Hắn nói:

- Có lẽ còn không lâu nữa...

Người đàn bà mở lớn mắt nhìn hắn, như ngầm chờ ở hắn sự giải thích tiếp. Nhưng người tù đã im lặng kịp. Hắn không quên mình là tên tù binh, hắn cũng không muốn lợi dụng những giờ tự do ngắn ngủi để vượt xa hơn vị trí của mình. Hắn cố tránh cho nàng nghĩ tới cái vị trí ấy, để từ đó như một thói quen buồn thảm, nàng phải thấy hắn qua một lăng kính chủ nghĩa hay giới tuyến hận thù này nọ. Trong đôi mắt trũng sâu và quầng thâm kia, biết đâu chẳng đang theo hút một bóng hình không còn nữa. Người thân yêu đã ngã xuống một ngày nào trên mặt trận. Người thân yêu ấy của nàng và hắn từng gầm gừ nhau trên một đấu trường đã xa. Biết đâu chẳng đã như thế... Ý nghĩ đó bỗng làm người tù cảm thấy sợ hãi trước những dấu tích đau khổ của người đàn bà. Hắn đang sợ hãi thật sự.

- Những tâm hồn cao đẹp như bà, cùng với những ánh mắt trong veo của đám trẻ mới lớn mới làm cho quê hương chúng ta rực rỡ...

Người tù cảm thấy hổ thẹn về câu nói của mình. Có lẽ hắn không định nói thế. Hắn đang cần trấn an mình, chứ không phải nói cho người đối diện nghe. Hắn sợ người đàn bà có thể đang suy nghĩ về vị trí hiện tại của mình nên bối rối hỏi tiếp:

- Hẳn bà đã có cháu...

Đôi mắt người đàn bà ánh lên rồi sụp xuống buồn bã. Người tù nghe giọng nàng bỗng nghẹn đi.

- Vâng, nhưng cháu không còn ở đây...

Rồi như không muốn nhắc đến chuyện cũ, người đàn bà đổi giọng:

- Ông sắp tới giờ trở lại trại chưa?

Người tù nhìn chiếc đồng hồ treo hút trong quán.

- Cũng sắp, nhưng vẫn còn đủ thì giờ cho tôi ngồi lại thêm chốc nữa.

Người đàn bà nhìn hắn thương hại.

- Người ta dám cả gan cho ông ra ngoài như thế này nhỉ?

- Nếu bà là người giữ ngục, bà có dám cho tôi tự do như người quân cảnh kia không? Có lẽ khi thả tôi lang thang như thế này, anh ta đã đem chính bản thân mình ra đổi lấy sự bội phản có thể có ở một kẻ như tôi. Nhưng cái gì đã làm anh ta cả gan đến thế? Bà ạ, tôi nghĩ đến ánh mắt của tôi mà anh ta nhìn thấu, tôi nghĩ đến tình yêu thương chân thật từ trái tim tôi mà anh ta đã cảm nhận được...

Trong quán, một ngọn đèn vừa bị tắt. Bóng tối trùm xuống một khoảng sân. Có lẽ chủ nhân muốn nhắc với họ rằng đêm đã khuya.

- Tôi phải trở về trước khi người quân cảnh đổi gác.

Người đàn bà nhìn người tù với vẻ ngậm ngùi.

- Rồi ông còn dịp nào nữa không?

Ý người đàn bà muốn hỏi hắn còn cơ hội nào được sống tự do dù vài tiếng đồng hồ như thế này nữa không. Người tù nghĩ đến câu chuyện giữa người quân cảnh với hắn sáng nay. Cuộc chiến rồi sẽ ngừng lại và người ta rộn rịp làm công việc trao trả tù binh. Hắn tự hỏi mình có đang chờ đợi ngày đó? Để rồi không chờ câu trả lời hiện ra, hắn quay lại câu chuyện bỏ dở với người đàn bà:

- Mà bà vẫn chưa kể cho tôi nghe về cháu nhỏ. Hắn có phải có đôi mắt lạ... giống bà...

Người đàn bà mỉm cười nhưng sau đó mím môi lại. Nàng có vẻ không hài lòng về sự nhắc nhở đó của hắn. Nàng nói, giọng đanh lại:

- Vâng, nhưng như tôi đã nói với ông, cháu không còn ở đây...

Và tiếp theo bằng giọng chua chát:

- Quả như ông nói, cháu có đôi mắt lạ, nhưng không giống tôi chút nào. Đôi mắt cháu đẹp, xanh lơ như của bố nó. Bây giờ thì cả hai bố con đang sống bên kia bờ đại dương.

Nàng ngừng nói, nhìn thẳng vào mắt người tù, người tù không muốn giữ lâu tia nhìn như một sự thách thức ấy, hắn cúi mặt xuống im lặng:

- Không biết có nên kể với ông về cuộc sống tôi, cuộc sống dưới mắt ông sẽ bẩn thỉu biết chừng nào.

Người tù đưa một bàn tay lên ngăn người đàn bà lại. Hắn cảm thấy lao đao, hắn đã hiểu hết tất cả nỗi bất hạnh của nàng.

- Xin lỗi bà, tôi đã lỡ nhắc đến một điều không vui. Có lẽ chúng ta nên quên đi những gì đã xảy ra không bởi sự chấp nhận của chính lương tri mình.

Nỗi buồn vẫn còn nguyên trong đôi mắt người đàn bà. Người tù biết những điều hắn nói ra vừa rồi cho có nói vậy thôi, thật ra nó chẳng san sẻ được gì giúp nàng và cho cả chính hắn. Hắn cúi xuống nhìn màu áo buồn thảm đang mặc.

- Bà có tự hỏi tại sao tôi không lợi dụng lúc này để vượt ngục?

Người đàn bà cũng nhìn tấm áo trên người hắn.

- Tôi đã tự hỏi như thế rồi đấy. Cái gì đã giữ ông lại?

Người tù gõ tay vu vơ xuống mặt bàn. Một lúc hắn nói chậm rãi:

- Tôi cũng không biết nữa. Nhưng tôi tự hỏi cho vui vậy thôi, chứ tôi vẫn luôn luôn nghĩ tôi phải quay trở lại đó, và có thể chờ đợi đến cái ngày trao trả... Ngày đó ra sao nhỉ? Ngày đó tôi sẽ ra sao nhỉ?

Người tù thì thầm như nói cho mỗi mình nghe. Người đàn bà thắc mắc:

- Thế ông vẫn chưa tưởng ra nỗi cảm xúc của ông sẽ ra sao vào ngày trọng đại ấy?

Người tù không trả lời người đàn bà. Hắn chưa nghĩ tới ngày đó. Hắn không biết ngày đó có cho hắn cảm xúc ngây ngất, có cho hắn thứ hạnh phúc ngợp ngàng như hắn đã có trong đêm nay, khi với hai bàn chân trần dẫm lên mặt cát ướt, khi với buồng phổi khô hít đã không khí tự do không hận thù của đại dương. Hắn không biết ngày đó giữa con người và con người có còn nhìn nhau bằng tâm hồn phẳng phiu, không nghi ngại, không đề phòng, như của một con điếm và tên tù binh đối nghịch đang có đêm nay trên bờ biển này?

- Tôi thường nghĩ tù binh là những kẻ may mắn nhất trong mọi cuộc chiến tranh...

Người đàn bà cắt ngang ý nghĩ của hắn. Đó có phải là một câu an ủi?

- Xin cám ơn bà. Xin cám ơn bà về điều đó, và cũng xin cám ơn bà về sự gặp gỡ mà bà đã cho tôi đêm nay.

Người đàn bà im lặng một lúc, rồi chỉ tay về phía trại giam, nơi có một khoảng sáng mờ trong sương.

- Ông sắp phải đi về phía đó? Chắc chắn không thay đổi ý...?

Người tù gật đầu.

- Tôi sẽ tiễn chân ông một quãng.

Người tù ngồi im, hắn không phản đối. Người đàn bà từng có một đứa con lai với người ngoại quốc vốn là thù nghịch của hắn, sắp đi bên cạnh hắn trên một quãng đường. Người tù cảm thấy chua xót trước sự bình yên của thực tế.

Người đàn bà trả tiền. Hắn nhìn cử chỉ đó mà cảm động mềm lòng. Cử chỉ xa xưa nào của người chị, người mẹ mà từ lâu lắm rồi hắn không có được. Người đàn bà đứng dậy. Người tù cũng chậm chạp đứng lên theo.

Khi họ bước xuống bờ cát ướt, người tù thấy người đàn bà ngừng lại tháo giày ra cầm trên tay. Nàng bước thật chậm rãi. Người tù nhìn hai bàn chân trắng ngần của nàng trên mặt cát, nghĩ đến ít phút nữa đây nàng sẽ quay về một mình trên bãi biển hoang vắng.

Lữ Quỳnh

BẰNG HỮU VIẾT VỀ LỮ QUỲNH

Lữ Quỳnh par Bửu Chỉ, 1985

TRẦN HOÀI THƯ
Lữ Quỳnh, bạn tôi

Tôi và Lữ Quỳnh có nhiều điểm chung. Cùng năm sinh. Cùng cảnh hẩm hiu của một đứa bé không thấy mặt cha từ khi còn quá nhỏ, cùng học Quốc Học - Huế, cùng gốc lính sư đoàn 22 BB, cùng viết cho Bách Khoa, Ý Thức và bây giờ, cùng ở Mỹ, tiếp tục cùng văn chương chữ nghĩa.

Biết anh từ những bài thơ đầu tiên trên Bách Khoa. Thơ anh đăng khá sớm trên một tạp chí bề thế, lúc anh còn là cậu học sinh trung học. Nhưng thật sự cái giao tình bắt đầu từ năm 1967, khi tôi rời Thủ Đức về sư đoàn 22 BB tại Bà Gi (tỉnh Bình Định) để bắt đầu lao vào trận mạc. Đơn vị tôi là đại đội 405 thám kích, doanh trại nằm trên đồi, nép mình dưới ba ngọn tháp Chàm mà Chế Lan Viên đã xem như là biểu tượng của Điêu tàn qua tập thơ của ông thời tiền chiến. Còn đơn vị anh là một đơn vị quân y, doanh trại nằm ngay dưới đồi, về hướng đông. Hai đơn vị dù khác nhiệm vụ nhưng hai đứa chúng tôi có cùng một mẫu số chung. Cùng viết văn làm thơ. Cùng viết cho Bách Khoa. Cùng đến từ xứ Huế. Dù thời gian này tại Bộ Tư Lệnh Sư đoàn 22 BB có những cây viết cho Bách Khoa như Doãn Dân, Nguyễn Kim Phượng (tức là Hoàng Thị Bích Ni), nhưng tôi thân với Lữ Quỳnh nhiều hơn. Thứ nhất là tánh tình anh cởi mở. Thứ hai những ý nghĩ về văn chương xem như giống tôi. Chúng tôi không xem văn chương là đồ trang sức, mà ngược lại dùng văn chương để nói lên những tiếng kêu trầm thống của một thế hệ bị thua thiệt, bị ném vào lò lửa của chiến tranh.

Lúc bấy giờ, Lữ Quỳnh là một sĩ quan cấp úy. Nếu tôi nhớ không lầm, anh là Sĩ quan Phụ tá Hành chánh Quân y của tiểu đoàn. Với chức vụ ấy, anh được cấp một xe Jeep và tài xế. Còn tôi thì chỉ có "xe chân". Cũng nhờ xe anh mà tôi được "quá giang" theo anh về Quy Nhơn sau khi đơn vị hết hành quân, hay được dưỡng quân. Thỉnh thoảng chúng tôi gọi nhau, và anh lái xe lên đồi hậu cứ của tôi, bốc tôi xuống một quán cà phê thị trấn ở An Nhơn, Đập Đá...

Anh là một mẫu người nghiêm túc, chững chạc. Anh không có một đam mê nào ngoài đam mê viết. Không phải như tôi, viết cẩu thả, viết thả giàn, viết có khi chẳng cần coi lại, trái lại anh viết rất chững chạc. Anh thai nghén một bài văn khá kỹ trước khi đặt ngòi viết xuống giấy. Một ví dụ là khi anh viết một truyện kể về những người đập đá, (trong truyện Bụi Đá), anh đã lái xe đến tận nơi, cố tìm hiểu, nhận xét về cảnh tượng... Hay truyện Bóng Tối Dưới Hầm, anh đã dùng những chất liệu có thật trong cuộc đời quân ngũ của mình để xây dựng.

Những ngày tháng ấy, chúng tôi cùng nhau viết, cùng nhau gởi bản thảo về Sài Gòn. Chúng tôi viết trong không gian gào rú tiếng máy bay phản lực hay ì ầm tiếng nổ của bom hay cà-nông vọng về. Chúng tôi viết dưới mái tôn tiền chế lạnh lẽo, âm thầm, bên cạnh những hàng dây kẽm gai, hay giao thông hào... Chúng tôi đã chuyển không khí chiến tranh, những vấn tra của người nhập cuộc, những tiếng nổ đầy bất trắc về Sài Gòn. Chúng tôi đã thét gào đòi lại quyền của tuổi trẻ. Chúng tôi được các ngài ở Sài Gòn phong cho là "những cây bút trẻ miền Trung".

Trong những điều kiện khắc nghiệt, và trong những hoàn cảnh đầy đe dọa lên số phận, vậy mà Lữ Quỳnh vẫn viết. Viết đối với anh, theo tôi, là một đam mê, chứ không phải là trách nhiệm, hay "một cây bút là một sư đoàn" gì ráo... Tôi bỗng nghĩ đến một nhận định của Mai Thảo khi ông giới thiệu bài Bệnh Xá Cuối Năm của tôi trên Văn. Ông cho là tôi đã: "đặt sống thành suy nghĩ. Tự thành trong cô đơn". Nhận định này rất đúng cho Lữ Quỳnh. Riêng tôi thì 60%. Còn LQ có lẽ là 100%.

Bởi vì mỗi bài viết của anh, dù là văn hay thơ đều bắt độc giả suy nghĩ. Bởi chúng là kết quả của những suy nghĩ của anh và anh muốn gởi lên trang giấy. Không những anh sống để viết. Mà sống để suy nghĩ và viết.

Tôi xin dẫn chứng một đoạn ngắn trong Những Cơn Mưa Mùa Đông mà tôi mở tình cờ một trang sách, để nhận rõ sự suy nghĩ này qua một nhân vật.

Đây là đoạn tả lại cảnh một ông lão mắng đứa con trai của ông vì tội dám lấy ná bắn vào cái dĩa sứ đẹp đẽ:

Mới ngày nào đây thôi mà – Ông già nói lầu bầu trong miệng – mày ngỗ nghịch quá, ai đời với chiếc dĩa đẹp đẽ như thế này mà mày dám dùng làm bia để bắn ná. Tao nghe một tiếng "bốp", chạy ra, nhìn lên chiếc dĩa, nó đã rạn nứt như thế này rồi. Còn mày thì biến lẹ như một con còng chui sâu dưới vườn... Nghịch ngợm như mày, tưởng không bao giờ thành người lớn được chứ. Lại cái tội háu ăn nữa. Thế mà rồi mày không còn ở với tao, mày lại chết trong tư thế của người lớn mà. Tham gia, tham dự, tham gì gì đi nữa, rồi cũng chỉ có khổ cái thân già của cha mày thôi con ạ. [1]

Đọc đoạn trên ta hiểu ngay về cái ẩn dụ mà Lữ Quỳnh đã gởi qua lão già. Cái dĩa là cái bia. Và hành động nghịch ngợm của thằng bé còn mang theo một tư thế của người lớn. Phải trong chiến tranh, người ta sẽ dùng bia người để nhắm. Để rồi "lại chết trong tư thế người lớn"...

Xin trích một đoạn khác, trong một truyện trước 1975 của anh, để chứng minh là văn chương đối với anh là văn chương đầy những suy nghĩ, tra vấn đầy ý thức:

Từ : "Chính gã khóc chứ không phải cái tôi mà gã chọn lựa, cái tôi không bao giờ mềm yếu, phản trắc, lầm lẫn ấy khóc cả."

... Trong bóng tối của chiếc hầm chật hẹp, người đàn ông cố nhìn bàn tay mình mà vẫn không thấy nổi. Gã vừa nghĩ tới những kỷ niệm thật xa. Lúc này gã nhớ lại hình ảnh người nhạc sĩ nằm chết trên bến sông, gã đã khóc thật nhiều trên quãng đường công tác còn lại. Con tim bật máu làm trào nước mắt. Chính gã khóc chứ không phải cái tôi mà gã chọn lựa, cái tôi không bao giờ mềm yếu phản trắc lầm lẫn ấy khóc cả. [2]

Đến : "Tiếng nói không biết có phải là của mình không nữa?"
"... Trong bóng tối, thiếu nữ cảm thấy chới với khi nghe tiếng nói của người đối diện. Tiếng nói, chỉ có tiếng nói thôi. Ma quái quá sức. Tiếng nói. Trong căn hầm chỉ có tiếng nói và tiếng nói thôi. Thiếu nữ nghĩ mình cũng không còn nhận ra mình. Tiếng nói không biết có phải là của mình không nữa? [2]

Ngay cả bây giờ, anh vẫn đặt sống thành suy nghĩ. Dù cái bóng tối dưới hầm của ngày xưa chỉ còn là hoài niệm, nhưng cái bóng tối bây giờ vẫn còn vây phủ anh, đầy hiu quạnh và cô đơn:

thường có những giấc mơ
gặp gỡ bạn bè
những người bạn ra đi đã nhiều năm
nay kéo về
nói cười ấm áp
tôi rất vui rất vui trong từng đêm như thế
để lúc tỉnh ra
ngồi một mình trong bóng tối
quạnh hiu. [3]

Bài thơ mới sáng tác, nhưng bóng tối vẫn là bóng tối. Dù ngày xưa hay bây giờ.
Nhưng cũng nhờ bóng tối ấy mà anh vẫn tiếp tục viết, tiếp tục sáng tác.

Nếu không, chắc đời phải là buồn lắm.
Phải không, Lữ Quỳnh?

Trần Hoài Thư

[1] Truyện viết năm 1974, do Thư Ấn Quán tìm lại tại Thư Viện Cornell và được tái bản trong Tủ Sách Di Sản Văn Chương Miền Nam.
[2] Trích từ truyện ngắn Bóng Tối Dưới Hầm.
[3] Trích từ "Giấc Mơ" trong thi tập "Những Giấc Mơ Tôi" của Lữ Quỳnh do nhà xuất bản Văn Mới ấn hành năm 2013

NGUYỄN VY KHANH
Lữ Quỳnh và những con chữ, những giấc mơ

Lữ Quỳnh tên thật Phan Ngô, sinh năm 1942 tại Phú Lộc, Thừa Thiên-Huế. Sĩ Quan VNCH (Khóa 19 Trường Bộ Binh Thủ Đức). Đơn vị cuối: Quân Y Viện Quy Nhơn (1970-75). Sau 1975, bị tù "cải tạo" trại Cồn Tiên, Ái Tử (Quảng Trị). Từ năm 2000, định cư tại San Jose, California, Hoa Kỳ, cộng tác với các tạp chí *Văn Học, Hợp Lưu, Khởi Hành, Tân Văn, Thư Quán Bản Thảo,…* và xuất bản ở hải-ngoại các tập thơ *Sinh Nhật Của Một Người Không Còn Trẻ* (Văn Mới, 2009, thơ trước và sau 1975), *Những Giấc Mơ Tôi* (Văn Mới, 2013), *Mây Trong Những Giấc Mơ* (Văn Mới, 2015) và gần nhất là tuyển tập thơ văn, tạp bút, bút ký *Những Con Chữ Lang Thang Không Ngày Tháng* (San Jose CA, Sống, 2016).

Thời trước biến cố 30-4-1975, Lữ Quỳnh là một cây bút cẩn trọng, sáng-tác văn cũng như thơ tương đối không nhiều bên cạnh những người cùng thời như Trần Hoài Thư, Hồ Minh Dũng, Kinh Dương Vương,… Truyện ngắn của ông viết về những nỗi thống khổ cũng như sinh hoạt xã hội nhiễu nhương của miền Nam trong chiến tranh. Theo ông, chiến tranh là tội ác, dù cho phe phái nào nhân danh bất cứ lý tưởng nào, thì chiến tranh vẫn là tội ác. Bên thắng bên thua đều là những kẻ gây ra tội ác. Kết quả chỉ có đất nước điêu linh, nhân dân đau khổ, gia đình ly tán! Ông đã dùng những chất liệu sống và có thật trong cuộc đời quân ngũ và dạy học của mình để xây dựng tác-phẩm đãi lọc qua bút pháp của riêng ông. Trong bộ *Văn Học Miền Nam 1954-1975*, chúng tôi đã nhận xét rằng, "*thơ văn Lữ Quỳnh nói chung* hiền hòa, chừng mực trong nội-dung cũng như văn-chương, không đao to búa lớn cũng không đề xướng trường phái. Một cảm thức, tiếng nói đầy ý thức rồi như vang vọng tiếng nói nhược tiểu của con người trước định mệnh và những trò chơi mà từng người dân hiền hòa phải hy sinh, buông xuôi cho một ngày mai sáng sủa hơn, một ngày mai cho dân-tộc, quê-hương được tươi đẹp hơn, tốt lành hơn!" (bản 2019, tr. 1156). Nguyễn Mộng Giác từng nói đến "những ảo tưởng một thời" khi viết về truyện và thơ của Lữ Quỳnh thời trước 1975.

Sau khi định cư ở Hoa-Kỳ, Lữ Quỳnh đã xuất bản các tác phẩm thơ văn *Sinh Nhật Của Một Người Không Còn Trẻ*, *Những Giấc Mơ Tôi*, *Mây Trong Những Giấc Mơ*. Năm 2016, ông in tuyển tập *Những Con Chữ Lang Thang Không Ngày Tháng* như một toàn tập sự nghiệp văn chương. Về phần văn học hải ngoại, tuyển tập ghi lại một số thơ văn và bút ký. Ngoài phần Ký và Tạp văn, chúng tôi không nắm chắc năm sáng tác, cho nên chỉ ghi nhận một số góp mặt cho hải ngoại.

Thơ Lữ Quỳnh vẫn nhẹ nhàng, chừng mực, ở nội dung và trong cách thể hiện. Hãy thưởng thức bài *Từ Em Thiếu Phụ*, người nữ như của ngày nào hơn là của hôm nay:

"em vẫn đi về / dòng sông ký ức
vầng trăng đại vực / in bóng thuyền tôi
tóc em mây trôi / trên sông áo lụa
thuyền tôi hạt lúa / vàng lung linh vàng
một chuyến đò ngang / sông xưa mất ngủ
từ em thiếu phụ / lúa vàng thôi trôi
từ em thiếu phụ / tóc rối vành nôi
hồn xanh bóng phủ / u uẩn lời ru
sông em sóng nổi / hạt lúa thuyền tôi
vàng không bến đậu / mù sa bãi bồi" (tr. 114-5)

Với Một Mùa Đông Bình Yên, người thơ hiểu ra tình yêu và thế nào là hạnh phúc, khi đã xa quê nhà và ngày tháng cũ:

"bắt đầu những ngày bình yên
ngắm mùa đông / ấm áp trong tóc em
trong ánh mắt reo vui / bữa cơm chiều.
lần đầu tiên ở xứ người / hiểu thế nào hạnh phúc
khi cỗ máy ầm ào hằng đêm
cùng ánh đèn cao áp
không còn giành giựt với trái tim/nhịp đập.
mùa đông / cây thông Giáng Sinh
lấp lánh quả cầu giấy bạc
nhớ quê nhà những chiều mưa
trên sân gạch nở đầy / bong bóng nước
em mặc áo len vàng / tung tăng cánh đồng ký ức
cánh đồng mùa xuân / hoa cúc vàng nở rực.
mùa đông này / trời trong veo và rất lạnh
hai bàn tay buốt cóng / cầm nỗi nhớ nhà
đi lang thang qua Tự Do Lê Lợi
trước Givral / nhìn bạn bè đứa còn đứa mất
rượu tràn ly nói cười / chuyện thiên đường địa ngục.
lần đầu tiên / hiểu thế nào sự bình yên
là lúc / nỗi cô đơn dịu dàng
cùng mùa đông / bắt đầu thắp
những ngọn nến hồng
trên mặt đất" - Nov 2003 (tr. 60-63)

Đời sống ở xứ người có những chuyện đã xảy ra cho người đến từ xa hoặc luôn thơ thẩn nhớ nhung, như Chiều Cuối Năm Đi Nhầm Tàu Ở San Jose:

"thành phố chiều cuối năm
những chiếc bus chạy qua vắng khách
đường mang số - hàng cây trơ cành
mùa đông vừa đem đi hết lá.
ngồi một mình cà phê Starbucks
ở góc đường số 3
mưa mịt mù ngoài cửa kính
người phục vụ da đen đưa mắt nhìn buồn bã

thời gian trôi / trên những chiếc bàn trống.
nỗi nhớ chiều cuối năm
cánh đồng một thời bom đạn
giờ này trắng xóa mưa
bạn bè nghĩa địa đìu hiu
ôm đất trời sũng nước.
Đón light rail / đi Blossom Hill
toa tàu vắng
người homeless già thu mình hàng ghế cuối
giấu khuôn mặt dưới chiếc mũ dạ nâu
tàu đi - tàu qua rất lâu
bóng tối đầy trong đôi mắt
người homeless già
tàu đi - tàu qua nhiều ga
người homeless vẫn ngồi
chờ xuống ga nào quá khứ.
tôi đi Blossom Hill/ tàu qua hoài chẳng tới
mỗi lúc càng xa / những ga xép chiều mưa quê nhà
tiếng còi tàu ảm đạm / Lăng Cô – Thừa Lưu – Huế
tôi đã lên nhầm tàu / Santa Teresa - Winchester
chiều cuối năm / như người homeless già
tôi đi chuyến về ký ức" - San Jose, Dec 31-2010 (tr. 24-26)

Những Trái Thông Không Rơi Vào Mùa Giáng Sinh, một tình cảnh khác nơi xứ người:

"tôi trở về nơi làm việc cũ
parking lot không một bóng xe
cánh cửa mỗi sáng bấm giờ vào ca
im lìm đến hãi hùng
tôi gọi thầm Amanda / mà sao cổ nghẹn
tôi gọi Amanda nhiều lần
mà âm thanh chỉ làm trái tim muốn vỡ
gió reo hay thông reo
những ngọn thông cao vút

> *ném xuống lòng đường những trái khô queo*
> *trái thông năm nào lúc chia tay*
> *cũng xám màu huyết dụ*
> *như chiều nay / giấc ngủ mấy mùa đông*
> *vì một tiếng thông rơi / mà tỉnh thức*
> *tôi bước đi trên lối cũ / tiếng gió và sự lặng thinh*
> *bãi đậu xe lênh đênh hoàng hôn*
> *tôi thất thanh gọi...*
> *sao chỉ nghe tiếng vỡ trong ngực mình"*- Dec 2010 (tr. 24-26)

Ký ức gần có *"nghe tiếng vỡ trong ngực mình"* cũng không thể so với những tiếng động gây mất ngủ mà người tù "cải tạo" cần đến, như Tiếng Chim Lạ Ở Trại Cồn Tiên:

> *"bỗng một ngày ta không còn là ta*
> *tương lai như con diều đứt dây chúi đầu xuống vực*
> *sáng vào rừng rút mây đẵn gỗ*
> *chiều về nặng trĩu vai / vác cây đời thánh giá*
> *đêm nằm canh giấc mơ*
> *sợ những điều giả trá / chập chờn bóng quỷ ma.*
> *ngày nhọc nhằn / đêm mất ngủ*
> *ngoài trời khuya lạnh bóng trăng*
> *tiếng chim đói sao cất lời bi thiết*
> *cơm còn... cho cục! **
> *cơm còn... xin cục!*
> *chim kêu mãi làm ta thao thức*
> *cơm tù không đủ ăn / cớ gì chim xin mãi.*
> *ta mất ngủ hằng đêm / chờ tiếng chim não nuột*
> *cơm không có ăn / lấy gì cho cục*
> *đời tù buồn / chim cũng quá buồn sao?"*

- San Jose, 1-2011 (tr. 102-3; LQ chú thích: "Ở trại tù Cồn Tiên (Quảng Trị) hằng đêm có tiếng chim kêu, phát âm ra *Cơm còn cho cục!*").

Các bút ký *"đi để thương đất nước mình"* được viết sau này, ghi lại những bước chân du hành và những tai nghe mắt thấy; cũng là những giây phút tưởng tiếc, nhung nhớ một thời đã qua của tác giả. 6 bài ký đi thăm các nước Pháp, Anh, Hòa Lan và Bỉ.

Mùa Thu Paris viết tặng Jacques Ng., con nuôi của một người cô họ; du-ký thì ít mà tình thân gia đình và ký ức về một thời đã qua... "Thạch hẹn gặp tôi ngay buổi trưa đầu tiên ở khách sạn. Rất đúng giờ, Thạch đến. Thay vì mừng rỡ vồ vập, tôi đứng lặng người nhìn Thạch. Trước tôi là một người Pháp già, lưng hơi còm, mái tóc muối tiêu, tên là Jacques.

Ôi, Thạch của ngày nào đây, chỉ còn nét mặt và giọng nói không thay đổi. Jacques cười, ông chủ khách sạn tưởng em là người Pháp nên nói toàn tiếng Tây! Thì em là người Pháp rồi còn gì, đã sống ở Paris 28 năm! (...) Hơn ba mươi năm trước hai vợ chồng với ba cháu nhỏ sống nheo nhóc dưới gầm cầu thang nhà người mẹ nuôi, chưa được sáu mét vuông diện tích, ở một thành phố miền Trung. Nhớ mỗi lần tôi ghé thăm, vợ Thạch vội vã chạy qua quán giải khát cạnh nhà đem về một chai cam vàng với ly đá. Không có chỗ đặt chai nước, tôi cầm ly đá trong tay, đứng hỏi chuyện Thạch vài ba điều rồi ra ga đi chuyến tàu tối vào Nam. Tình cảm trân trọng, quý mến người bà con xa trong cảnh nghèo khó của vợ chồng Thạch làm tôi xót xa. Mấy năm sau Thạch và gia đình được định cư ở Pháp theo diện con lai. Thạch bị bệnh thận nặng, phải lọc máu mỗi tuần ba lần suốt 5 năm nay, thế mà vẫn đi thoăn thoắt, bước hai bậc cấp một, thỉnh thoảng còn dừng lại chờ tôi" (tr. 325, 326).

Đến thăm nhà thờ Notre-Dame với Thạch và Kim, người vợ, tác giả nhắc nhớ những kỷ niệm lần cầu hôn: "Đây là lần thứ hai tôi vào nhà thờ, không ngờ lại là một nhà thờ nổi tiếng, mà văn hào Victor Hugo đã lấy bối cảnh để viết tác phẩm bất hủ The Hunchback of Notre-Dame. Còn lần thứ nhất tôi đến giáo đường, cách nay hơn bốn mươi năm, ở một thành phố nhỏ ven biển miền Trung. Lần đó còn rất trẻ, vào một buổi sáng tôi đưa người bạn gái vào đây. Nhà thờ vắng vẻ. Những hàng ghế trống im lìm. Chúng tôi đứng cạnh nhau sau hàng ghế cuối, tôi bảo nàng nhìn lên tượng Chúa và im lặng. Rất trang trọng, mấy phút sau tôi hỏi, Kim có biết tôi vừa nói gì với Chúa không. Nàng gật đầu, mắt long lanh ướt. Tôi thầm cám ơn Chúa và nắm tay Kim rời nhà thờ. Tôi đã cầu hôn nàng như thế đó.

Bây giờ người con gái thuở ấy đang có mặt ở đây, trong ngôi nhà thờ danh tiếng Notre-Dame, cách xa nhà thờ năm xưa nửa vòng trái đất. Người con gái với áo dài lụa trắng được đón đưa trước cổng trường Sư Phạm ngày nào, giờ đây với mái tóc điểm nhiều sợi bạc, hạnh phúc vượt qua những tháng năm khó khăn, gian khổ bên cạnh chồng con.

Tôi nhìn lên tượng Chúa nhân từ giữa giáo đường uy nghi rộng lớn, và như khi đứng trước Chúa bốn mươi năm về trước ở quê nhà, tôi thầm ngỏ lời cám ơn" (tr. 327-8).

15 bài Tạp văn đóng lại phần "Lữ Quỳnh, Tác phẩm", ông viết về những người bạn văn nghệ sĩ của ông và vài tạp chí văn học. Những bài viết này ông xem như là "những con chữ lang thang không ngày tháng" như ông đã viết: "Vẫn những giấc mơ đầy mộng mị hằng đêm. Tôi không giấu bạn bè trong những giấc mơ, cớ sao giấc mơ nào các bạn cũng về nói cười vui vẻ sinh hoạt như những ngày còn nhau. Để lúc tỉnh ra một mình tôi trong bóng tối, tôi vật vờ hoang mang như kẻ mộng du. Và rồi, bắt đầu những con chữ lang thang không ngày tháng, như thế này..." (tr. 371).

Nguyễn Vy Khanh

HUỲNH NHƯ PHƯƠNG
Vài nét về văn xuôi Lữ Quỳnh

Cuốn sách đầu tay của Lữ Quỳnh là tập truyện ngắn *Cát Vàng* do Cơ sở xuất bản Ý Thức ấn hành năm 1971, lúc tác giả 29 tuổi. Sách gồm tám truyện ngắn, dày 125 trang. Hai năm sau, Ý Thức xuất bản tập truyện thứ hai của Lữ Quỳnh có nhan đề *Sông Sương Mù*, dày 93 trang, gồm sáu truyện ngắn. Khi tái bản *Cát Vàng* năm 2006, nhà xuất bản Văn Mới giữ lại bảy truyện từ bản in 1971, bổ sung bốn truyện từ *Sông Sương Mù* và một truyện ở ngoài tập, có lẽ viết khoảng 1973: Ngày hòa bình đầu tiên.

Cũng vào những năm 1971-1972, Lữ Quỳnh đăng dở dang truyện dài *Vườn Trái Đắng* trên tạp chí Ý Thức, sau xin phép xuất bản nhưng không được chấp thuận. Cuối năm 1974, chỉ năm tháng trước khi chiến tranh kết thúc, nhà xuất bản Nam Giao ấn hành truyện vừa *Những Cơn Mưa Mùa Đông* của ông, được Thư Quán Bản Thảo tái bản năm 2010.

Về văn xuôi, những gì của Lữ Quỳnh mà chúng tôi có được trong tay chỉ là một truyện vừa, một truyện dài và 15 truyện ngắn, một số lượng khiêm tốn. Nhưng nếu giới hạn trong bối cảnh nửa đầu thập niên 1970, qua đó cũng có thể hình dung được những nét chính chân dung sáng tạo của Lữ Quỳnh.

Tất cả các truyện của Lữ Quỳnh đều liên quan đến chiến tranh và số phận con người trong chiến tranh. Ngay truyện ngắn viết về ngày hòa bình đầu tiên như một ước mơ đằng đẵng bao năm đã thành sự thật cũng kết thúc bằng những quả đại bác rơi xuống căn nhà của hai ông cháu vừa mới hồi cư. Không miêu tả trực tiếp những trận đánh, nhưng không khí chết chóc ám ảnh và đè nặng lên các trang văn. Một trạm "chung sự vụ" làm chỗ đón tiếp tử thi của những người lính dồn dập chở về từ mặt trận (Mùa xuân hư vô). Một hầm tối, nơi ẩn náu của những con người bị săn đuổi đang giáp mặt với cái chết một cách căng thẳng đến mức một người thiếu nữ đã cắt mạch máu tự sát trước khi lên cơn điên có thể làm lộ căn hầm bí mật (Bóng tối dưới hầm). Một quân y viện với những người lính đau đớn vì vết thương, nằm thiêm thiếp trong "tiếng gió đập ào ào vào cửa kính và thổi hút từng cơn trên mái tưởng như có thể làm trốc bay những lớp ngói" (Bão đêm). Một làng quê chứng kiến "cảnh dân chúng trong làng bị lùng bắt dưới những họng súng của một đại đội lính ngoại quốc", "bị sắp hàng trên Gò Chim để nhận vào ngực những tràng đạn liên thanh một cách bình thản" (Gò Chim). Một bến sông đan cài người của hai phe, nơi chứng kiến những loạt đạn pháo bay qua vùi những xác thân bé bỏng dưới hầm (Sông sương mù).

Chiến tranh chà xát con người trong cái không khí đặc quánh gây ngộp thở đó. Quay trong gió bão, cô đơn và bế tắc trước đường đời, những người trẻ trong truyện Lữ Quỳnh không có một chọn lựa nào khác hơn là cầm súng: những Tuấn, những Xương, những Thạch, những đứa con của lão Mùi... Với tất cả, "đời sống bây giờ như con muỗi sa vào lưới nhện". Và cái chết là kết cục của tấn thảm kịch chờ đợi họ. Hãy nghe ý nghĩ của Tâm, một nhân vật trẻ trong truyện Bóng tối dưới hầm: "Hắn chợt nghĩ đến số tuổi đôi mươi của mình. Số tuổi mà chiến tranh tước đoạt mọi ý nghĩa, đã cướp hết thời gian để sống của hắn. Hai mươi tuổi hắn không có một chọn lựa nào hết. Sinh ra và lớn lên giữa chiến tranh, hắn thụ động trước mọi áp lực. Hắn như con thú sợ hãi trước mọi họng súng của thợ săn. Ai cũng có thể bắn ngã, và suốt một phần đời hắn chỉ biết chạy trốn. Hắn cảm thấy cay đắng và nước mắt chực trào ra khi nghĩ đến cái chết như côn trùng của mình. Một cái chết tẻ lạnh như nỗi tình cờ". Còn đây là ý nghĩ của Thạch, một đứa con lai sống bên lề xã hội, về ngõ cụt của đời mình: "Y chỉ có quyền được sống, được ngụp lặn trong những đống rác của chiến tranh. Hẳn một ngày kia khi hòa bình, y sẽ chết mất, bởi những tên lính ngoại quốc không còn và những động điếm tan rã. Y cảm thấy cay đắng khi nhận ra y chẳng khác gì những cái rác mà cuộc chiến đã phế thải, được các nhà thầu gạn lọc lấy dùng thêm một thời gian nữa trước khi đem thiêu đốt. Y là thế đó, nạn nhân của một sự tàn bạo đang lên để rồi thêm một lần trở thành nạn nhân nữa khi sự tàn bạo tàn lụi" (Ngõ cụt).

Đối nghịch với cái dữ dội khắc nghiệt của chiến tranh, những chuyện tình mơ hồ sương khói của Lữ Quỳnh không xoa dịu được nỗi đau của con người. Cuộc chơi như một vở kịch ba màn kết thúc bằng cái chết bất hạnh của người khao khát tình yêu. Cõi yên nghỉ như một cuộc gặp gỡ định mệnh và không thể hòa giải giữa tình yêu và nghĩa vụ để cuối cùng chỉ còn là một lần vĩnh biệt. Chỉ có kẻ còn lại là tiếng kêu tuyệt vọng của một người con gái có cha chết trong kháng chiến chống Pháp, mẹ chết vì bom, anh chết trận, đang tự thiêu đốt đời mình khi không tìm thấy tình yêu đích thực. Những cái chết đã làm cho lòng người trở nên chai đá: "Bây giờ người ta không còn khóc được nữa. Tâm hồn là đá, mà nỗi buồn cũng thành đá. Chiến đã nằm xuống và không một ai có thể thay hắn sống phần đời còn lại. Những kẻ còn sống còn bôi đen tương lai mình, huống gì nghĩ tới việc sống thay đời kẻ khác" (Cát vàng).

Sự đối chứng giữa lý tưởng và hiện thực xuất hiện trong truyện ngắn Lữ Quỳnh qua những hoạt động dấn thân và cái giá phải trả của Chiến (Cát vàng), Hiến (Cõi yên nghỉ) chưa được đẩy đến cùng của xung đột xã hội và xung đột nội tâm. Đến truyện vừa Những cơn mưa mùa đông, xung đột đó mới có đất để triển khai qua bi kịch gia đình của Vũ: cha đi kháng chiến, mẹ bỏ nhà đi lấy người đối địch với chồng, bỏ con trai và người cha chồng bơ vơ trong cơn hỗn mang của thế sự.

"Mùa đông với những cơn mưa dài áo não, với những vườn cây xác xơ, với tiếng côn trùng thê thiết" như một ám ảnh không rời, khiến Vũ luôn nghĩ về cái chết. Lên thành phố trọ học, Vũ ngưỡng mộ thầy Trần, một nhà giáo có chí hướng: "Thầy có những ý tưởng khoáng đạt, rộng rãi và nhất là có những ước mơ thường có như của Vũ. Thầy thường say mê kể đến những chuyến tàu suốt, những chuyến tàu nối liền quê hương lại với nhau, những chuyến tàu chạy qua không biết bao nhiêu thành phố". Vũ chưa kịp đến với thầy, thì trên một chuyến xe trở lại trường sau lần về thăm nhà trước Tết, anh trúng đạn trong một trận phục kích, cái chết phi lý và oan ức của một người trẻ đang tìm lẽ sống trong chiến tranh.

Trong truyện dài Vườn trái đắng, hình ảnh của Phan là một phiên bản khác của nỗi dằn vặt thế sự đã giày vò lớp người trẻ thao thức như Chiến, Hiển, Trần đã nói trên đây. Phan là người thầy giáo yêu nghề, yêu người, yêu quê hương. Dạy học ở một ngôi trường hẻo lánh vùng bất an, Phan chứng nghiệm những hiểm họa đe dọa đến cuộc sống đồng bào và cuộc sống chính mình. Trong lớp học của chàng, bên cạnh những đứa trẻ ngây thơ, nhút nhát có cả người học trò đã trưởng thành đứng về một phía chiến tuyến, phía mà gia đình chàng đã hy sinh vì nhập cuộc. Trong khi đó thì chính Phan lại đứng trước viễn cảnh bị buộc phải cầm súng cho phía đối địch. "Phan dự tính thật nhiều, để rồi thời gian ngun ngút trôi qua dìm chàng xuống xoáy thất vọng. Mỗi ngày nhận ra trí nhớ kém cỏi thêm thân xác mỏi mòn dần, cuộc đời bắt đầu ngừng lại, để cũng bắt đầu đổ dốc từ đó? Đời đổ dốc thì khó mà thắng, hãm. Cái dốc đổ trước ngôi trường có phải là cái dốc mà cuộc đời chàng đang gắn vào đời sống ở đây không?". Nỗi hoang mang đó làm cho những nhân vật của Lữ Quỳnh, về tính khuynh hướng, gần với những nhân vật phản chiến của Nguyễn Mộng Giác, Trần Hoài Thư, Ngô Thế Vinh... hơn là những nhân vật phản kháng của Trần Quang Long, Trần Duy Phiên, Thế Vũ... Nhưng chính vì không có những xác tín đến độ cả quyết mà nhân vật của Lữ Quỳnh rồi sẽ không rơi vào tình cảnh vỡ mộng quá não nề.

Cho đến khi Lữ Quỳnh công bố hai tập thơ *Sinh Nhật Của Một Người Không Còn Trẻ* (Văn Mới, 2009) và *Những Giấc Mơ Tôi* (Văn Mới, 2013), nhiều người mới biết rằng ông làm thơ từ rất sớm, những bài thơ đầu tay xuất hiện thuở 17 tuổi. Nhưng đọc văn xuôi của ông, nhất là những đoạn miêu tả thiên nhiên và thể hiện hồn người, với những câu văn giàu ảnh tượng và nhạc tính, độc giả cũng có thể sớm nhận ra ông là một nhà thơ. Chất thơ, đó là một sở trường mà cũng là một giới hạn của ngòi bút văn xuôi Lữ Quỳnh. Nó bao phủ cảnh vật và đời người dưới một màn sương lãng đãng, đôi khi che khuất những khía cạnh dữ dội, bạo liệt của chiến tranh, làm giảm nhẹ những nỗi niềm u uất của con người. Thật ra, Lữ Quỳnh vẫn có thể tái hiện những góc tối nghịch dị của đời người, chẳng hạn qua số phận mụ Lết, người đàn bà tật nguyền trong Gò Chim, truyện ngắn mà theo chúng tôi là độc đáo nhất của ông về mặt nghệ thuật miêu tả tính cách. Nhưng hình như đó không phải là cái "tạng" mà ông ưa thích. Văn xuôi Lữ Quỳnh, vì vậy, ít có những góc cạnh thô ráp, sần sùi của đời sống. Bù lại, nó có sự lắng đọng, thâm trầm của những suy nghĩ và một nỗi buồn bàng bạc khắp các trang văn.

Nỗi buồn của tuổi trẻ một thời băn khoăn và thao thức.

Huỳnh Như Phương

ĐỖ TRƯỜNG
LỮ QUỲNH, CÁI CÁN CÂN
CỦA VĂN HỌC MIỀN NAM

Sau 1954, Việt Nam bị cắt làm đôi, với hai thể chế chính trị hoàn toàn trái ngược nhau. Cũng như kinh tế, và xã hội, mỗi miền đều có nền văn học riêng của mình. Nếu văn chương miền Nam như bản nối dài của dòng văn học hiện thực lãng mạn, thì miền Bắc mở ra thời kỳ văn học tuyên truyền, minh họa đường lối lãnh đạo của Đảng CS. Ngoài ra, do điều kiện địa lý tự nhiên cũng như lịch sử để lại, chúng ta có những đặc tính văn hóa của mỗi vùng, miền khác nhau. Từ đó đã sản sinh ra những nhà văn, nhà thơ với ngôn ngữ, văn phong, bút pháp nghệ thuật mang dấu ấn đặc trưng của từng vùng, miền ấy. Do vậy, khi đọc một cuốn sách, nếu tinh ý một chút, ta có thể nhận ra, quê quán, nơi sinh trưởng của tác giả. Vài tuần trước, có một nhà văn tặng tôi cuốn *Những Cơn Mưa Mùa Đông*, viết trước 1975 của Lữ Quỳnh. Tuy đã nghe tên tuổi từ lâu, nhưng quả thực đây là lần đầu tiên, tôi được đọc nhà văn này. Văn ông không có cái sắc, cái chua cay của đất Bắc, không có cái bộc trực, ngộ nghĩnh như đất phương Nam, mà nó thâm trầm, lắng đọng, thoảng như có Nhã Ca, Phạm Ngọc Lư, Nguyễn Thị Hoàng... ở trong đó. Và cái chất miền Trung xứ Huế ấy, đọc vào là ngấm, say như men rượu, buộc ta phải kiếm tìm, nghiền ngẫm. Có thể nói, Lữ Quỳnh là một nhà văn tài năng viết tùy bút, tản văn. Đọc nó, tôi cứ ngỡ đó là những trang thơ, cô đọng với mạch chảy cảm xúc bất chợt dài, ngắn khác nhau của nhà văn vậy. Lời văn của Lữ Quỳnh sáng và đẹp. Truyện của ông nặng về độc thoại nội tâm. Đặc điểm này, tuy sâu sắc mang nhiều cảm xúc, nhưng đối với tiểu thuyết, truyện dài, đôi khi cho người đọc cảm giác mệt mỏi. Lữ Quỳnh đến với văn chương ngay từ những năm cuối trung học, khi chiến tranh bắt đầu trở lại. Có một điều đặc biệt, không chỉ những ngày đầu cầm bút, mà cả khi khoác áo lính, rồi vào tù cải tạo, và cho đến hôm nay, (trong văn chương cũng như cuộc sống) Lữ Quỳnh luôn nhìn chiến tranh, con người với đôi mắt trong veo của trẻ thơ. Thật vậy, nếu văn của Phan Nhật Nam, Doãn Quốc Sỹ, Xuân Vũ... rực nóng lên những mùa đỏ lửa, ngược với cái bay bướm, yếu điệu trong Mai Thảo, Nguyễn Thị Hoàng... thì Lữ Quỳnh như một chiếc cán cân dung hòa cho văn học miền Nam vậy. Lữ Quỳnh tên thật là Phan Ngô sinh năm 1942 tại Thừa Thiên - Huế. Sau khi tốt nghiệp trung học, ông theo nghề dạy học. Năm 1964 Lữ Quỳnh vào Trường Sĩ Quan Thủ Đức, học ngành hành chánh quân y, khóa 19. Ông từng phục vụ ở các Quân y viện Đà Nẵng và Qui Nhơn. Sau biến cố 1975, ông bị bắt tù cải tạo. Hiện Lữ Quỳnh sống và viết tại San Jose, Hoa Kỳ.

Dường như viết văn, làm báo, như một cái ách tròng vào cổ, buộc Lữ Quỳnh phải cày, kéo nó đi đến tận cùng của cuộc đời mình. Dù cuộc sống có những lúc nguy hiểm và bi đát nhất, ông cũng chẳng thể từ bỏ nó. Bằng chứng cho ta thấy, mới mười bảy tuổi Lữ Quỳnh đã cùng với Lữ Kiều, Trần Hữu Ngũ, Hoài Linh lập ra tạp chí văn học Gió Mai, tiền thân của tạp chí Ý Thức sau này. Và kể cả những năm tháng tù tội, cho đến nay, ở cái tuổi xưa nay hiếm, ấy vậy mà Lữ Quỳnh vẫn miệt mài viết, miệt mài sáng tạo, cộng tác với nhiều tạp chí trong và ngoài nước. Đọc những đoản văn, bài thơ của ông viết về bạn bè, trong thời gian gần đây, ai cũng phải rưng rưng. Tuy là người gắn bó máu thịt với văn chương, chữ nghĩa, nhưng có thể nói, Lữ Quỳnh không viết nhiều và viết tạp. Chính vì vậy, tác phẩm nào của ông cũng hay, và chắt lọc. *Sông Sương Mù*, tập truyện do Ý Thức xuất bản năm 1973 và truyện dài *Những Cơn Mưa Mùa Đông* do Nam Dao ấn hành năm 1974 tại Sài Gòn (và Thư Quán Bản Thảo, Hoa Kỳ tái bản năm 2010), tôi nghĩ, là hai tác phẩm văn xuôi tiêu biểu nhất cho bút pháp cũng như tư tưởng của Lữ Quỳnh.

Và cũng như nhà văn Trần Hoài Thư, càng lớn tuổi, nhất là sau 1975 Lữ Quỳnh đến gần hơn với thi ca. Văn Mới, Hoa Kỳ in ấn, phát hành những *Sinh Nhật Của Một Người Không Còn Trẻ* và (một phần) tâm huyết nhất của ông *Những Con Chữ Lang Thang Không Ngày Tháng*.

***Chiến tranh với đôi mắt nhìn trẻ thơ.**

Khi Trần Hoài Thư, Thế Uyên, Phan Nhật Nam... đang trực tiếp viết về thân phận người lính trong khói lửa đạn bom, thì Lữ Quỳnh quay bút về với cuộc sống, con người nơi hậu phương. Đọc Lữ Quỳnh, ta có thể thấy chiến tranh trải lên trang văn ở khía cạnh, góc nhìn khác, nhưng cũng vô cùng tàn khốc, đớn đau. Cái góc nhìn về chiến tranh từ hậu phương ấy, dường như không được các nhà văn quan tâm nhiều. Và gần đây nhất, tôi mới được đọc cuốn *Sợi Khói Bay Vòng* của cố nhà thơ Phạm Ngọc Lư, cùng viết về mảng nông thôn hậu phương trong chiến tranh. Thành thật mà nói, Văn học miền Nam không có *Mùa Hè Đỏ Lửa* của Phan Nhật Nam, thì đã có Truyện Từ Văn của Trần Hoài Thư, và ngược lại. Nhưng, nếu không có *Sông Sương Mù* và *Những Cơn Mưa Mùa Đông* của Lữ Quỳnh là một sự khiếm khuyết. Và nếu *Sợi Khói Bay Vòng* của cố nhà thơ Phạm Ngọc Lư có vị trí quan trọng đối với Văn học miền Nam về mảng nông thôn hậu phương miền Trung Cao Nguyên, thì *Sông Sương Mù* và *Những Cơn Mưa Mùa Đông* của Lữ Quỳnh cũng vậy. Với tôi, (đến lúc này) đây là những áng văn hay, giá trị nhất viết về nông thôn miền Trung xứ Huế, ngay từ ngày đầu cho đến kết thúc chiến tranh.

Sông Sương Mù được in trong tập truyện cùng tên, chưa hẳn là truyện ngắn hay nhất, nhưng nó lại chứa đựng hồn cốt, tư tưởng xuyên suốt sự nghiệp sáng tạo của Lữ Quỳnh. Tuy mặc áo lính, nhưng Lữ Quỳnh luôn đặt mình ra khỏi cuộc chiến để viết. Cái nhân đạo đến ngây thơ ấy, không chỉ ở ngoài đời, mà nó đi thẳng vào trang văn của ông. Cái tư tưởng chán ghét chiến tranh, dù có đứng ở phía bên nào cũng đều phi nghĩa, do vậy, với Lữ Quỳnh tình yêu con người không hề có ranh giới giữa hai mố cầu của chiến tuyến. Nói cách khác, là người lính nhưng Lữ Quỳnh không nhìn thấy kẻ thù, không nhìn thấy địch và ta, mà chỉ thấy con người với con người. Chính cái tư tưởng này, đã làm nhiều người đọc, kể cả đồng đội ông không hài lòng. Vâng, có lẽ Lữ Quỳnh cũng như nhạc sĩ Trịnh Công Sơn. Họ đến, hay buộc phải đón nhận chiến tranh, (nhưng) bằng tâm hồn nghệ sĩ của mình. Lòng tin con người gắn chặt trong tâm hồn, cho nên, họ nhìn nhận chiến tranh, chính trị một cách rất vô tư và ngây thơ. Thuộc thế hệ sinh sau đẻ muộn, nên tôi không quen biết, chưa một lần gặp gỡ Lữ Quỳnh, cũng như Trịnh Công Sơn. Nhưng gần đây có một số người cho rằng, nhạc sĩ Trịnh Công Sơn là Cộng Sản nằm vùng. Tuy nhiên, tôi không nghĩ như vậy, bởi mấy ông văn nghệ sĩ bụng để ngoài da này, lúc nào cũng ngơ ngác nhìn đời, (chỉ có thể làm chính em chứ làm chính chị thế nào được).

Thật vậy, xét về góc độ của người lính, có lẽ tư tưởng ấy đáng phê bình, nhưng trên khía cạnh văn nhân, nghệ sĩ nên vui mừng. Bởi, nếu không có cái nhìn và tư tưởng ấy, làm sao đẻ ra những: *Sông Sương Mù* và *Những Cơn Mưa Mùa Đông* hay đến như vậy, làm phong phú thêm cho nền Văn học miền Nam, cũng như nền văn học nước nhà.

Chúng ta hãy đọc lại đoạn kết dưới đây trong truyện ngắn *Sông Sương Mù*, để thấy được tấm lòng nhân đạo, tình người, cũng như tư tưởng của nhà văn từ cái nhìn rất trong sáng, trẻ thơ ấy:
"Bây giờ con bé mới hỏi:
- Cái gì thế chú?
Người lính nghĩ ngợi một lúc, rồi nói:
- Hình như xác địch ấy mà, hắn bị bắn chết đêm qua... Bé Phượng tần ngần một chút rồi không tránh được tò mò, nó kéo tay người lính chen vào đám đông. Bỗng con bé dừng hẳn lại. Nó vừa nhìn thấy chiếc mũ lưỡi trai bằng nỉ xám, rồi chỉ trong một giây sau thảng thốt nhận ra xác chết là người đàn ông, kẻ lạ mặt mà nó đã gặp một lần trên bến sông. Nó bỏ đám đông nắm tay người lính kéo đi. Nó buồn bã, lấy làm tiếc là lần trước không có sẵn hộp diêm cho bác ấy mồi điếu thuốc."
Dường như, Lữ Quỳnh luôn chọn một góc cạnh rất khác so với các nhà văn cùng thời, khi viết về chiến tranh. Đọc *Mùa Xuân Hư Vô* của ông, chợt làm tôi nhớ đến truyện ngắn Bãi Chiến của nhà văn Trần Hoài Thư. Tuy khác nhau về khung cảnh, thời gian, nhưng cùng được viết ở hậu phương, vậy mà sự tàn khốc, đau đớn đó, làm cho lòng người day dứt hơn nhiều lần so với nơi chiến trường. Tôi nghĩ, đây là một

sự chọn lựa rất khéo của nhà văn Lữ Quỳnh. Bởi, mảnh đất, đề tài, chất liệu này còn rất màu mỡ, ít được các nhà văn khác quan tâm, khai thác. Thật vậy, một đề tài, hay một công việc tưởng là nhỏ nhặt, ấy thế mà dưới ngòi bút của nhà văn, nó lại trở thành vấn đề lớn. Đoạn trích trong truyện ngắn Mùa Xuân Hư Vô của Lữ Quỳnh chứng minh cho điều đó:

"... Bây giờ không khí quanh nhà xác đã sôi động rõ. Thân nhân các tử sĩ đang kéo đến ngồi đứng la liệt một phía sân cỏ. Tiếng máy xe hồng thập tự nổ đều ở đầu sân đang chờ bỏ xác xuống. Thằng Kiên đi vào phòng lão Lang, thấy lão Lang đang khó nhọc kéo một cái xác ra khỏi bao ni-lông. Tiếng lão đều đặn:

– Mỗi người đến tìm xác chỉ khóc một lần, chỉ khổ cho tao phải nghe đến mãn đời...

Chết dễ quá mà. Kiên nhìn xuống lỗ đạn tròn vo đen thẫm trên ngực cái xác, thở dài. Lão Lang đang lấy vải quấn quanh xác chết, bó lại như một hình người bằng thạch cao, xong cùng thằng Kiên khiêng xuống đặt cạnh những cái xác khác đã liệm rồi. Lão Lang làm việc không vội vã. Mấy lít rượu đã vơi gần hết..."

Chiến tranh không chỉ dừng lại ở ngoại ô, nông thôn, mà đã đi vào thành phố. Không chỉ có Huế của Lữ Quỳnh đã chết, mà cả mùa xuân cũng không còn nữa. Chiến tranh và cái chết ấy, phi nhanh đến bất ngờ, văn không kịp ghi lại, Lữ Quỳnh buộc phải đến với thơ: *"Bạn bè như bóng mây/ Mùa xuân không pháo nổ/ Chỉ súng dội quanh ngày"* Mùa Xuân Ở Huế là một bài thơ như vậy của Lữ Quỳnh. Nó ra đời ngay sau tết Mậu Thân 1968. Với những hình ảnh ẩn dụ lạnh tanh xuyên suốt cả bài thơ: *"bây giờ thành phố đó/ lạnh nằm trên ngọn cây/ mùa xuân trong áo rét"*. Không lời cáo buộc, nhưng nó như một thông điệp gửi đến người đọc: Chính sự tàn nhẫn của con người dẫn đến sự tàn khốc của chiến tranh. Có thể nói, đây là một trong những bài thơ viết về chiến tranh hay nhất của Lữ Quỳnh. Và viết về chiến tranh, về cái chết, dường như khó có thể thơ nào chạm đến tận cùng nỗi đau, nhanh và thấu bằng thơ ngũ ngôn:

" ... bạn bè anh ngã xuống
chết đi như tình cờ
bây giờ thành phố đó

lạnh nằm trên ngọn cây
mùa xuân trong áo rét
———-
Ngày xưa anh đến trường
Ngày nay anh máu đổ
Rơi hồng trên quê hương
Bây giờ thành phố đó
Bạn bè như bóng mây
Mùa xuân không pháo nổ
Chỉ súng dội quanh ngày."

Buộc phải đi vào cuộc chiến, nhưng người lính, văn nhân ấy như thấy mình có lỗi trước đồng loại, trước đau thương, nỗi thống khổ của con người. Lời Xin Lỗi Trước Mùa Xuân được Lữ Quỳnh viết vào năm 1969, lúc chiến tranh bước vào giai đoạn ác liệt. Nó không chỉ là lời xin lỗi, thứ tha mà còn như một lời ru nhằm xoa đi nỗi đau của con người, cũng như lời nguyện cầu chấm dứt chiến tranh. Và có thể nói, tính nhân bản là một trong những đặc trưng điển hình nhất trong thơ văn Lữ Quỳnh:
"... Xin tha lỗi anh thêm một lần
hỡi em hỡi em-chỉ thêm một lần
vì đầu chiến tranh chưa vỡ
vì súng này chưa biến thành cành khô
để anh gởi tặng đám học trò
chiều tất niên đốt làm lửa trại
hy vọng xanh rờn cho tay em hái
sẽ không bao giờ còn một mình
nằm nghe gió quái đầu hiên
cùng nỗi nhớ anh chập chờn nước mắt."

Muốn có một cuốn sách hay, ngoài kỹ năng, bố cục... dứt khoát nhà văn phải có khả năng, có tài miêu tả diễn biến cũng như mâu thuẫn nội tâm nhân vật. Không phải là nhà nghiên cứu văn học, nhưng có thể nói, tôi đọc và nghiền ngẫm khá nhiều văn học miền Nam trước 1975 cũng như ở hải ngoại sau này. Thành thật mà nói, cho đến lúc này, cùng với nhà văn Trần Hoài Thư, nhà văn Trương Văn Dân (cư ngụ Italia với tiểu thuyết Bàn Tay Nhỏ Dưới Mưa)... Lữ Quỳnh là một nhà văn tài năng miêu tả nội tâm nhân vật, cũng như đưa hình tượng, hình ảnh vào trong tác phẩm của mình.

Tác phẩm giá trị, và hay nhất của ông, với tôi phải là *"Sông Sương Mù"* cũng là tác phẩm tiêu biểu của Lữ Quỳnh. Nhưng rạch ròi phân tích và đánh giá, truyện dài *Những Cơn Mưa Mùa Đông*. Đây là cuốn sách được viết rất cô đọng, lời văn thâm trầm, sáng và đẹp. Ngoài sự xung đột mâu thuẫn nội tâm nhân vật, ta còn thấy thân phận, hoàn cảnh oái ăm của người phụ nữ trong chiến tranh. Cái dục vọng ham muốn ấy của chị như dòng nước lũ cuốn phăng đi sự nhẫn nhịn bảy năm chờ chồng, một cán bộ Cộng Sản cao cấp, khi chị bắt gặp ánh mắt của người sĩ quan đậu lâu trong mắt mình: *"Chị bối rối nhìn xuống, và cũng kịp nhận ra ánh mắt của y đã đậu lâu trong mắt chị"*. Dùng hình ảnh ẩn dụ con đê, lũ cuốn để so sánh, miêu tả cái dục vọng ham muốn của con người, cứ tưởng rằng khốc liệt, nhưng đằng sau đó lại là sự lung linh và mềm mại. Quả thật, đọc đoạn văn này, tôi không thể không bật ra câu: Lữ Quỳnh có trí tưởng tượng thật phong phú.

Và có thể nói, Sex trong tình yêu, hay trong văn chương nó chỉ là một thứ gia vị, vừa đủ cảm thấy hay và ngon, ngọt. Và không phải đến bây giờ, mà trước đây đã có một số nhà văn, hoặc phim ảnh quá lạm dụng Sex để câu khách, câu người đọc làm cho nó trở nên nhớp nháp. Nhưng đọc Lữ Quỳnh, ta thấy nó hoàn toàn khác.

Thật vậy, đoạn văn nêm nếm vừa đủ gia vị, và đầy hình ảnh ẩn dụ dưới đây của ông, không chỉ cho người đọc thấy Sex với cái đẹp gợi cảm, mà còn thấy nỗi buồn cùng những điều nghịch lý của chiến tranh:

"... Cái cảm giác đó đã chết trong chị từ bảy năm qua bây giờ đang trở về khốc liệt trong vòng tay kẻ khác. Chị biết con đê cuối cùng ngăn dòng nước lũ sắp vỡ. Chị biết rõ ràng điều đó, khi chị nhận ra những ngón tay chị đang bấu riết đôi vai người đàn ông.

Y dìu chị bước qua một ngưỡng cửa. Căn phòng không có ánh sáng, nhưng ánh sáng từ phòng ngoài chiếu vào cũng đủ cho chị nhận ra những gối chăn trải sẵn trên giường. Còn gì quyến rũ hơn các thứ đó, khi hai người đã điên cuồng trong cảm giác.

Người đàn bà ngã xuống giường. Chị buông thả cho bàn tay y tự do trên các hàng nút áo quần chị. Chị biết con đê cuối cùng đã vỡ. Nước cuồn cuộn trào ra..." (Những Cơn Mưa Mùa Đông – trang 40)

Có thể nói, không riêng *Những Cơn Mưa Mùa Đông*, mà dường như những tác phẩm nào của Lữ Quỳnh viết trong thời gian này, đều đưa ra những nghịch lý, mâu thuẫn tư tưởng của con người ở đằng sau cuộc chiến, rồi từ đó tìm ra lời lý giải, mở ra một lối thoát. Lời văn rất đẹp trích từ "*Những Cơn Mưa Mùa Đông*" như một câu hỏi tu từ về nghịch lý được đặt ra. Và từ đó mở ra cho ta thấy, tài năng miêu tả diễn biến tâm lý con người của Lữ Quỳnh:

"... Tại sao những người đã chịu nhiều cơ cực lại phải gánh thêm không biết cơ man những cơ cực khác? Vũ đưa cả hai tay ra ngoài song cửa nắm lấy nhau, còn trí óc thì cứ cuồn cuộn những ý nghĩ vẩn vơ như thế. Chợt Vũ lắng tai nghe từ phía xóm xa vọng đến tiếng gà gáy, như một giấc mơ vọng về. Đã lâu lắm rồi hắn không được nghe những âm thanh quen thuộc đó, giờ thì những âm thanh đó cứ eo óc mãi, như từ một cõi xa xăm nào vọng về. Một làn gió buốt thổi vào song cửa cùng với đợt mưa quất vào mặt làm hắn rùng mình, co rút người lại..."

Khi nhà văn, người lính Lữ Quỳnh lột được bộ mặt thật của những kẻ gây ra cuộc chiến, thì lối thoát đã được mở. Từ đó, lòng tin, và nhãn quan của ông hoàn toàn thay đổi. Và từ cái nhìn trẻ thơ ấy, đến hành động đoạn tuyệt, phân biệt rõ ràng, tốt xấu, địch ta, quả thực là một thời dài của nhận thức tư tưởng từ thấp đến cao của nhà văn:

"- Mày biết tao đã quá chán những tiếng hy sinh, chiến thắng này nọ biết chừng nào không? Có tiếng nào đẹp đẽ thì cứ khoác thêm vào, khoác hết vào mình, còn ở nhà cha mẹ có già, có mù lòa cũng mặc, con có cầu bơ cầu bất thế nào cũng chẳng cần biết tới. Vinh quang quá phải không? Hy sinh quá phải không?... Tao coi cha mày như không phải con tao..." (Những Cơn Mưa Mùa Đông –trang 75)

Có lẽ, đã quá muộn khi Lữ Quỳnh nhận ra bản chất, bộ mặt thật của cuộc chiến chăng? Cái ngây thơ, tin người ấy của ông cũng giống như Trần Hoài Thư phải trả một cái giá quá đắt. Nhà tù cải tạo hẳn là nơi ông phải đến. Nếu sau cuộc chiến, từ thái độ đi đến hành động của nhà văn Trần Hoài Thư đã hoàn toàn thay đổi, dù có thể mang một chút vô thức, tiêu cực: *"Nó cũng thâm độc hơn bất cứ một sinh vật nào. Nó đái lên những con cá lóc cá trê nó câu được trước khi nạp phần cho cán bộ quản giáo. Nó thầm lén phạt đứt cọng mạ non thay vì làm cỏ. Nó chửi thề khi hắn ngồi nghe chính trị viên lên lớp"* (Trần Hoài Thư); thì dường như Lữ Quỳnh vẫn vo tròn những suy nghĩ, trong cái thán ca thời cuộc và số phận của mình. Tôi nghĩ, đây là cái mâu thuẫn lớn nhất trong tư tưởng Lữ Quỳnh, và chỉ có ông mới có thể gỡ bỏ nó:

Bỗng một ngày ta không còn là ta
tương lai như con diều đứt dây chúi đầu xuống vực
sáng vào rừng rút mây đẵn gỗ
chiều về nặng trĩu vai
vác cây đời thánh giá
đêm nằm canh giấc mơ
sợ những điều giả trá
chập chờn bóng quỷ ma.
———
Ta mất ngủ hằng đêm
chờ tiếng chim não nuột
cơm không có ăn
lấy gì cho cục
đời tù buồn
chim cũng quá buồn sao?
(tiếng chim lạ ở trại tù Cồn Tiên)

Có thể nói, con người, cũng như văn thơ Lữ Quỳnh đã đi qua cuộc chiến mấy mươi năm đau thương nhất của dân tộc. Có lẽ, với ông, đó là một cuộc chiến vô nghĩa, mà cả thế hệ ông bị ném vào đó, chém giết nhau một cách man rợ. Do vậy, dù khoác áo lính, nhưng tư tưởng chán ghét chiến tranh hằn sâu trên những trang viết của ông. Và trải qua những biến cố của xã hội và con người, nhận thức tư tưởng ông đã đổi thay. Tuy nhiên, nhân vật trong thơ văn ông ít khi nổi nóng, mà luôn ở cán cân dung hòa. Phải chăng đó là cái tạng viết của ông như vậy?

*Tình yêu, một tiếng chuông vọng về.

Đi sâu vào nghiên cứu, ta có thể thấy, tình yêu trong thơ văn Lữ Quỳnh, kể cả tình yêu đôi lứa luôn chất chứa một nỗi buồn, lặng lẽ và mang mang hồn cổ phong. Dường như, không có thi nhân nào là không có bài thơ viết về mẹ. Lữ Quỳnh cũng vậy, ông không nằm ngoài cái lẽ thông thường ấy. Áng Mây Vàng là một bài thơ viết về mẹ hay "...*giọt nước đựng trời mây... một năm rồi mười năm/ chỉ dài như hơi thở*" làm tôi chợt nhớ đến bài thơ Vi Mô và Vĩ Mô của Trần Mạnh Hảo: "*Nhưng trong giọt sương ấy/ Có bao nhiêu mặt trời?*". Mẹ đã đi xa, nhưng hình bóng, nụ cười về mẹ hay và cảm động của Lữ Quỳnh. Đọc bài thơ, và những câu thơ có tính triết học: bao dung vẫn còn đó. Dù tóc bạc, nhưng tình yêu, nỗi nhớ ấy, như tiếng chuông tịnh niệm vọng về trong con:

"*giọt nước đựng trời mây
tàn hương bay lấp lánh
lắt lay bóng mẹ về
tóc con chừ điểm bạc
tám năm ngày mẹ đi
vẫn nụ cười trên mộ
trần gian đường gập ghềnh
hoàng hôn đời lệ nhỏ
một năm rồi mười năm
chỉ dài như hơi thở
thanh tịnh quang chân tâm
áng mây vàng tưởng niệm*"

Nỗi buồn của tình yêu, của con người cứ luẩn quẩn, vòng quanh như: "*Chiếc xe buýt chạy vòng không bến đỗ*". Bởi, ngã tư đường đã bịt lối em đi. Và cũng chẳng có chuyến xe nào chở hết được nỗi buồn của em. Không còn trẻ nữa, nhưng anh vẫn là đốm lửa, như tiếng chuông chiều vọng lại trong em. Có thể nói, thơ tình Lữ Quỳnh buồn, nhưng ấm áp, và không bi lụy. Ông luôn mở một con đường, một lối thoát. Chiều Mưa Trên Thành Phố Nhỏ, là một bài thơ điển hình như vậy của ông. Ta đọc lại đoạn trích dưới đây để thấy rõ điều đó:

"Em quấn khăn quàng cổ màu xanh
Như tranh Đinh Cường thời thiếu nữ
Tôi không còn trẻ để cầm tay em nữa
Nhưng lòng luôn sẵn lửa cho em
Và tình luôn ấm áp trong tim
Để sưởi em ngày đông tuyết giá
Tội nghiệp những con đường xe qua buồn bã
Không bóng người chỉ bong bóng mưa xao..."

Tôi không rõ, bài thơ: Từ Em Thiếu Phụ, có phải Lữ Quỳnh viết tặng cho vợ của mình hay không? Nhưng có thể nói, đây là một trong những bài nói về tình yêu, tình nghĩa phu thê, với lời thơ đẹp, giàu hình ảnh so sánh ẩn dụ hay nhất mà tôi đã được đọc. Nhịp của bài thơ làm cho tôi nhớ đến bài Ngày Xưa Hoàng Thị của Phạm Thiên Thư. Thơ bốn chữ dễ làm, nhưng khoảng cách từ thơ đến vè rất gần, nếu người viết không có tài:

"Em vẫn đi về
Dòng sông ký ức
Vầng trăng đại vực
In bóng thuyền tôi
Tóc em mây trôi
Trên sông áo lụa
Thuyền tôi hạt lúa
Vàng lung linh vàng
Một chuyến đò ngang
Sông xưa mất ngủ
Từ em thiếu phụ
Lúa vàng thôi trôi..."

Đọc và nghiên cứu, ta có thể thấy, tình bạn có vị trí rất quan trọng trong thơ văn Lữ Quỳnh. Không chỉ những đoạn văn xuôi, mà trong thơ ông cũng đầy ăm ắp tình bạn, tình đời. Lấy tính từ mồ côi (cha mẹ) để đưa so sánh khi mất bạn bè, bạn bè lúc tuổi già, thì quả thật tình bạn đối với ông quan trọng và nâng niu biết nhường nào: "Thèm rượu mà ta không uống được/ Bạn thì xa, tri kỷ cũng đi rồi/ Tay với trời cao không thấu nổi/ Tuổi già mất bạn cũng mồ côi". Lữ Quỳnh viết nhiều về Họa sĩ Đinh Cường, từ văn đến thơ bài nào cũng hay, và cảm động. Nhưng *Chép Một Tờ Kinh*, tôi nghĩ, là một bài thơ hay nhất về cả nội dung lẫn nghệ thuật. Và qua hồn vía của bài thơ, cho ta thấy dường như Lữ Quỳnh đang quay về với cổ thi, và đến gần hơn với Phật pháp. Bức tranh tĩnh, nằm trong bài thơ lặng. Với thủ pháp chấm chia tách câu thơ, tạo ra khoảng lặng của tâm trạng. Tuy độc đáo, nhưng thủ pháp này không phải mới, bởi trước đây các nhà thơ như Xuân Diệu, Chế Lan Viên… đã sử dụng. Và gần đây ta bắt gặp nhiều trong thơ Du Tử Lê. Và đọc bài thơ này, tưởng như Lữ Quỳnh đang xem tranh Đinh Cường, nhưng không phải vậy, ông đã vẽ lại bức tranh của bạn bằng thơ đấy:

"mở trang kinh. chỉ thấy mây
thiền tâm thanh tịnh niệm ngay di đà
tranh hoàng hôn. cảnh tuyết sa
giọt vàng giọt đỏ. nhạt nhòa giọt tôi
mở tờ kinh. chẳng có lời
quang minh thanh tịnh chiếu soi cõi người
giấc yên. trời lặng. xanh trôi
chép mừng tranh mới. sáng ngời chân như"

Bài Tháng Tư là một trong nhiều bài thơ Lữ Quỳnh viết về nhạc sĩ Trịnh Công Sơn, một người bạn thân tình. Khi ông trở về, thì bạn không còn nữa. Một sự trống vắng, với nỗi đau và chán chường tưởng đến tuyệt vọng. Hai ly rượu còn đây, nhưng bạn đã đi vào sương khói. Những câu thơ cổ kính này của Lữ Quỳnh, quả thực tôi phải rón rén khi đọc, nhưng vẫn tưởng chừng đã vỡ:

"… hai chiếc ly thủy tinh
lóng lánh rượu vàng
giữa sương khói-khói hương
đêm tĩnh lặng
nhẹ nhàng cụng ly
mơ hồ nghe cổ đắng
anh bên kia núi
gõ nhịp lãng du
hát mệt nhoài cát bụi."

Càng lớn tuổi, dường như thơ Lữ Quỳnh đến gần với Đạo giáo hơn. Sự tĩnh lặng cùng tính triết lý tạo nên nét riêng biệt trong thơ ông. Và ngồi xuống ghế, bập vào thơ ông, khi chưa tới trang cuối, thì khó có thể dứt ra được.

***Tính thời sự, xã hội.**

Thật là sai lầm, hoặc đọc không kỹ, nên một số người cho rằng, thơ văn Lữ Quỳnh không (hoặc rất ít) đi vào đề tài thời sự, xã hội. Có thể nói, ngay từ khi còn rất trẻ, thơ văn của ông đã gắn với thế sự, xã hội. Ông luôn đứng về phía lẽ phải, với nỗi khổ đau của con người. Bài thơ Ngọn Đuốc Nào được Lữ Quỳnh viết năm 1966, khi ông vừa tròn 24 tuổi. Có lẽ, lúc đó ông chưa ý thức rõ ràng về chính trị. Nhưng trước độc tài của chính quyền, tình yêu nước, yêu đồng bào đã cho ông một ý chí, nghị lực để viết nên bài thơ rất rắn rỏi, và già giặn. Phải nói, ít khi tôi được đọc một bài thơ thế sự hay và thâm sâu đến như vậy:

"Tôi ngồi đó thân già như cổ thụ
Nỗi hờn căm làm chảy máu tâm hồn
Quá khứ đỏ trong từng đêm thức ngủ
Và bây giờ lòng cũng lửa vây quanh."

Không dừng lại ở đó, ngòi bút của Lữ Quỳnh còn chọc thẳng vào cái ung nhọt của xã hội, với cái thói lưu manh, bẩn thỉu, đê hèn của những kẻ đương chức, có quyền. Tuy là đoạn văn giễu, gây ra những tiếng cười dưới đây trong truyện Người Ngồi Đợi Mưa, nhưng cũng đủ làm cho người đọc hiểu thêm tính thời sự, cũng như chí khí của kẻ sĩ trong văn thơ, và con người Lữ Quỳnh:

"Hắn chợt thấy cột đèn và ghé lại mở cúc quần đứng đái. Tuổi già là gì? Tuổi già là nước đái vàng như rượu whisky mỗi tối. Là những thằng bụng phệ tuổi mới bốn năm mươi sống đời bẩn thỉu như trâu bò, ham chơi cờ bạc suốt đêm, đến sáng về gọi xe tăng hộ tống. Là những tên khôn vặt từng làm chó săn cho thực dân, đế quốc. Là biết nói tiếng lóng: yêu nước, yêu dân, công bằng, dân chủ...".

Đề tài chủ quyền đất nước cũng luôn nóng hổi trong thơ văn Lữ Quỳnh. *Hoàng Sa, Nỗi Nhớ*, tuy chỉ là những câu thơ tự sự, trách mình, nhưng người đọc lại cảm được sự nhu nhược, đê hèn, đồng lõa của những kẻ cầm quyền miền Bắc, ngay từ đầu năm 1974 khi giặc Tàu đánh chiếm Hoàng Sa:

"... Tôi xin lỗi
rất đau lòng nhưng phải nói ra
ngày mất Hoàng Sa

*chỉ nửa nước đau thương căm hờn lũ giặc
chỉ nửa nước sục sôi niềm đau mất đất..."*

Hai đoạn thơ so sánh nỗi khổ đau của người dân Nhật và Việt, để truy tìm ra kẻ phải gánh vác trách nhiệm, trong bài thơ Trường Sa, Fukushima, nếu trong toán học, có thể gọi là định lý bắc cầu được chăng? Bởi, trong thơ thế sự, Lữ Quỳnh thường không kêu tên, gọi thẳng, mà dường như ông thông qua hiện tượng này, khơi ra bản chất sự việc khác. (Một nghệ thuật so sánh ẩn dụ, hoán dụ ta thường gặp trong thơ thế sự của Lữ Quỳnh). Thật vậy, thiên tai, người Nhật kiên cường vượt qua nỗi đau. Còn tại sao dân Việt phải âm thầm vượt qua nỗi đau, khi giặc cướp tàu và giết người? Và định lý bắc cầu ấy, đã vạch ra cái vô trách nhiệm, nhu nhược của nhà cầm quyền đương thời. Vâng, đó chính là điều Lữ Quỳnh muốn chuyển tải trong bài thơ này:

*"... sóng thần động đất
quỷ dữ thiên tai làm sao tránh được
dân Nhật kiên cường vượt nỗi đau
bọn giặc giết ngư dân
cướp tàu thuyền lộng hành giữa biển
dân Việt âm thầm chịu nỗi đau..."*

Khi đọc và nghiên cứu, quả thực tôi cảm phục Lữ Quỳnh, bởi, dù sống ở chế độ Cộng Hòa, hay Cộng Sản ông cũng đều chĩa bút về phía chính quyền. Tuy không gay gắt, nhưng ông không hề khoan nhượng.

Đối lập với chính quyền là điều quan trọng bậc nhất đối với một người cầm bút. Nó không chỉ nhằm vạch ra những yếu khuyết của chính quyền, thúc đẩy xã hội phát triển hơn, mà còn là thước đo nhân cách của một nhà văn.

Vâng, điều kiện ấy, đặc tính ấy từ thấp đến cao, ta đã tìm thấy trong thơ văn, cũng như con người Lữ Quỳnh. Chính vì lẽ đó, đã giúp tôi cầm bút viết về ông: Nhà văn Lữ Quỳnh.

Leipzig ngày 12-7-2017
Đỗ Trường

TRẦN THỊ NGUYỆT MAI
Đọc Vài Truyện Ngắn Của Lữ Quỳnh

Theo trang *vanchuongviet.org*, Lữ Quỳnh là bút hiệu của Phan Ngô, sinh năm 1942 tại Thừa Thiên - Huế. Thân phụ ông mất sớm, lúc một tuổi. Lúc nhỏ phần lớn ông sống tự lập. Là học sinh Quốc Học-Huế năm 1959-1962. Dạy học, trường Bán công Vinh Lộc 1962-1963. Cựu Sĩ Quan VNCH (Khóa 19 Trường Bộ Binh Thủ Đức, ngành Hành Chánh Quân Y). Sau 1975, ông "học tập cải tạo" ở trại Cồn Tiên, Ái Tử (Quảng Trị). Cùng gia đình định cư tại Hoa Kỳ từ năm 2000.

Ông viết rất sớm, là một trong ba sáng lập viên (gồm Ngy Hữu, Lữ Kiều và Lữ Quỳnh) đầu tiên của tạp chí Ý Thức, hậu thân tờ Gió Mai ở Huế 1958. Ngoài ra, ông còn cộng tác với Nhật báo Công Dân-Huế (1960-61), Tạp chí Phổ Thông (1960), Mai (1961), Bách Khoa (1962), Khởi Hành, Thời Tập (1972) [trong nước]. Và Văn Học, Hợp Lưu, Khởi Hành, Tân Văn... [ở hải ngoại, từ 2001].

Giở lại tạp chí Ngôn Ngữ từ những ngày đầu, tôi chọn đọc vài truyện của ông để giới thiệu cùng độc giả.

1) **Có Một Ngày Không Đi Đâu Không Về Đâu**
(Ngôn Ngữ số 3 – tháng 9/2019)

Buổi sáng Thuận đi ngang nhà in, nhưng không thấy lão Mùi ở đó. Lão vội vã đi vào Nam từ sáng sớm vì đứa con trai của lão đã chết trận. Bởi vậy lão không thể thực hiện được ý định mà lão mãi ôm ấp, *"một mai khi hòa bình, mấy đứa con của tao có sống sót trở về, tao bắt chúng á khẩu mười năm... Để suy nghĩ. Để tưởng niệm. Và hành hạ chính bản thân mình, chính cuộc sống của mình. Sống sót giữa thời buổi này đối với tao là có tội, đã là không phải rồi. Đúng thế, phải khổ hạnh,* phải á khẩu mười năm. Nhất là mấy đứa con tao đã tham dự vào cuộc chém giết này."

Có một ý tưởng rất nhân bản trong truyện, *"Cuộc chiến nào rồi cũng phải đến ngày tàn lụi, mà dù cho bên thắng hay thua, cũng đều là thất bại cả; vì nỗi đau của những bà mẹ mất con, người vợ mất chồng của phía nào cũng như nhau, cũng là nỗi đau chung, cùng một dòng nước mắt."*

2) **Một Ngày Ở Một Thành Phố**
(Ngôn Ngữ số 7 – tháng 5/2020)

Cả mấy năm nay Thảo chưa về thành phố. Nay được phép trở về thăm anh là thiếu úy Đức bị thương để tận mắt chứng kiến bộ mặt đổi thay theo thời cuộc nơi thành phố cũ. Chàng đứng thật lâu nơi ngã tư phi trường nhưng không đón được xe. Cuối cùng một anh "xe thồ" trờ tới mời chàng. Đó là ngạc nhiên đầu tiên khi chàng trở lại.

Ngồi sau lưng, chàng hỏi chuyện và được biết người tài xế này là một công chức, chạy xe thồ ngoài giờ làm việc để kiếm thêm tiền nuôi sống gia đình vì vật giá tăng cao thấy rõ. *Mười năm trước lương dư xài, nhưng bây giờ thì không đủ cho nửa gia đình ăn mà sống, không ai biết cho điều đó hết. Không ai nghĩ tới lũ chó chết này đã sống bằng cách nào, nên có đứa đã đi ăn cướp, ăn trộm. Tôi có lương tâm, mới làm phụ nghề này...*

Chàng vào Quân y viện thăm anh Đức. Anh "may mắn" thoát chết chỉ bị mảnh đạn B40 găm vào mạn sườn bên phải, bay mất miếng thịt nơi cánh tay và luôn cả cùi chỏ nữa. Đức hằn học, *"Ở thành phố này bẩn quá, ban đêm mình dẫn lính đi phục kích vất vả, thỉnh thoảng nhìn máu anh em, nhìn nước mắt vợ con anh em, ngày này tiếp ngày khác cứ sống như vậy để bọn người trong thành phố làm giàu, bọn trí thức tham nhũng, bọn trai gái đua nhau làm sở Mỹ và sống cuồng loạn. Tởm lắm cậu ạ. Trong sự hy sinh cho tổ quốc, sá gì một đời sống cá nhân bé nhỏ, nhưng cái gì cũng vừa phải. Đừng để cho những kẻ như bọn mình phải chán nản, thất vọng quá, có phải thế không?"* Thảo nói với anh, *"Như vậy là may rồi. Còn sống để chờ hòa bình đến."*

Rồi Thảo ghé thăm người bạn tên Dân, người thư ký xã năm xưa phất lên nhờ đi làm sở Mỹ, nên chẳng hề muốn người Mỹ sớm rút và chiến tranh chấm dứt. Chàng chán nản khi thấy, *"Hình ảnh của những người lính chết ngoài mặt trận, của dân chúng quần quại trong các cuộc pháo kích chắc chắn không làm một số người lưu tâm bằng những ngày 15, 30 mỗi tháng cầm trên tay những đồng đô la đỏ"*. Để rồi sáng sớm hôm sau, chàng rời nhà Dân và đổi ý định lúc đầu: ghé thăm anh Đức thêm một lần nữa và xin phương tiện trở về đơn vị ngay. Chàng không muốn ở lại thành phố này thêm phút giây nào nữa.

3) **Một Người Tù Lãng Mạn**
(Ngôn Ngữ số 10 – tháng 11/2020)

Truyện có bối cảnh tại một vùng biển thời Việt Nam Cộng Hòa với ba nhân vật: người tù nguyên là cán binh cộng sản, người quân cảnh và cô gái điếm từng có một đứa con trai với người lính viễn chinh Hoa Kỳ.

Một người tù chính trị đã ở tù trên bốn năm, cảm thấy chán ngấy với việc hàng ngày được lặp đi lặp lại là ăn, ngủ, làm tạp dịch. Vào một ngày *"hắn cảm thấy tuyệt vọng vô cùng, ... nhìn mảnh trời xanh bị cắt xén bởi mái tôn nhà ngục và hàng cây chi chít dây kẽm gai mà mơ tưởng tới hình ảnh thân yêu đã có trong quá khứ, vì tương lai với hắn thì mù thẳm."* Hắn đã hỏi chuyện sinh hoạt bên ngoài với người quân cảnh và bày tỏ ước muốn *"được rời khỏi những vòng rào dày kẽm gai này trong chốc lát để đi một vòng trên bãi cát, đi bằng chân không, bước rất chậm rãi... rồi sau đó chắc chắn sẽ trở về lại đây..."*

Người tù đã được toại ý. Đêm đang xuống. Từng bước chậm rãi trên biển đêm, hạnh phúc òa vỡ, hắn hít đầy lồng ngực gió biển và nhận thấy phía xa là một quán nhỏ. Hắn đến đó và gọi một tách cà phê. Rồi hắn bắt gặp một người đàn bà ngồi một mình ở bàn bên cạnh. Hắn ngỏ ý được ngồi cùng nàng. Qua câu chuyện trao đổi, hắn được biết thiếu phụ là một gái điếm có một đứa con trai hiện sống với người bố là lính viễn chinh tại Hoa Kỳ. Sau cùng người đàn bà trả tiền cà phê cho hắn và tiễn chân hắn một quãng đường trở lại nhà tù.

Khác với kịch bản *"Con Sâu Trong Mắt"* của Lữ Kiều, người bạn rất thân của Lữ Quỳnh, các tù binh cộng sản họp hành, đấu tranh, đả đảo giám thị, tìm cách đào hầm vượt thoát... Trong truyện ngắn này, Lữ Quỳnh đã xây dựng một người tù thật hiền và thật lãng mạn. Chỉ xin ít phút làm người tự do được đi trên cát mềm, hít thở gió biển, hứa sẽ trở lại nhà tù và chờ đợi ngày trao đổi tù binh để được tự do. Có thật có một người tù như thế? Và có thật có một người quân cảnh dám thả lỏng một cán binh cộng sản trong vài giờ mà không sợ người ấy sẽ trốn thoát?

Lữ Quỳnh đã để cho tiếng nói nhân bản cất lên *"... hạnh phúc ngợp ngàng như hắn đã có trong đêm nay, khi với hai bàn chân trần dẫm lên mặt cát ướt, khi với buồng phổi khô hít đã không khí tự do không hận thù của đại dương. Hắn không biết ngày đó giữa con người và con người có còn nhìn nhau bằng tâm hồn phẳng phiu, không nghi ngại, không đề phòng, như của một con điếm và tên tù binh đối nghịch đang có đêm nay trên bờ biển này?"*

Nơi đây xin đa tạ nhà văn Lữ Quỳnh đã cho tôi đi ngược về quá khứ thấy lại những cảnh quan và tâm tình người miền Nam trong thời chiến. Để càng biết ơn bao Người Lính thế hệ Cha Anh đã hy sinh cả tuổi thanh xuân lẫn xương máu cho người dân được sống yên bình. Làm sao không xúc động trước lòng nhân ái của người quân cảnh VNCH đối xử với tù binh bằng tình người, khác hẳn với tình trạng "học tập cải tạo" thời sau 1975. Bị buộc lao động nặng nhọc, luôn trong tình trạng *ăn không đủ no, đói không đủ chết* và bị hạ nhục. Tôi cũng đã từng đọc trong văn và cả nghe lời anh Trần Hoài Thư thuật những chuyện có thật như anh đã từng mời người tù thương binh phía bên kia điếu thuốc, hoặc thả trái khói thay vì lựu đạn xuống hầm trú ẩn ở vùng xôi đậu nơi chỉ có người già, đàn bà và trẻ nhỏ, không một bóng dáng đàn ông. Tôi cũng nhớ tới những lời thơ đầy tính nhân bản rất tuyệt vời của Cao Tần:

*Nếu mai mốt bỗng đổi đời phen nữa
Ông anh hùng ông cứu được quê hương
Ông sẽ mở ra nghìn lò cải tạo
Lùa cả nước vào học tập yêu thương*

*Cuộc chiến cũ sẽ coi là tiền kiếp
Phản động gì cũng chỉ sống trăm năm
Bồ bịch hết không đứa nào là ngụy
Thắng vinh quang mà bại cũng anh hùng
(Cao Tần – Mai mốt anh trở về)*

Mãi mãi trái tim nhân bản của người miền Nam là kim chỉ nam trong mọi tình huống. Có gì đẹp hơn tình người đối với người chỉ bằng tình yêu thương chân thật?

Trần Thị Nguyệt Mai
31.07.2024

ĐỖ HỒNG NGỌC
CẢM NGHĨ NHÂN ĐỌC
SINH NHẬT CỦA MỘT NGƯỜI KHÔNG CÒN TRẺ CỦA LỮ QUỲNH, VĂN MỚI 2009

Xếp tập thơ lại, tôi bần thần cả một buổi chiều. Và bỗng nhiên, một câu thơ của Vũ Hoàng Chương – dịch Hoàng hạc lâu của Thôi Hiệu - hiện về trong trí nhớ: "Đừng giục cơn sầu nữa sóng ơi" (Yên ba giang thượng sử nhân sầu)!

Thơ Lữ Quỳnh với tôi là những làn sóng lắt lay của một thời trẻ dại. Cùng một lứa bên trời đọc Lữ Quỳnh tôi như đọc chính mình. Một nỗi buồn mênh mông, dằng dặc. Bài thơ nhỏ của anh trở thành một đề từ: *Sinh nhật tôi/ Một ngày tháng chạp/ Những ngọn nến thắp/ Là hồi ức buồn...* Tháng chạp, ấy là thời điểm của năm sắp qua, ấy là giờ khắc của hối hả, của vội vàng, và của những cơn gió bấc buốt lạnh, se lòng trước những tà áo trắng tan trường về... Và thơ anh, những bài thơ của mùa gió bấc đó, của tháng chạp đó, là những câu thơ quặn thắt...

Tôi cùng em đứng đợi dưới mưa chiều
Bên kia đường nghĩa địa đìu hiu
Bia mộ liêu xiêu mịt mù trong gió
(Chiều mưa trên thành phố nhỏ, tr 14)

Rồi chỉ vài trang sau đó thôi đã thấy ở một bài thơ khác của anh:

Nghĩa địa mùa này trơ mộ chí
Xe tang nào lặng lẽ chở hoàng hôn...
....
Tay với trời cao không thấu nổi
Tuổi già mất bạn cũng mồ côi...
(Trái của đời dù đắng, tr 19)

bởi trong giấc mơ anh đã thấy: *Có tiếng vỗ tay râm ran/ Trên từng hàng ghế trống/ Lạnh lẽo gió thiên đường...*" (Giấc mơ, tr 57)

Và vậy đó, những bài thơ gần đây nhất của Lữ Quỳnh mang một nỗi buồn hoàng hôn, mà tôi gọi là nỗi buồn "nhật mộ", lúc mà người ta thường phải sắt se tự hỏi như Thôi Hiệu: "*hương quan hà xứ thị?*" (Hoàng hạc lâu). Cái hương quan hà xứ này hình như ta chỉ chạm mặt giữa hoàng hôn, những hoàng hôn tím biếc, những chập chùng khói sương, bến bờ vực thẳm. Đinh Cường có lần nói với tôi gần hai mươi năm trước: Một lần kia đứng nhìn thác Niagara, tự nhiên *moi* muốn nhảy xuống như "con diều bay cho vực thẳm buồn theo..." (TCS). Cái vực thẳm buồn theo đó cũng là cái vòm cao "trắng một màu mây vạn vạn đời" – bạch vân thiên tải không du du - nọ, khi người ta bỗng quay quắt tự hỏi mình: tôi là ai mà còn trần gian thế? Cho nên tôi không lạ khi Lữ Quỳnh viết: *Ký ức sá gì mây trắng nữa* (Đường vạn dặm, tr 33)! Cái "hương quan hà xứ" mà Thôi Hiệu nói đến chắc chắn không phải là cây đa bến nước con đò mà là một thứ quê hương nào khác, cái mà TCS bảo: "chẳng biết nơi nao là chốn quê nhà..." kìa!

Những bài thơ của Lữ Quỳnh dù có được ghi ngày tháng hay không ghi ngày tháng vẫn là một dòng chảy xuyên suốt: một nỗi buồn dằng dặc khôn nguôi của thân phận con người như thế đó. Không có gì khám phá mới mẻ trong hình thức hay nội dung thơ ở đây đâu- đừng tìm cho mất công- mà chỉ là những ngậm ngùi ngợi than "hình hiện" nên lời. Chỉ có thế và chỉ cần thế với thơ.

Nỗi buồn của tuổi trẻ, tuổi đôi mươi mà *Lúc mở mắt chào đời/ Quê hương bừng khói lửa/ Tôi cúi nhìn thân tôi/ Lớn lên bằng uất hận...* (Tuổi đời, tr 96), đã thấy biết mình "thân già như cổ thụ" (tr 94) thì khi thổi những ngọn nến tháng chạp tuổi này người ta có quyền trẻ, trẻ không ngờ, như một bức tranh hồn nhiên của Picasso.

Có một bài thơ không ngày tháng của Lữ Quỳnh như một nỗi hồi sinh, một lần cứu rỗi: ... *Tóc trắng mây bay lòng mới lớn/ Từ em anh chợt tuổi hai mươi...* (Tình thoáng, tr 68).

Đinh Cường trong một bức tranh minh họa, đã ghi lại hai câu thơ của Lữ Quỳnh: Lòng có trải ra trăm nghìn bến / Thì đìu hiu buốt giá thêm thôi...

Tôi không tin vậy. Cho nên chiều nay ở nơi quê nhà đọc Lữ Quỳnh tôi bỗng kêu lên: "Đừng giục cơn sầu nữa sóng ơi..."!

Đỗ Hồng Ngọc
(Đỗ Nghê)
Saigon, 20.9.2009

NGUYỄN THỊ HẢI HÀ
Đọc "Những Cơn Mưa Mùa Đông" của Lữ Quỳnh

"Những Cơn Mưa Mùa Đông" xoay quanh ba nhân vật chính, chú bé Vũ, ông già, và mẹ của Vũ. Hai nhân vật phụ là Cung (bố của Vũ) và người đồn trưởng (chồng sau của mẹ Vũ). Câu chuyện xảy ra ở một vùng quê miền Trung không tên. Những cơn mưa mùa đông lạnh lẽo bao trùm lên vùng đất này, xóa nhòa những nét đặc thù, biến nó thành một vùng quê tổng quát, hiện thân của bao nhiêu vùng quê miền Trung khác. Số phận của người ở địa phương trong quyển sách này cũng đầy cay đắng mỉa mai như số phận của đa số dân quê miền Nam trong thời gian chiến tranh Việt Nam. Thời điểm câu chuyện xảy ra vào khoảng phân nửa cuối của thập niên 50, độ khốc liệt của chiến tranh dần dần leo thang. Truyện bắt đầu từ lúc Vũ là cậu bé mười một tuổi cho đến khi cậu sắp thi tú tài, chừng 16 tuổi. Bố của Vũ, ông Cung, đã vào chiến khu. Mẹ Vũ sau một thời gian chờ đợi trong vô vọng đang chuẩn bị bước thêm bước nữa. Chiến tranh trở nên sôi động, ông nội của Vũ gửi cháu lên thành phố học và nhân dịp Tết, Vũ về thăm ông.

Chủ đề chính của quyển sách miêu tả sự xung đột nội tâm của ba nhân vật chính trong hoàn cảnh chiến tranh. Mỗi nhân vật bị giày vò với một nỗi khổ tâm riêng. Nếu dựa vào lý thuyết phân tích tâm lý học của Sigmund Freud người đọc dễ dàng nhận ra tâm trạng của Vũ được xây dựng trên sự biến dạng của hiện tượng Oedipus. Vũ rất yêu mẹ và sự thay đổi trong thái độ của mẹ (khi người mẹ bắt đầu yêu một người đàn ông khác) làm chú bé có cảm tưởng mình không còn được mẹ yêu thương. Người cha vắng mặt đã lâu nên không là đối tượng tranh giành tình cảm, trái lại, sự vắng mặt của ông lại là sự hiện diện thường xuyên trong tâm hồn Vũ. Trong cơn mưa dai dẳng mùa đông, nỗi nhớ bố của chú bé đủ mãnh liệt để biến thành giấc mơ gặp cha trên ngọn đồi đầy nắng.

Đứa trẻ nằm mơ thấy hắn vượt qua không biết bao nhiêu đồi cát dưới ánh sáng chói lòa bởi cát và mặt trời. Hắn thấy ẩn hiện phía trước mình một người đàn ông, khi trên đồi lúc dưới lũng thấp, theo từng bước chân đứa trẻ vượt qua. Hắn nghe mơ hồ trong không gian có giọng nói dội lên huyền hoặc cho hắn biết rằng: người đàn ông đang ẩn hiện phía trước là cha hắn. Đứa trẻ cố sức vượt lên, nhưng khoảng cách giữa hai người không bao giờ thu ngắn lại được.

Vũ là một chú bé nhạy cảm nên một cử chỉ vô tình hất hủi của mẹ đủ để làm tổn thương tâm hồn Vũ. Khi mẹ lập gia đình với một người đồn trưởng, người đàn ông này trở thành đối tượng chính tranh giành tình cảm với Vũ. Đồn trưởng và bố của Vũ đối nghịch nhau ở hai bờ chiến tuyến càng làm Vũ hẫn học với người đồn trưởng nhiều hơn. Đồn trưởng là hiện thân của uy quyền và tuổi trẻ thường không muốn bị uy quyền khuất phục, thêm một lý do cho Vũ ghét ông chồng sau của mẹ. Ngoan ngoãn, hiền lành, nhạy cảm, Vũ mang nhiều xung đột trong nội tâm. Thương ông nội, muốn ở với ông để giúp đỡ ông nhưng phải vâng lời ông đi học xa. Vâng lời ông, Vũ không tham gia họp kín tổ chức biểu tình chống chính phủ. Điều này lại làm Vũ có mặc cảm hèn nhát với Thông, bạn học của Vũ. Thương mẹ, nhớ mẹ nên muốn đi thăm mẹ và mỗi lần thăm mẹ gặp người chồng sau của mẹ Vũ lại có cảm giác mất dần người mẹ trong tâm hồn mình. Đôi khi:

"Vũ cảm thấy thù hận mẹ. Nhưng khổ nỗi, tình thương mẹ vẫn chưa chết hẳn trong lòng hắn. Do đó, bằng tâm trạng ngổn ngang với những tình cảm mâu thuẫn đã làm Vũ khốn khổ vô cùng. Bên cạnh sự căm phẫn, đôi khi Vũ cảm thấy nhớ nhung khuôn mặt xa xưa của mẹ, khuôn mặt của những ngày hắn còn thơ dại, khuôn mặt với đôi mắt dịu hiền như dòng sông êm đềm mỗi khi bà kể câu chuyện nồng thắm về người vắng mặt. Sự ra đi của cha Vũ đầy nét hùng tráng và lãng mạn như trong những bài hát của Phạm Duy một thời. Hắn không giấu niềm hãnh diện về cha, nhưng qua thời gian, đời sống khó khăn và những khổ đau chồng chất đã làm tâm hồn hắn oằn đi, chỉ còn những dỗi hờn và những đau đớn vô cớ. Chính những phút giây nhớ nhung hiếm hoi về khuôn mặt xa xưa của mẹ đã làm Vũ nghĩ đến việc bỏ một ngày chủ nhật tìm thăm."

Ông nội của Vũ, được mẹ gọi là Ông hay Thầy, sống với nỗi buồn không có con ở gần để săn sóc. Ông có ba con trai thì con trai đầu vào bưng, có địa vị, nhưng không thể về gặp ông. Hai đứa còn lại qua đời trong chiến tranh. Người con trai út chết vì bị giặc chém. Vũ là cháu đích tôn, lại rất giống bố nên mỗi lần nhìn Vũ ông cụ lại nhớ Cung, và càng buồn cho thân phận lá vàng khóc lá xanh của mình. Ông không màng vinh quang ông chỉ muốn gia đình sum họp, để được con trai săn sóc, và ông được nghỉ ngơi. "Nhắn với hắn là tôi già rồi. Tôi không mơ ước gì nữa hết ngoài việc mong sao gia đình sớm đoàn tụ... Tôi khổ lắm. Ông thấy đấy, chúng tôi đều khổ lắm. Tôi không còn tha thiết gì nữa hết. Tôi chẳng muốn cách mạng cách miết gì ráo. Tôi muốn sống bình yên như mọi gia đình bình thường khác." Chẳng những ông không được săn sóc, ông còn phải bảo vệ và nuôi nấng Vũ, vì người con dâu mà ông xem như con gái không chịu được sự cô đơn như nàng Tô Thị nên lập gia đình khác để cháu lại cho ông nuôi. "Rồi niềm hy vọng vào người vắng mặt là cha Vũ, niềm hy vọng như một trái cây treo mãi trên cành đã hết mùa nhưng chưa thấy chín." Ông cụ rất hay khóc. (Ai dám bảo đàn ông không biết khóc?)

Ông già đã âm thầm khóc như thế không biết bao nhiêu đêm. Nước mắt chảy xuôi với niềm hy vọng ngày thấy mặt cùng trở về chỉ làm da ông sớm nhăn nheo, tóc mau bạc trắng hơn thôi. Thân thể ông giờ như xác ve mỏng dính. Ông tự hỏi: không biết có còn đủ sức và niềm hy vọng có còn tươi xanh mãi cho đến giờ phút mà ông hằng mong đợi trong suốt mười mấy năm qua?

Mẹ Vũ, được gọi là Chị, yêu hai người đàn ông có lý tưởng và tính tình trái ngược nhau. Chị có mặc cảm tội lỗi khi nghe cơ thể mình thao thức, chị khao khát yêu thương. Nhan sắc vẫn mặn mà, mà chồng thì đi biền biệt không về. Điều khốn khổ là chị yêu kẻ thù của chồng chị một phần cũng vì hắn là biểu tượng của quyền hành và hắn có thể bảo vệ chị. Chị cố cưỡng lại thèm muốn của mình nhưng chị thua cuộc.

Trong một phút, chị không hiểu nổi lòng mình. Chị cố gắng chống đỡ một cách gượng gạo, để cuối cùng người đàn ông vẫn kéo sát được chị vào lòng y. Một bàn tay y đưa ra gạt những giọt nước mắt trên má chị. Bàn tay đang di chuyển trên da thịt chị. Từ bao nhiêu năm rồi mới có một bàn tay ngập ngừng trên da thịt làm sao cảm giác chị không mù lòa được. Chị nhắm mắt lại. Hình ảnh người chồng xa xăm theo thời gian đã mất hút dễ dàng. Kẻ lạ mặt trong đêm mưa gió kinh hoàng không thể níu giữ nổi một hoài niệm dù nhỏ nhoi về người chồng vắng mặt. Có thể chị có nghĩ đến đứa trẻ xanh xao sau cơn bệnh nguy khốn đang chờ chị về với hộp thuốc bổ cùng với những đồ chơi bé bỏng trong chiếc xắc kia. Hình ảnh tội nghiệp của thằng Vũ lúc đầu tưởng không thể nào xóa nhòa được trong lòng, nhưng sau đó chị thấy mình lầm. Chị đã quên tất cả. Trong chị chỉ còn có biển cảm giác hực lửa.

Những đêm mưa gió bão bùng chị lắng nghe tiếng chân hy vọng người về. Và khi chị bắt đầu yêu người đồn trưởng, những mong chờ người về khi trước biến thành nỗi hoảng sợ lo lắng. Số phận của chị sẽ chẳng ngọt ngào nếu hai người đàn ông chị yêu gặp nhau. Họ là kẻ thù của nhau vì họ chiến đấu cho hai mặt trận đối nghịch nhau. Vũ vì quá giống bố nên mỗi lần nhìn con chị nghĩ đến chồng và mặc cảm tội lỗi càng xâu xé chị. Bản chất trẻ, thèm yêu khát sống của người đàn bà trẻ tuổi này càng bộc lộ mạnh hơn khi đối diện với chiến tranh, sự sống có thể bị tước đoạt trong đường tơ kẽ tóc. Đây là một hiện tượng mà Sigmund Freud trong phân tâm học đã giải thích là hiện tượng Eros và Thanatos. Trong con người luôn luôn có sự xung đột đầy mâu thuẩn của sự sống và cái chết. Sự ham sống được biểu lộ qua tình yêu và tình dục để chống lại nỗi sợ hãi cái chết luôn luôn ám ảnh con người.

Bắt đầu nói, cho dù nói bằng sự giận dữ đi nữa, tức là bắt đầu chấp nhận người đối diện mình. Y suy luận một cách dễ dàng như thế. Y đặt bàn tay xuống chỗ áo ướt của người đàn bà, miệng xuýt xoa, nhưng tiếng nói chỉ còn là những âm thanh lắp bắp không thành lời. Người đàn bà nắm lấy bàn tay y định đẩy ra, nhưng chị lại giữ yên bàn tay đó trong tay mình, dù cho bàn tay đó bắt đầu không còn lễ độ nữa. Nó di chuyển trên khắp vuông ngực chị làm những cúc áo bật ra. Lúc đó người đàn bà mới vội vàng co rúm lại, đưa hai tay ôm lấy ngực và cúi người xuống. Nhưng dù sao cũng quá muộn. Chị đã đốt chị và bây giờ ngọn lửa đang độ đỏ thắm.

Người đàn ông kéo chị đứng lên. Y ôm chặt lấy vòng lưng chị. Y cúi xuống hôn lên má, lên môi chị. Mái tóc chị xõa tung. Những lọn tóc vướng qua mặt, qua vai, qua ngực... Chị mơ hồ nhớ đến những cảm giác thật xa xưa, ngày người chồng chưa thoát ly. Cái cảm giác đó đã chết trong chị từ bảy năm qua bây giờ đang trở về khốc liệt trong vòng tay kẻ khác. Chị biết con đê cuối cùng ngăn dòng nước lũ sắp vỡ. Chị biết rõ ràng điều đó, khi chị nhận ra những ngón tay chị đang bấu riết đôi vai người đàn ông.

Y dìu chị bước qua một ngưỡng cửa. Căn phòng không có ánh sáng, nhưng ánh sáng từ phòng ngoài chiếu vào cũng đủ cho chị nhận ra những gối chăn trải sẵn trên giường. Còn gì quyến rũ hơn các thứ đó, khi hai người đã điên cuồng trong cảm giác.

Người đàn bà ngã xuống giường. Chị buông thả cho bàn tay y tự do trên các hàng nút áo. Chị biết con đê cuối cùng đã vỡ. Nước cuồn cuộn trào ra.

Hoàn toàn trung thành với tựa đề của quyển sách "Những Cơn Mưa Mùa Đông", Lữ Quỳnh rất hào phóng trong việc miêu tả những cơn mưa.

Mưa trắng xóa cánh đồng. Cánh đồng mịt mù hơi nước. Mưa tầm tã trở lại như những ngày đầu tháng. Mưa làm bầu trời thấp hẳn xuống và ngày lúc nào cũng nhập nhòa như hoàng hôn. Những cơn mưa thê thiết kéo dài từ ngày này sang ngày khác. Những trận lụt liên tiếp hiện đến dễ dàng trong nháy mắt. Mưa ào ào đều đặn trên mái nhà. Mưa dày đặc, mưa xối xả, mưa tầm tã, mưa róc rách, mưa nhập nhoạng, mưa mù mịt, mưa triền miên, mưa bất ngờ ào ạt, mưa xối đều đều, mưa rơi không ngớt ngoài trời, mưa trắng, mưa mù mùa đông. Những cánh đồng ngập nước trải rộng tận chân trời xám ngắt. Những giọt nước mưa từ mái nhỏ xuống. Dãy phố đìu hiu trong mưa. Mưa vẫn tàn nhẫn quất vào người hắn. Mưa như kéo dính trời và đất lại với nhau...

"Những Cơn Mưa Mùa Đông" nói về cái mỉa mai của số phận. Ông già chịu cảnh tre già khóc măng, suốt đời mong ngóng một bóng hình xa vời đang theo đuổi công danh lý tưởng bỏ vợ dại con thơ cho cha già. Số phận càng mỉa mai hơn khi ông thúc giục Vũ rời làng càng sớm càng tốt bởi vì ông biết những người đồng chí với con trai của ông lại về làng. Điều ấy có nghĩa là chiến tranh về làng. Cái lo lắng cho tính mạng đứa cháu nội ông yêu hơn cả bản thân của ông trở nên mỉa mai khi Vũ bị trúng thương, tính mạng chưa biết ra sao khi xe đò đi sau đoàn công xa bị phục kích. Nếu ông không cương quyết bắt Vũ phải đi, nếu Vũ không ngoan ngoãn vâng lời ông, có lẽ chúng ta sẽ có một kết cục khác. Tấn công đoàn công xa là những người cùng lý tưởng với cha của Vũ, những người Vũ ngưỡng mộ vì họ là nhóm người thuộc về phía cha mình. Tất cả niềm hy vọng cuối cùng của ông được gửi gắm vào cuộc đời Vũ.

Nhân vật của Lữ Quỳnh chán ghét chiến tranh và trở nên chai lì, "Chiến tranh quá dài đã làm mọi người quen dần với mọi đổ vỡ, tan nát. Người ta chấp nhận, chịu đựng mà không hề ta thán. Chết chóc, chia lìa không còn là một vĩnh biệt đớn đau." Tuy thế họ vẫn hy vọng và mơ ước vào một ngày mai thanh bình như Vũ đã nhìn cội mai già khô héo trong mùa đông và mừng rỡ nhìn thấy chồi non như là một điềm tốt cho cuộc đời của hai ông cháu.

Trời sáng tỏ và mưa vẫn tiếp tục nặng hạt. Vũ sững sờ trước cây mai chết khô giờ mới kịp nhìn thấy rõ. Hắn nhìn lớp vỏ xù xì, từ ngọn đến gốc. Chợt Vũ chú ý đến một chút màu xanh nhô ra từ một nhánh cây, để rồi cảm thấy sung sướng đến ngất ngây, suýt kêu lên thành tiếng. Cành mai khô kia vẫn chưa chết. Nó còn một chút màu xanh, còn một chút lá mầm nhú nhỏ như thể máu còn chảy, tim vẫn còn đập trong cơ thể.

Hy vọng này cũng bị tan nát theo tiếng nổ của bom đạn. Đó là sự mỉa mai của số phận người dân sống trong chiến tranh mà Lữ Quỳnh gửi đến độc giả qua giọng văn bình dị, êm đềm, chân thật hiền lành không oán thù như những nhân vật của ông. Đọc lại tác phẩm này 35 năm sau khi cuộc chiến tranh chấm dứt giúp tôi nắm bắt lại hình ảnh của một thời đã qua, và hình ảnh của những người chỉ mơ ước được có một cuộc sống bình thường, một gian nhà nhỏ hai vồng khoai lang thế mà đó vẫn là những ước mơ bị vỡ nát.

Tác phẩm chất chứa nhiều suy nghĩ của một người luôn luôn quan sát diễn biến nội tâm của chính mình được thể hiện qua nhân vật, với một chủ đề khó viết vì khô khan và buồn thảm, chiến tranh mà vui sao được. Thêm một điều đáng chú ý là khi tác phẩm này hoàn thành Lữ Quỳnh chỉ mới vừa quá ba mươi.

Nguyễn Thị Hải Hà

HOÀNG KIM OANH
Cuối Năm, Đọc Thơ Lữ Quỳnh
Trong "Thơ Miền Nam Thời Chiến"

HÔM NAY, NGÀN SAU

Ngàn năm sau khi trái đất hãy còn
Xin gió nhớ qua rừng ru chim ngủ
Từ ghềnh thác sẽ hồng lên hơi thở
Của giống Da Vàng thời buổi chiến chinh

Hồn các anh khi đó rất lênh đênh
Cánh vừa mọc nhưng thiên đường đã mất
Ai sẽ nhớ ngày xưa trên trái đất
Chuyện đau thương làm đỏ cả núi rừng?
Hàng triệu người ghì súng trấn biên cương
Một buổi sáng kia máu hồng trên cỏ...

Hỡi những kẻ đang vui trong thành phố
Xin ra đây nhìn hơi thở giống nòi
Những lời buồn còn thoi thóp trên môi
Vầng trán rộng ngăm đen màu sương gió.

Vai trĩu nặng ba lô đầy thương nhớ
Từng đứa con trai gục chết trên rừng
Bỏ lại đàng sau tất cả mùa xuân
Ai sẽ tiếc thương anh bằng nước mắt?
Ai sẽ đến giáo đường ngày chủ nhật
Gọi tên anh nho nhỏ trước bàn thờ?
Ai sẽ buồn cho đến nỗi ngẩn ngơ
Khi với tuổi anh hồng hoang lửa đỏ
Hỡi những kẻ đang vui trong thành phố
Xin ra đây nhìn bằng hữu các người...

Ngàn năm sau trái đất còn xinh tươi
Các anh đã biến thành loài chim quý
Chim sẽ hót những lời ca ủy mị
Như nhớ chuyện buồn thời chiến tranh.
(*Thơ Miền Nam Thời Chiến*, tập 1, Thư ấn quán tái bản 2007, trang 318-9)

Tôi không biết bài thơ được sáng tác năm nào nhưng có lẽ là những ngày khốc liệt nhất của cuộc chiến tranh. Bức chân dung những người lính vừa "bỏ lại đàng sau tất cả mùa xuân", "cánh vừa mọc nhưng thiên đường đã mất" không phải là những nét vẽ thông thường mà được khắc, được chạm bằng trái tim đớn đau đẫm lệ của một người đồng đội bất hạnh phải chứng kiến cảnh tượng "hàng triệu người ghì súng biên cương/một buổi sáng kia máu hồng trên cỏ."

Nhiều cung bậc cảm xúc liên tục trào lên trong tiếng nấc.

Ngợi ca ư?

"Ngàn năm sau khi trái đất hãy còn
Xin gió nhớ qua rừng ru chim ngủ"

Tất nhiên, đương nhiên "khi trái đất còn" - mà điều này gần như là chân lý tuyệt đối- Gió sẽ nhớ, sẽ ru mãi ngàn năm khúc ngợi ca tôn vinh những người con Việt Nam Da Vàng thời buổi chiến chinh đã mãi hóa thân vào núi sông qua suối qua rừng qua ghềnh qua thác…

Ừ. Thì lý thuyết là vậy.

Nhưng chỉ ngợi ca thôi sao?

Rồi sự hy sinh đau đớn thảm khốc ấy sẽ theo thời gian trăm năm, ngàn năm chìm vào quên lãng ư? Chuyện "giống Da Vàng thời buổi chiến chinh" hôm nay, trăm năm sau, ngàn năm sau… có ai còn nhớ? Những câu hỏi dồn dập điệp cấu trúc đặt ở đầu câu gẫn lên xót đau không dứt: "Ai sẽ nhớ…?" "Ai sẽ tiếc…?" "Ai sẽ đến…?" "Ai sẽ buồn…?" cứ xoáy tận tâm can…

Không. Không thể chỉ có gió hát lời ngợi ca…

Những chàng thiếu niên ấy quá trẻ, quá hồn nhiên trong sáng, tuổi của họ không phải sinh ra để chết. Cuộc đời vừa mở ra bao khát vọng, ước mơ hoài bão và trách nhiệm còn căng tràn nhựa sống, chưa kịp tung bay đã gãy cánh ra đi... Tức tưởi biết chừng nào?

"Hồn các anh khi đó rất lênh đênh
Cánh vừa mọc nhưng thiên đường đã mất"

Họ đó, phơi phới tuổi thanh xuân "từng đứa con trai" vừa phải "bỏ lại đàng sau tất cả mùa xuân". Họ đó, "tay còn thơm mùi giấy mới học trò", vậy mà "gục chết trên rừng" và máu anh "hồng trên cỏ", máu anh "làm đỏ cả núi rừng"...

Đâu chỉ là cái chết của một người lính! Đâu phân biệt bên này-bên kia! Tôi nghe nghẹn xót tim anh nỗi tang tóc của cả "giống Da vàng". Tâm thức giống nòi - diễn ngôn kháng cự chiến tranh, qua hệ thống ngôn ngữ hình ảnh đồng loại máu đỏ da vàng này không khó tìm trong những vần thơ lính viết giữa chiến trường trong toàn tập *Thơ Miền Nam Thời Chiến* gần 1800 trang sưu tập (T1 và T2) với 406 ngòi bút tiêu biểu. Hãy đọc những trang kiêu bạc bi hùng đầy hào sảng ngậm ngùi của Tô Thùy Yên, Nguyễn Bắc Sơn, Nguyễn Dương Quang, Phan Xuân Sinh, Luân Hoán... Khi chạm mũi súng đối mặt trong đêm mưa tiền đồn, khi ở bìa rừng, khi nơi bến lạ... hay khi chén chú chén anh tiễn nhau đi vào cõi chết, người lính nào sắt đá đến đâu cũng chợt chùng xuống tận cùng bi kịch kiếp người, bi kịch cả giống nòi... Để rồi vượt lên tất cả những điều thắng thua vô nghĩa và cái chết phi lý đợi chờ trước mặt, những chàng trai trẻ vai hãy còn "trĩu nặng ba lô đầy thương nhớ" (LQ) trong vô thức nhận ra sự xa lạ với chính mình còn hơn cả Meursault trong *L'Étranger* (Albert Camus).... Anh đã "chết thật tình cờ, chết chẳng hẹn hò, không hận thù, nằm chết như mơ" (TCS) mà không ai biết trước đó, gang tấc, phút giây... Ngạo nghễ nhìn cái chết của mình như một tất yếu lịch sử những chàng trai trót sinh ra trong thời loạn. Có nghĩa gì hai chữ tử sinh, gặp đây, thôi thì "chắt cho nhau giọt rượu sót" hỏi làm gì câu hỏi khó..., loạn tâm...

...
Phía phía rừng tràm xanh mịt mịt
Sông không bờ, trời cũng không chân
Người thuở trước tìm vàng khẩn đất
Tiêu xác thân, để lại oan hồn
Ngày nay, ta bạn đến đây nữa

> *Đất thì không khẩn, vàng không tìm...*
> *Bạn nhủ ta: đừng hỏi khó*
> *Uống mất ngon vì chuyện loạn tâm*
> *Ta chắt cho nhau giọt rượu sót*
> *Tưởng đời sót chút thiếu niên đây*
> *Giờ cất quân, đưa tay bắt*
> *Ước cõi âm còn gặp để say.*
> (Anh hùng tận, Tô Thùy Yên)

Có lẽ nhận thức được định mệnh nghịch lý đó mà thơ các anh nâng niu biết bao sự sống, và khát vọng hòa bình cũng khắc khoải biết chừng nào...

> *Tôi hỡi tôi xin đừng chết nhé*
> *Bóng Hòa Bình thấp thoáng ở miền Nam*
> (Nhắc đến Ma Lâm, Nguyễn Bắc Sơn)

Và ai may mắn vượt làn tên mũi đạn đêm qua thì sự sống sót sáng nay anh cũng nhận diện như một nỗi hoang mang:

> *Sáng nay ta đốt lửa trên đồi*
> *lửa soi ta nhìn ta sống sót*
> *lòng mặc áo sương nên lòng quá lạnh*
> *mắt mở từng đêm nên mắt quá sâu*
>
> *Ôi đêm qua đạn mưa súng bão*
> *ta là ai giữa đồ trận săn người?*
> (Lửa trên đồi, Nguyễn Dương Quang)

Ngợi ca máu đỏ ư? Ngợi ca cái chết ư? Giữa "đồ trận săn người" số phận, đâu phải ta là kẻ bày ra...

Không thể.

Thương xót ư?

Không đủ.

Dòng cảm xúc lại trào lên như bất bình, như phẫn nộ:

> *"Hỡi những kẻ đang vui trong thành phố*
> *Xin ra đây nhìn hơi thở giống nòi*
> *Những lời buồn còn thoi thóp trên môi*
> *Vầng trán rộng ngăm đen màu sương gió"*
> *...*

Hỡi những kẻ đang vui trong thành phố
Xin ra đây nhìn bằng hữu các người...
Ôi sự vô tình của con người. Ôi sự xóa nhòa của thời gian.

Họ cứ vui. Họ vẫn vui. Cái chết của những người lính trẻ ra đi khi chưa kịp sống rồi sẽ tan theo gió theo mây ư? Có còn "Ai gọi tên anh nho nhỏ trước bàn thờ?" Có còn "Ai sẽ buồn cho đến nỗi ngẩn ngơ?"...

Ôi chỉ còn là những câu "chuyện ngày xưa trên trái đất"... thôi sao???

Tôi chợt liên tưởng đến cái chết giữa đại dương của các thủy thủ trong *Oceano Nox* và sự lãng quên mà Victor Hugo từng đau đớn:

Et quand la tombe enfin a fermé leur paupière,
Rien ne sait plus vos noms, pas même une humble pierre
Dans l'étroit cimetière où l'écho nous répond,
Pas même un saule vert qui s'effeuille à l'automne,
Pas même la chanson naïve et monotone
Que chante un mendiant à l'angle d'un vieux pont!

"Và đến lúc khép rồi nấm mộ
Chẳng còn ai biết nữa tên anh
Hòn đá trong nghĩa địa vắng tanh
Cả gốc liễu mùa thu trút lá
Và cả người hành khất bên cầu
Hát điệu buồn, ai nhớ anh đâu"

Hỡi những kẻ đang vui trong thành phố, sao có thể lạnh lùng vô cảm đến nhẫn tâm... Xin ra đây... Xin ra đây... nhìn hơi thở giống nòi, nhìn bằng hữu của các người...

Tôi đã lặng người đọc những dòng thơ này. Hình như tôi đã từng có lần dị ứng với mùa xuân. Tôi thấy trong "Hôm nay, ngàn sau" hình ảnh cậu tôi trở về trong màu cờ từ chiến trường Chương Thiện cũng khi còn rất trẻ... Hình như tôi đã từng tức giận vì mọi người chung quanh thản nhiên đón tết sau hai tháng ba tôi vĩnh viễn ra đi. Những ký ức nặng nề riêng tư về cái chết của người thân, của cô em tội nghiệp hỏa táng ngay sáng 30 tết làm tôi co lại với thế giới chính mình. Và trong cái rộn ràng của mùa xuân tôi như người lạc lõng, tôi bỗng thậm ghét cái kẻ là tôi cũng đang hớn hở vui vẻ nói cười những lời chúc tụng xã giao rỗng tuếch vô hồn...

Xin lỗi mùa xuân, xin lỗi những nụ cười, xin lỗi những niềm vui...

Chỉ có chút riêng tư thôi tôi đã không kềm lòng nổi... Còn tác giả bài thơ này, một người từng có mặt ở chiến trường, đã bao nhiêu lần chịu đựng cảnh tượng đau lòng khi chứng kiến đồng đội trút hơi thở cuối cùng trên tay mình:

"Những lời buồn còn thoi thóp trên môi
Vầng trán rộng ngăm đen màu sương gió"

Bài thơ thứ 2 trong 7 bài thơ được chọn vào tuyển tập *Thơ Miền Nam Thời Chiến* Tập 1 này là *Ngọn đuốc nào* như một sự an ủi bổ sung cụ thể hơn, khẳng định hơn nữa về giá trị cao quý của sự hy sinh:

"có ngọn nước nào làm xanh đồng ruộng
bằng giọt máu hồng anh đã trao cho?"

nhưng dường như vô ích trước hiện thực nghiệt ngã:

"quê hương vẫn trên một dòng nước mắt
bởi niềm đau lở lói khắp thân mình
bom đạn đó mảnh vùi sâu đáy đất
hoa màu nào đủ sức nhuộm cây xanh"

Có lẽ vì vậy mà thơ Lữ Quỳnh luôn buồn. Cho dù là cái buồn nhẹ nhàng "trong vắt" của một "cõi thơ lặng lẽ". Tác giả Nguyên Giác từng tự hỏi: "phải chăng đó là những nỗi buồn lặng lẽ, rất mực lặng lẽ, được chép lại trên giấy thật vội để không kịp trở thành những niềm vui". Thơ Lữ Quỳnh luôn tự giải thoát ám ảnh chiến tranh bằng những giấc mơ... Có những câu tôi đọc lên rồi cứ lặng lẽ bồi hồi trước những lời trần tình, tự giãi bày chân thành đến cảm động:

"tôi ngồi đó thân già như cổ thụ
nỗi cô đơn làm chảy máu tâm hồn
quá khứ đó trong từng đêm thức ngủ
và bây giờ lòng cũng lửa vây quanh"
...

(Ngọn đuốc nào, *Thơ Miền Nam Thời Chiến*, tập 1, Thư ấn quán tái bản 2007, trang 319)

Ám ảnh giăng mắc làm sao những câu thơ đi qua hai thế kỷ của những người lính trên đất nước Việt Nam. Mỗi câu thơ nghe như một tiếng lòng nhỏ máu. Và quá khứ như một bóng ma lẩn khuất vẫn từng đêm chập chờn thức ngủ. Hội chứng này đâu chỉ riêng anh. Cả một thế hệ mỗi người một vết cắt nông sâu, không sao thoát nổi cái bóng ký ức của chính mình. Cái Hôm Nay trong bài thơ hôm nay đã thành quá khứ, đã là Hôm Qua. Nhưng hình như anh vẫn đi lùi về miền quá khứ ấy nhiều hơn thực tại trong những trắng đêm dồn nén nỗi niềm chìm giữa những cơn mơ cháy bùng thương yêu vô bờ:

"*ước gì tôi thành ngọn đuốc giữa đường
soi sáng vết thương trên lòng đất mẹ.*"

Cho dẫu cuối cùng nhà thơ cũng phải tự vỗ về mình: chiến tranh và cái chết rồi sẽ như một huyền thoại, các anh rồi sẽ hóa thân bất tử thành một loài chim quý nhắc nhớ ngàn sau đời đời câu chuyện hôm nay..., nhưng đọc lại thơ Lữ Quỳnh, sao dư âm vẫn chua xót nghẹn ngào quá đỗi:

"*Ngàn năm sau trái đất còn xinh tươi
Các anh đã biến thành loài chim quý
Chim sẽ hót những lời ca ủy mị
Như nhớ chuyện buồn thời chiến tranh.*"

Vâng. Chỉ là chuyện buồn thời chiến tranh.
Làm sao tôi có thể tự vỗ về mình... chỉ là một chuyện buồn đây???

Hoàng Kim Oanh
Thị Nghè, 2.1.2020

DUYÊN
XẾP LẠI. XÓT XA. XƯA...

gửi nhà văn Lữ Quỳnh

những con chữ lang thang
đã đến..*
chữ nhũ vàng. ẩn. hiện
mạn đà la
dường như. xa...
từ tiền kiếp trước
chữ lang thang
búng nhẩy đường đời
trong giấc mơ...
đường chông gai. khi mù lối
con đường nào
đầy ắp ước mơ. xanh
chữ lăn mình... con chữ long lanh
lời hoan ca, niềm vui lạ
quên những chênh vênh
gập ghềnh. sóng gió
con chữ mơ màng
ẩn. hiện. giấc mơ, tan
khi. an nhiên
*uống ngụm nắng tàn***

chữ lang thang lúc
vận mệnh. cợt đùa...
điềm nhiên cùng phần số
cùng bạn bè về. rồi lại cùng... đi
mỗi góc phố, mỗi trưa hè
ngày rực rỡ

đêm dài, bên bạn hữu. ước. mơ
long lanh. thơ. nhạc với sắc màu...
khi đông về, giá lạnh...
kỷ niệm. đầy
bè bạn... đến, trong thơ
những con chữ lang thang... tới*
ơi, những con chữ màu nhũ vàng

vàng bay. chánh niệm vàng bay. bay vàng***

trải lòng rồi, người
xếp lại. xót xa. xưa...

duyên
trên chuyến xe lửa, sớm.
12/4/2016

* you 've arrived. you are home. Thích Nhất Hạnh.
** uống ngụm nắng tàn trong chiếc ly không, Chiều Tân Định, thơ Lư Quỳnh.
*** làm bạn mùa đông, thơ Lữ Quỳnh.

PHẦN VĂN THƠ
NGÔN NGỮ 33

SONG THAO
Dân Nhật

Ngày 20/7/2024 là ngày kỷ niệm 70 năm cuộc di cư của đồng bào miền Bắc vào miền Nam tìm tự do trong đó có tôi. Nhưng trong bài này tôi không nói tới cuộc di cư mà nói về một bài viết của Tiến sĩ Nguyễn Đình Thắng nhan đề "Chỉ Có Thể Là Chuyện Ngụ Ngôn Trong Sách Vở" được phổ biến vào đúng ngày này. Ông tới Nhật, đổi tiền tại một quầy trên đường. Số tiền ông đổi không nhiều, chỉ có 40 Euro, đổi ra được 6600 Yen tiền Nhật. Bỏ tiền và biên nhận trong một gói nhựa, đút vào túi nhưng vô ý đánh rớt trên đường về khách sạn. Ngày hôm sau, sau khi ăn trưa tại một tiệm mì *ramen*, ông thấy một quầy thông tin nên muốn vào làm một phép thử. Ông kể: *"Số tiền không là bao nhiêu. Vả lại mọi thứ mua bán đều dùng thẻ tín dụng nên cũng chẳng cần tiền mặt. Nhưng tôi muốn làm phép thử vì có lần tôi đọc trên Facebook câu chuyện một phụ nữ Việt bỏ quên túi xách tay đắt tiền ở một phi trường Nhật Bản. Khi báo an ninh, nhân viên an ninh dắt vị phụ nữ ấy trở lại đúng nơi bỏ quên thì thấy một nhân viên bảo vệ đứng canh hàng giờ để chờ chủ nhân quay lại. Nhưng đó là chủ nhân biết rõ để quên chỗ nào và báo động ngay, còn trường hợp của tôi là tiền mặt, đánh rớt đâu đó không rõ cả một ngày trước. Chẳng hy vọng gì".* Người nữ nhân viên quầy thông tin hỏi chi tiết và rà trên *computer*. Xong cô hỏi địa điểm quầy ông đổi tiền, có giữ biên nhận không, rồi cúi xuống tiếp tục công việc. Ông tính bỏ về vì số tiền chẳng đáng bao nhiêu lại chẳng có bằng chứng gì nhưng cô nhân viên ra dấu bảo ông chờ. Cô đưa ra tấm bản đồ của khu vực quầy đổi tiền và hỏi ông đi đâu sau khi đổi tiền. Sau đó cô đưa cho ông một mẩu giấy vuông nhỏ có viết một mã số và chỉ ông lên lầu 2, tìm tới *Support Center*. Ông tính bỏ về vì nghĩ chắc chỉ là chuyện khai báo nhưng nghĩ đã thử thì thử cho trót, ông tiếp tục tới *Support Center*, đưa tờ giấy nhỏ cho cô thư ký. Cô này đưa vào trong. Một nam nhân viên bước ra tay cầm gói tiền ông đánh mất, hỏi *passport* rồi yêu cầu ký nhận. Hỏi chi tiết ông được biết là một nhân viên lau dọn nhà vệ sinh gần đó đã nhặt được và nộp lại cho *Support Center*. Ông kết luận bài viết ngắn: *"Kinh nghiệm hôm nay cho tôi thấy chuyện rất đời thường của họ cứ như là bài học công dân chỉ có trong sách giáo khoa thư"*.

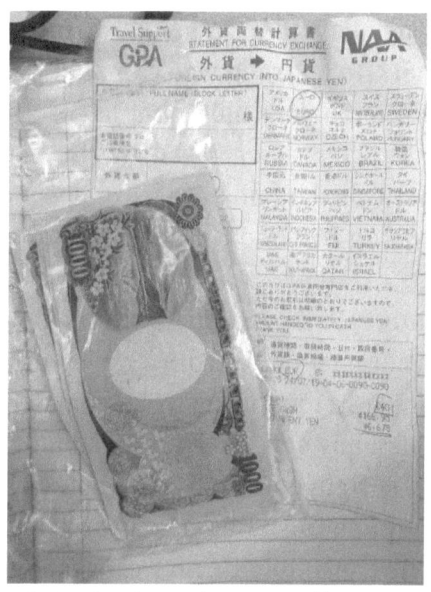

Tiền đánh rớt của Tiến sĩ Nguyễn Đình Thắng được đưa lại không thiếu một đồng

Tới Nhật, lỡ vô ý bỏ quên đồ tại nơi nào, cứ bình tĩnh quay trở lại, đồ để quên vẫn nằm nguyên chỗ cũ, chẳng ai đụng tới. Rủi không nhớ nơi bỏ quên hay chỉ nhớ vào vài ngày sau, cứ tới bót cảnh sát, tiếng Nhật là *Koban*, trình sự việc là họ sẽ tìm lại được cho du khách. Thủ đô Nhật là Tokyo, dân số 14 triệu người, cộng thêm số du khách đông đảo quanh năm, mỗi năm có hàng triệu món đồ thất lạc từ ô dù, túi xách, ví xách của các bà, điện thoại, thẻ ngân hàng, *passport*, đủ thứ hầm bà lằng trong đó nhiều nhất là ô dù. Ông Yuga Umezawa, tùng sự tại sở cảnh sát Ikebukuro, cho biết: "Nếu có người nhặt được đồ thất lạc mang tới, chúng tôi sẽ lập tức viết báo cáo để món đồ sớm được trở về với chủ nhân. Dù vật đó nhỏ tới đâu, không quan trọng lắm, chúng tôi cũng sẽ làm hết mình". Sau khi thông báo xung quanh khu vực tìm thấy nhưng chủ nhân vẫn chưa xuất hiện, món đồ sẽ được chuyển tới trung tâm phụ trách đồ thất lạc của thành phố Tokyo. Trung tâm này là một tòa nhà cao sáu tầng luôn luôn chứa tới cả triệu vật phẩm thất lạc. Trong năm 2018, có tới 344 ngàn chiếc dù được mang tới đây. Những ngày mưa là ngày được mùa của dù bị bỏ quên, khoảng 3 ngàn chiếc. Họ có trang *web* cập nhật các món đồ đang lưu trữ để chủ nhân tới nhận về. Nhiều nhất là ô dù nhưng cũng có thứ họa hoằn mới có như... bộ răng giả! Ô dù là thứ bị thất lạc nhiều nhất nhưng được hoàn trả cho chủ nhân thấp nhất, chỉ có 0,9%. Chủ nhân của chúng chẳng màng tới việc tới nhận thứ rẻ rề làm chi cho tốn công.

Theo Bloomberg, mỗi năm có khoảng 126 triệu người làm thất lạc đồ. Năm 2018, chỉ nguyên tại Tokyo đã có 4 triệu 100 ngàn món đồ lớn nhỏ thất lạc. Trên toàn nước Nhật, con số này là 26 triệu 700 ngàn. Cũng trong năm này, nguyên khoản tiền mặt bị đánh rớt hay bỏ quên như của Tiến sĩ Nguyễn Đình Thắng lên tới 3,8 tỷ Yen (khoảng 36 triệu đô Mỹ). Ba phần tư số tiền này đã hoàn cố chủ.
Trẻ em Nhật đã được giáo dục từ nhỏ về đức liêm khiết. Chúng coi việc mang trả đồ nhặt được như một chuyện tất nhiên. Tháng 12/2019, con trai của bà Keiko lượm được 50 Yen trên đường phố. Số tiền chẳng đáng bao nhiêu, chỉ tương đương khoảng 50 xu Mỹ. Cậu bé nhất định bắt mẹ phải dẫn tới đồn cảnh sát để trình báo. Bà Keiko rất ngại vì e chuyện nhỏ này sẽ làm mất thời giờ của cảnh sát. Cuối cùng bà cũng phải đưa con tới đồn cảnh sát. Bà kể lại: "Một sĩ quan đã tiếp thằng nhỏ, hỏi kỹ càng về địa điểm cậu nhặt được đồng xu này rồi lập biên bản đàng hoàng trước khi ngỏ lời khen ngợi cậu bé đã thi hành đúng bổn phận công dân. Con tôi được dạy từ nhỏ phải trả lại đồ thất lạc cho *koban*. Các sĩ quan cũng rất tốt bụng. Dù thằng nhỏ

mới 6 tuổi nhưng họ vẫn tôn trọng mong muốn của nó như một người trưởng thành".

Theo luật Nhật Bản, nếu một món đồ bị thất lạc được chủ nhân nhận lại, người nhặt được đồ có thể nhận được phần thưởng từ 5% tới 20% trị giá món đồ. Sau 3 tháng nếu món đồ không có người nhận, người tìm thấy có quyền sở hữu, trừ những món đồ có chứa thông tin như điện thoại di động chẳng hạn. Tuy nhiên người nhặt được đồ có quyền từ chối nhận thưởng hoặc chọn cách ẩn danh khi nộp đồ cho cảnh sát.

Sau thời gian quy định, những món đồ không có người nhận được mang ra bán đấu giá. Có những nhà buôn chuyên mua đấu giá các món đồ về bán lại. Công ty Saitama-Based PX Co rất năng nổ trong các cuộc đấu giá này. Giám đốc công ty, ông Saneyoshi Yogi, hào hứng kể lại: "Chẳng khác gì đi đánh bạc. Có trời mới biết bạn sẽ mua được những thứ gì!". Mỗi năm công ty của ông chi ra khoảng nửa triệu đô để mua được khoảng 40 ngàn món đồ gồm va-ly của khách du lịch, *guitar* điện, đồng hồ hoặc những thứ nhỏ nhít như thú nhồi bông. Ông khoe có lần mua được một cây đàn *bass* to tổ chảng. Ông thắc mắc: "Không hiểu làm sao người ta có thể bỏ quên được một vật bự thù lù như vậy".

Năm 2016, tôi tới thăm khu tưởng niệm nạn nhân bom nguyên tử tại Hiroshima và bỏ quên chiếc máy chụp hình. Khu này rộng mênh mông gồm nhiều tòa nhà khác nhau, đi từ tòa nhà này tới tòa nhà kia cũng rạc chân. Tôi bỏ quên chiếc máy ở tòa nhà nào, làm sao mà nhớ được. Về tới khách sạn mới phát hiện ra cái lơ đãng của mình. Đi chơi, di chuyển liên miên nên tôi đành chặc lưỡi cho qua. Chiếc máy hình nhỏ chỉ vài trăm nhưng những tấm hình trong máy chụp trong suốt hành trình bên Nhật mới đáng nói. Về tới Montreal tôi thử cầu may kiếm *website Peace Memorial Park* của khu tưởng niệm. Rất may trong đó có địa chỉ e-mail liên lạc. Tôi gửi ngay một thư điện tử trình bày vấn đề. Chỉ một thời gian ngắn sau, tôi nhận được hồi âm. Họ cho biết có giữ một máy chụp hình như tôi cho chi tiết. Nhưng họ chỉ có quyền giữ một tuần, sau đó phải nộp cho cảnh sát. Họ đề nghị nếu tôi có người quen tại Nhật thì có thể ủy quyền cho họ tới lãnh. Nếu không họ có thể lãnh giúp tôi và gửi về Canada. Tôi nhờ họ lãnh giùm. Họ gửi cho tôi mẫu giấy ủy quyền để tôi ký. Mẫu bằng tiếng Nhật. Nhìn những con chữ loăng quăng mà ngán ngẩm. Tôi trình bày sự khó khăn, họ gửi cho tôi một bản khác, cũng bằng tiếng Nhật nhưng có khoanh đỏ chỗ tôi phải ký tên. Để chắc ăn tôi chụp hình chiếc bao máy tôi còn giữ và cục sạc pin của máy. Trên cục sạc điện này có ghi kiểu máy và số máy. Để chắc ăn hơn, tôi gửi họ hình tôi đang chụp bằng chiếc máy đó do một anh bạn chụp lén trong chuyến du lịch. Chỉ một ngày sau, họ xác nhận đúng là máy chụp hình của tôi và sẽ gửi qua Canada cho tôi qua đường bưu điện. Phí tổn phần tôi chịu. Họ cho biết giá tiền gửi của bưu điện Nhật bằng đồng Yen. Túi tôi lúc đó đâu còn đồng tiền Nhật nào nhưng họ đã tìm cách trả dễ dàng cho tôi. Họ quy tiền ra số phiếu bưu điện *International Reply Coupon* mà tôi có thể mua tại Bưu điện Canada. Tôi vội ra Bưu điện mua số phiếu cần thiết bằng tiền Canada và gửi qua cho họ. Nhận được phiếu, họ gửi máy hình qua cho tôi. Chỉ vài ngày sau là tôi nhận được chiếc máy chụp hình của mình. Cái quý ở đây là sự sốt sắng họ dành cho du khách. Họ muốn du khách hoàn toàn hài lòng khi đặt chân tới đất nước họ.

Để duy trì sự trung thực, Nhật có một bộ luật hình sự rất khắt khe với những hành động cướp hay trộm cắp. Người có hành vi lấy trộm tài sản của người khác sẽ bị xử phạt tối đa 10 năm tù. Người có hành vi toan tính với mục đích cướp tài sản của người khác bị phạt tối đa 2 năm tù. Người có hành vi cưỡng ép hoặc dùng bạo lực để cưỡng đoạt tài sản của người khác bị tối thiểu 5 năm tù. Phạm tội cướp có gây thương tích cho người khác bị phạt tù từ 7 năm đến chung thân. Nếu cướp của gây án mạng bị phạt từ chung thân đến tử hình.

Xã hội Nhật lên án nặng nề những người trộm cắp hay cướp đoạt tài sản của người khác. Vậy mà những người Việt du học hay xuất cảnh lao động sang Nhật lại là những tội phạm hàng đầu trong các người ngoại quốc sinh sống tại Nhật. Số người Việt sang học hay làm việc tại Nhật chiếm tới 50% tổng số xuất ngoại. Tính tới tháng 12/2022, có tới 345 ngàn lao động Việt Nam đang sinh sống và làm việc tại Nhật. Trong 15 quốc gia gửi lao động qua làm việc tại Nhật, Việt Nam chiếm hàng đầu về số lượng. Con số đông đảo công nhân Việt này đang bị người Nhật khinh rẻ vì trộm cắp liên miên. Chuyện mới xảy ra tại phi trường Haneda ở Tokyo vào ngày 8/7/2024. Tran Nhat Tai, 33 tuổi, tới Nhật theo chương trình thực tập sinh kỹ thuật, hiện đang làm nhân viên hợp đồng tại một công ty bốc xếp hành lý của du khách, đã bị cảnh sát bắt giữ vì tội trộm hai đầu gậy *golf*, trị giá khoảng 600 đô Mỹ tại khu vực phân loại hành lý tại nhà ga số 3 của sân bay. Từ đầu tháng 6, các hãng hàng không đã nhận được khiếu nại của khách hàng về việc mất đầu gậy *golf* và họ nhờ cảnh sát điều tra. Sau khi bị bắt giữ, Tran Nhat Tai khai đã ăn cắp tổng cộng khoảng chục đầu gậy *golf*.

Một du học sinh Việt trộm cắp bị bắt tại Nhật.

Chuyện trộm cắp của người Việt tại Nhật là chuyện thường ngày ở huyện từ khuya. Không phải chỉ là những vụ ăn cắp vặt mà có những vụ có tổ chức, đôi khi dẫn tới việc gây ra án mạng. Gần đây nhất cảnh sát Tokyo đã bắt giữ hai công dân Việt Nam can tội ăn cắp xe đạp thể thao loại xịn. Trước đó, cảnh sát đã bắt giữ hai người Việt liên quan đến một loạt vụ trộm cắp tại các tỉnh Tochigi, Nagano, Gunma và Fukushima. Cũng vào tháng 7, cảnh sát tại Fukuoka đã bắt giữ bốn người Việt, gồm cả nam lẫn nữ, ăn cắp quần áo tại nhiều cửa hàng Uniqlo. Một du học sinh ở Nhật đã chứng kiến tận mắt đồng hương trộm đồ kể lại: "Khoảng 7 giờ tối, mình đang làm thêm trong một cửa hàng tạp hóa ở Osaka thì xảy ra vụ ăn trộm do chính người Việt mình thực hiện. Lúc đó mình được gọi đến làm phiên dịch hộ nên được chứng kiến toàn bộ sự việc. Có hai người cùng đi với nhau, nhưng một người may mắn chạy thoát. Nôm na là lúc vào cửa hàng, hai người đó tự lấy mỹ phẩm bỏ vào ba lô của mình, nhân viên bán hàng phát hiện và nhắc nhở là phải bỏ ra giỏ, sau đó tính tiền xong mới được bỏ vào túi cá nhân. Nhưng hai bạn ý không nghe, đến lúc gọi người tới thì lại bỏ chạy, và kết quả là một bạn đã bị bắt. Sau khi bị bắt bạn đã phân trần là chỉ bỏ vào túi thôi chứ chưa ra tính tiền cũng chưa ra khỏi đây. Nhưng không thể có chuyện như thế được, vì nếu không có ý định ăn trộm thì lúc nhân viên nhắc nhở sao bạn không bỏ đồ ra giỏ như mọi người. Trong thang máy có một ông cảnh sát hỏi: "Mày sang đây đi du học đúng không, thế sao không học mà lại đi ăn trộm?". Lúc này mình phải xin phép về làm việc tiếp vì đúng giờ cao điểm đông khách nên cũng không biết cuối cùng như thế nào, nhưng chắc chắn là sẽ bị trục xuất về nước. Về tới cửa hàng mọi người xúm vào trêu chọc: sao người Việt Nam mày ăn cắp lắm thế? Liệu mày có ăn cắp không đấy? Dẫu biết là họ nói đùa nhưng sao mình thấy chua chát đến thế. Mình chỉ biết cắm mặt xuống làm việc tiếp".

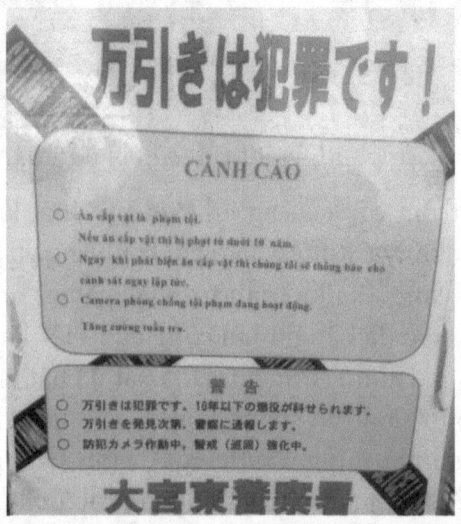

Bảng cảnh báo trộm cắp bằng tiếng Việt tại Nhật.

Chắc chúng ta đã biết là tại một số cửa hàng ở Nhật có những bảng cảnh báo trộm cắp viết bằng tiếng Việt. Không chỉ có những công nhân và du học sinh có bàn tay nhám nhưng các phi công và tiếp viên hàng không Việt Nam cũng tiếp tay vận chuyển hàng ăn cắp về nước. Nhiều người đã bị bắt. Cảnh sát Nhật cho biết cứ năm người trộm cắp thì có một người Việt. Người Việt xếp thứ nhì về "tài" trộm cắp ở Nhật. Xếp đầu bảng chắc mọi người đã đoán ra. Đó là Trung quốc!

Chúng ta thường tự hào về bốn ngàn năm văn hiến. Khi những người Việt này qua Nhật có lẽ họ đã quên không dắt lưng theo bốn ngàn năm kiêu hãnh này. Nhưng trộm nghĩ ngay trong nước hiện nay đâu còn bốn ngàn năm này khi nạn tham ô, trấn lột, cưỡng đoạt của ngay những tầng lớp cai trị đang diễn ra ngày một trong đời sống. Kể cũng tội. Những người trẻ này chỉ là sản phẩm tất yếu của một đất nước luôn tự hào là… ưu việt!

Song Thao
07/2024
Website: www.songthao.com

Tìm Đọc:

HOÀNG CHÍNH
Kẻ Làm Chứng Gian

Nghe tiếng máy xe, Nancy lao nhanh ra cửa. Trong phòng ngủ, đang loay hoay xếp những bọc tã vừa mua ở siêu thị vào ngăn tủ, tôi gài vội lên môi một nụ cười. Căn nhà vắng vẻ chợt giật mình như vừa bị đánh thức bởi tiếng gót giày lách cách khua trên nền xi măng và tiếng hai người đàn bà ríu rít ngoài hiên. Cánh cửa hé mở. Mùi hương dịu dàng lan nhanh trong không khí. Tôi đóng vội cánh cửa tủ. Cánh cửa tủ lệch chạm khung gỗ, gây một tiếng cạch. Thằng bé giật mình ọ oẹ trong nôi. Tôi đứng lặng, rùn vai chờ đợi. Miệng thì thầm, *daddy xin lỗi con*. Một lát, thằng bé thôi ọ oẹ. Tôi thở ra nhẹ nhàng. Chắc nó ngủ lại rồi. Thằng bé ở với tôi đã hơn một tuần tôi vẫn chưa quen làm bố. Tôi chưa quen với căn nhà đang trống trải bỗng ngập tràn tiếng khóc sơ sinh. Chưa quen nhẹ tay với đồ đạc để nó khỏi giật mình.

Tôi rón rén bước ra phòng khách.

Trong cái khung ánh sáng hình chữ nhật của cánh cửa, bóng hai người đàn bà ôm cứng lấy nhau. Tôi lớ ngớ đứng chờ. Lòng xao xác chút hân hoan lạ mặt. Một lát sau, họ mới buông nhau ra. Và nhùng nhẵng níu kéo nhau vào nhà.

"Nguyệt Quế, bạn em," Nancy nói, tay chỉ vào người đàn bà độ chừng ba mươi, môi son đỏ thẫm, tóc lấp lửng sau cái eo thon, áo thun khoe một khuôn ngực vun đầy, túi xách màu da trời lủng lẳng một bên vai. Cái tên hay quá. Tôi thầm nghĩ và khẽ gật đầu, nụ cười vẫn cố gắn trên môi. "Còn đây là…" Nancy chỉ sang tôi và nói tên tôi thật nhỏ như không muốn ai nghe được.
Tôi nhanh miệng, "Chào chị." Rồi không biết nói gì thêm.
Người đàn bà nhanh nhảu, "Đừng gọi em bằng chị, nghe già lắm." Giọng ngọt và trong gợi nhớ tiếng chim hót trong khu rừng sau nhà những sớm mai. "Gọi em bằng tên được rồi."
Tôi lại mỉm cười. Tôi luôn ngượng ngập khi nói chuyện với phụ nữ chưa quen.
Hai người đàn bà bước hẳn vào nhà. Tôi đứng tránh qua một bên. Hít trộm chút mùi hương dịu dàng. Nguyệt Quế nhìn quanh, "Con đâu rồi? Đem nó ra đây xem nào."
Nancy xuống giọng thì thầm, "Bé đang ngủ trong phòng."
Người đàn bà liếc tôi thật nhanh rồi quay sang Nancy, "Có *baby* mà giấu nhé."
Nancy cười. Tôi cũng cười.
"Nguyệt Quế làm cùng công ty với em mấy năm rồi," Nancy nói.
"Sao bây giờ lại mỗi người một nơi vậy?" tôi hỏi cho có chuyện.
"Công ty mở chi nhánh mới," Nancy nói. "Nên em bị đẩy về cái chốn khỉ ho cò gáy này."
Nguyệt Quế bắt bẻ, "Về chỗ nhỏ mà làm chức lớn thì lại không sướng à?"
Thì ra vậy. Bây giờ tôi mới biết thêm một chút về việc làm của Nancy. Lúc trước chỉ nghe nói Nancy điều hành một công ty nào đó ở trung tâm thành phố. Đang kẹt tiền, cần tìm người để cho thuê phòng, gặp đôi mắt đẹp và nụ cười cuốn hút của người đồng hương, lại là phụ nữ đến hỏi thuê nhà, tôi nhận lời ngay mà không biết gì về công ăn việc làm của người ấy.
Nguyệt Quế xoay người đặt hai tay lên vai Nancy, nhưng mắt lại nhìn tôi, miệng tíu tít, "Cho tôi ngắm lại cái dung nhan, xem cái mùi hạnh phúc nó ra làm sao nào."

Quay lại Nancy, cô tiếp, "Mới bặt tin ít lâu mà đã xây xong tổ ấm rồi. Đúng là hạnh phúc có thật đấy nhá!"

Nancy và tôi nhìn nhau. Không biết Nancy đã kể cho Nguyệt Quế nghe về chuyện tôi với nàng như thế nào nên tôi không dám mở miệng. Chỉ sợ lỡ lời.

"Chừng nào làm đám cưới, cho tôi làm phụ dâu được không?" Lại quay sang tôi, Nguyệt Quế nói, "Đừng nói không đấy nhé. Không cho là tôi *unfriend* luôn cả hai người cho mà xem. À mà em với anh đã là bạn trên *Facebook* đâu mà đòi *unfriend* nhỉ."

Rồi tay vẫn đặt trên vai Nancy, Nguyệt Quế nhìn đăm đắm vào mắt tôi, "Chú rể có cho tôi làm dâu phụ không thì bảo."

Và cô bất chợt buông Nancy ra, bước lệch qua, túm lấy cổ áo tôi, giọng đanh đá hẳn lên, "Có cho không thì bảo để tôi còn biết đường mà lo liệu."

Tôi bối rối nắm nhẹ lấy hai cổ tay thon của người đàn bà, đầu tôi lắc lư theo nhịp lắc cánh tay cô. Hương của tóc, của da thịt hay của thứ nước hoa đắt tiền nào đó làm tôi bối rối.

"Chịu không?"

Tôi gật gưỡng như gã say hối hả gật đầu trước chai rượu quý. Tôi cố quay đầu về phía Nancy, cầu cứu. Nhưng Nancy chỉ chớp mắt và khẽ mỉm cười.

Nguyệt Quế buông cổ áo tôi ra, xoay qua Nancy, "Chú rể chịu rồi đấy nhé."

Tiếng thằng bé ọ oẹ trong phòng. Nancy chợt xớn xác quay qua nhìn tôi rồi bước vội đi. Tôi đứng xớ rớ, nhìn theo cái bóng mỏng mảnh của nàng.

"Anh ra xe khiêng tiếp em một tay," Nguyệt Quế nói.

"Cái gì ở ngoài xe vậy?" tôi hỏi.

"Lương thực."

Tôi cau mày, cố làm ra vẻ bất bình, "Nguyệt Quế ở chơi có vài hôm mà phải đem lương thực theo làm chi vậy?"

"Lương thực cho hai ông bà đấy chứ."

Nguyệt Quế đem cho chúng tôi hai thùng mì gói, một chai nước tương, một chai nước mắm có hình con cá mực, gần chục gói bún khô, hai bọc gạo Thái Lan, chai ớt, bọc măng khô và vô số thứ lặt vặt khác. Nơi chúng tôi ở không có tiệm thực phẩm Á Châu. Muốn nếm chút hương vị quê nhà, chúng tôi phải lái xe tám mươi cây số đến thành phố kế cận. Vì vậy khoảng hai tháng chúng tôi mới đi tiệm Á Châu một lần. Mùa đông chúng tôi ngại ra ngoài, chỉ muốn co ro trong nhà, giữ ấm bên cái lò sưởi đốt bằng củi khô, nên tủ lạnh nhà chúng tôi vắng hẳn những món ăn Á Châu.

Xếp đống lương khô vào ngăn tủ nhà bếp xong, tôi ôm chăn, gối ra salông, nhường phòng mình cho Nguyệt Quế. Cả tuần nay thằng bé ngủ trong phòng Nancy. Có hơi ấm phụ nữ, nó ngủ ngoan. Không có Nancy, tôi không biết phải xoay xở thế nào. Có Nancy chăm sóc thằng bé. Tôi yên lòng.

"Có con vui nhưng cũng buồn ấy nhỉ," Nguyệt Quế nói, lúc kéo cái vali vào phòng tôi.

"Sao lại buồn?" Tôi hỏi.

"Tình còn nồng mà cứ phải mỗi người một phòng thế này thì chán chết ấy chứ!" Nguyệt Quế nói và bật cười rũ rượi.

Tôi lặng thinh, ngượng nghịu đứng nhìn cánh môi cong đỏ thắm. Dứt tràng cười, Nguyệt Quế tiếp, "Phải không anh? Buồn chứ nhỉ?"

Tôi chỉ biết cười trừ. Tôi có nên giải thích cho Nguyệt Quế để cô thôi thắc mắc không? Tôi có nên nói cho cô biết - bởi có lẽ Nancy chưa nói - rằng chúng tôi mỗi đứa một phòng vì chúng tôi chẳng là gì của nhau. Tôi là chủ nhà, Nancy là người thuê nhà. Thằng bé sơ sinh ngủ với Nancy nhưng nó là con riêng của tôi. Nó là con riêng của tôi bởi mẹ nó đã bỏ đi bặt tăm. Chuyện lôi thôi rắc rối như thế làm sao Nguyệt Quế hiểu nổi. Thôi thì cứ ậm ừ cho xong chuyện.

Chúng tôi đi chung trên chiếc Acura màu đỏ của Nguyệt Quế, đến văn phòng chính phủ. Nguyệt Quế và Nancy ngồi phía trước, tôi ngồi băng sau với thằng bé. Băng sau xe của Nguyệt Quế là cả một kho hàng. Hay đúng hơn là một bãi rác. Tôi phải gạt những bọc, những gói, những túi quăng đầy trên ghế để có chỗ ngồi. Gài chiếc ghế trẻ em vào dây an toàn cho chắc chắn xong tôi tò mò lật những gói, những hộp, những bọc ra xem. Ô mai, xoài khô ướp, tắc khô, thịt gà sấy khô, thịt bò khô và ba chai nước mía còn gắn kín. Và một lô những thứ nâu nâu, đen

đen, hồng hồng, tím tím trong bọc mà tôi không thể nào đoán ra thứ gì.

Nguyệt Quế vừa lái xe vừa kể chuyện chỗ làm. Tôi ngồi sau, nghe loáng thoáng chuyện tay giám đốc trổ mòi dê dẩm nhưng không đi đến đâu. "Chắc hẳn ngán cái vụ *me too*." Nguyệt Quế nói và phá ra cười. Nancy cũng cười theo. Rồi Nguyệt Quế ngoái cổ lại phía sau, "Đúng không, anh?"

Tôi cố cười thành tiếng để phụ họa cho câu chuyện. Rồi chúng tôi im lặng. Nancy cũng im lặng, thỉnh thoảng nhắc Nguyệt Quế quẹo phải, quẹo trái. Mới chỉ một quãng đường tôi cũng nhận ra Nguyệt Quế lái xe rất bạo tay. Cô chạy nhanh và hay thắng gấp khi đến sát đuôi chiếc xe phía trước. Mỗi lần như thế tôi lại phải gồng mình kềm chiếc ghế của thằng bé sợ nó tuột tới trước, dù đã được buộc chắc vào băng sau. Đường phố hôm nay bỗng dưng đầy xe cộ. Bận bịu với thằng bé, tôi không nhớ có hội hè hay lễ lạt gì đó ngoài thị trấn. Thỉnh thoảng có kẻ còn bóp còi xe khuấy lên cái yên tĩnh của con phố.

"Sao đẻ xong không làm giấy khai sinh luôn, đỡ mất công," Nguyệt Quế chợt hỏi trong khi mắt vẫn dán trên đường phố.

Tôi vểnh tai lắng nghe. "Thì..." Nancy ú ớ. "Thì... bận công chuyện quá mà."

"Chắc là bận làm tình đấy nhỉ," Nguyệt Quế nói, giọng châm chọc.

Tôi thấy lạnh cả người. Người đàn bà này đẹp, quyến rũ nhưng ăn nói thẳng thừng hết biết. Tôi hồi hộp chờ Nancy trả lời, nhưng không nghe Nancy nói gì.

"Hai ông bà đi *honeymoon* ở đâu?" Nguyệt Quế lại hỏi.

Vẫn không nghe Nancy trả lời. Hay Nancy có nói gì đó nhưng chỉ vừa đủ cho Nguyệt Quế nghe được.

Tôi xoay qua cúi xuống nhìn thằng bé. Hai má bầu bĩnh, môi mỏng ôm viền quanh cái núm vú cao su, hai con mắt nhắm. Cu cậu đang ngủ ngon. Tôi nghiêng đầu ngắm nó. Tôi nghiêng đầu ngắm tôi mấy mươi năm trước. Câu hỏi cũ lại lòng vòng trong óc. Thằng bé có giống tôi không?

Vào văn phòng chính phủ, Nancy bồng thằng bé trên tay. Thằng bé vẫn ngủ ngặt ngừ, cái núm vú cao su ngậm hờ trong miệng. Trong phòng chờ đợi, Nancy ngồi giữa, Nguyệt Quế và tôi ngồi hai bên. Nguyệt Quế bẹo nhẹ hai ngón tay lên má thằng bé, "Cưng quá là cưng nghe!" Nàng nâng đầu thằng bé lên, chăm chú nhìn nó, rồi nghểnh cổ nhìn sang tôi, thì thầm, "Thật là giống bố đó." Tôi cười. Nó là con tôi - Tiểu Quyên đã nói với tôi như thế trước khi bỏ đi - nhất định nó phải giống tôi. Nguyệt Quế tiếp, "Nhưng cặp môi thì giống mẹ."

Tôi giật mình. Tôi đoán Nancy cũng giật mình. Nguyệt Quế tiếp, giọng thì thầm để không ai ở chung quanh nghe được, "Cặp môi này lớn lên gái mê chết bỏ. Như môi mẹ nó đã mồi chài được bố nó."

Tôi lặng im, thầm nghĩ phải như Nancy là mẹ ruột của con tôi thì hay biết chừng nào.

Thủ tục làm hồ sơ hộ tịch ở xứ này thật đơn giản. Sinh xong, bệnh viện giúp sản phụ điền giấy ngay để gửi đi làm khai sinh cho con. Nếu làm ngay lúc ấy thì chẳng cần người chứng. Tiểu Quyên thôi liên lạc với tôi mấy tháng trời, bỗng một hôm ghé về với thằng bé, giúi vào tay tôi, bảo nó là con tôi. Rồi biến đi. Tôi chưa kịp nghĩ ra để hỏi đã làm giấy khai sinh cho nó chưa. Làm khai sinh muộn, phải cần người chứng. May mà Nancy nhờ được Nguyệt Quế. Hôm nay, Nguyệt Quế chỉ cần ký tên xác nhận biết rõ Nancy và tôi là cha mẹ ruột của đứa bé là đủ.

Trong lúc chúng tôi chờ đến phiên mình, thằng bé thức giấc. Nó nhằn cái núm vú cao su ra rồi khóc. "Bình sữa đâu, con đói rồi," giọng Nancy hốt hoảng. Ba chữ "con đói rồi" làm lòng tôi mềm xuống. Tôi luống cuống moi đống chăn cuộn tròn trên ghế. Quên đem theo rồi. Ban nãy lu bu đủ chuyện nên tôi quên lấy bình sữa pha sẵn trong tủ lạnh, đã để ra ngoài bàn cho ấm lại. Một phần cũng tại đầu óc bận suy nghĩ tìm câu trả lời cho mớ câu hỏi Nguyệt Quế ném ra như nước lũ ngập lụt cả căn phòng.

"Bây giờ làm sao đây?" Nancy lo lắng nhìn tôi, tay vẫn lắc thằng bé nhè nhẹ, hy vọng nó thôi khóc, ít nhất là đến khi ra xe.

Nhưng thằng bé khóc càng lúc càng nhiều.

"Mẹ cho con bú đi, mắc cỡ gì nữa," Nguyệt Quế hối thúc.

Nancy ôm thằng bé ra góc phòng, vén áo, đẩy miệng thằng bé vào ngực mình.

Thằng bé chỉ im lặng được vài giây rồi lại khóc.

"Sao thế?" Nguyệt Quế nghểnh cổ hỏi.

Nancy nhìn tôi cầu cứu. Tôi thấy hai má Nancy ửng đỏ. Tôi thấy chóng mặt. Thằng bé đã biết phân biệt vú nào có sữa, vú nào không. Nhưng tôi nhớ núm vú được đứa bé ngậm, được mút hoài, cơ thể người đàn bà do phản ứng kích tố nào đó vẫn có thể tạo ra sữa. Sách vở nói vậy. Và tôi cũng biết chắc điều đó. Bởi tôi đã một lần – nào đã lâu lắc gì - nếm lại được vị sữa tươi từ cái nguồn căng đầy sự sống của người đàn bà. Tưởng đã quên, nhưng vẫn nhớ cái vị ngọt dịu dàng, bởi vị ngọt ấy giống hệt cái vị tôi đã nếm lần cuối cùng, cái ngày mẹ tôi cai sữa tôi, thằng bé sinh thiếu tháng èo uột. Tôi vẫn nhớ vị sữa nhàn nhạt nhưng ấm. Tôi vẫn nhớ hôm ấy đã mùa thu, trời gai lạnh, bếp sưởi không củi đốt vì quá bận rộn với thằng bé, tôi quên khuấy đi việc phải vào rừng mót cành khô hay ra ngoại ô mua củi về đốt lò sưởi. Và phòng mình lạnh quá, tôi phải mò vào phòng của Nancy, ngủ nhờ.

Nhưng cũng nhờ thằng bé khóc mà nhân viên cho chúng tôi vào sớm, trước khi số thứ tự tới phiên chúng tôi.

Bà nhân viên tóc vàng ngó thằng bé rồi ngước lên nhìn cả ba chúng tôi, "*Baby* dễ thương quá."

Tôi nói cảm ơn và xuất trình giấy tờ tùy thân. Tôi nói đại cái tên bệnh viện nơi thằng bé (được cho là) ra đời. Nói đại, bởi khi Tiểu Quyên ôm thằng bé lại, tôi cứ ngỡ Tiểu Quyên sẽ ở lâu nên chưa vội hỏi han gì nhiều, đâu ngờ sáng hôm sau Tiểu Quyên đã bặt tăm. Tôi nói dối và hy vọng người ta không điện thoại cho bệnh viện để kiểm chứng.

"Em bé tên gì?" người nhân viên hỏi.

Tôi điếng người. Sao chúng tôi lại quên cái chi tiết vô cùng quan trọng này. Thực tình tôi cũng đã nhiều lần tìm cách liên lạc với Tiểu Quyên để hỏi nên đặt tên gì cho em bé. Nhưng Tiểu Quyên tông tích bặt tăm như chiếc bóng lạc vào một chiều không gian khác.

"Ông bà đặt tên gì cho em bé?" người nhân viên nhắc lại.

Nancy và tôi nhìn nhau. Nguyệt Quế cũng nhìn chúng tôi bằng ánh mắt ngỡ ngàng. Sau cùng Nancy buột miệng, "Jimmy."

"Tên hay đó," mái tóc vàng gật gù trong lúc những ngón tay dài gõ bàn phím máy tính, ghi tên thằng bé lên màn hình.

"Tên cha là gì?" Hình ảnh ngọt ngào của Tiểu Quyên hiện ra trong trí tôi. Tôi nghĩ đến dòng chữ chạy vòng vo trên mảnh giấy gấp làm tư làm tám, tôi nghĩ đến đôi môi hồng, ấm áp câu dặn dò, *Con anh đó, hãy thay em nuôi dưỡng nó*. Và tôi nhanh miệng nói tên tôi, rồi đánh vần từng chữ cả tên lẫn họ.

"Tên mẹ là gì?"

Ngực tôi thắt lại. Tôi xoay người đặt bàn tay lên cái đầu tròn của thằng bé. Hơi ấm thấm vào bàn tay tôi. Tôi muốn hỏi thằng bé *Tên mẹ con là gì*. Tôi muốn nó mau lớn để tôi dạy nó đánh vần hai chữ *Tiểu Quyên*. Tôi muốn nó mau lớn để tôi kể cho nó nghe về khu rừng Tiểu Quyên với tôi thường đi dạo mỗi ngày. Tôi muốn kể cho nó nghe rằng nó là món quà *Valentine* tuyệt vời nhất mà tôi với Tiểu Quyên đã tặng cho nhau. Tôi cứ muốn hỏi thằng bé, *Mẹ con tên gì, con biết không*, nhưng Nancy đã buột miệng nói tên của mình. Và đánh vần cho người nhân viên gõ lên bàn phím máy tính.

Tôi thở ra nhẹ nhàng.

Tôi ngước nhìn cái đồng hồ tròn treo trên tường. Ba giờ mười bốn phút. Chiều rồi. Từ phút giây ấy, thằng bé đã có tên. Nó không có tên biết bao lâu. Bây giờ thì nó đã có tên. Tên nó là Jimmy. Và từ phút giây ấy Nancy là mẹ của bé Jimmy. Từ lúc ba giờ mười bốn phút chiều thứ Sáu ngày 26 tháng Tư ấy, thằng bé là con của Nancy và của tôi.

Trước khi đặt bút ký vào tờ giấy khai sinh, Nguyệt Quế xoay qua nói nhỏ với chúng tôi bằng tiếng Việt, "Có đúng hai ông bà là bố mẹ thằng bé này không vậy? Sao tôi nghi quá!" Và đôi môi đỏ thắm nở ra một nụ cười.

"Không là con tụi này thì là con ai?" Nancy mạnh dạn nói.

"Con người ta," Nguyệt Quế nói tỉnh queo. "Sao tôi lại dám chắc đây là con ruột của hai ông bà nhỉ. Tôi nhắm mắt làm liều đấy. Chứ tôi có thấy, có nghe nói bà mang bầu hồi nào đâu. Lỡ nó là con ai khác thì tôi mắc tội nói dối." Nguyệt Quế vừa nói vừa nheo mắt với Nancy.

"Bà chỉ giỏi nói bậy," Nancy kéo cái mũ lên đội lên đầu thằng bé, nói như thì thầm.

Phụ nữ thường có những linh cảm nhạy bén. Tôi sợ điều đó. Tôi sợ Nguyệt Quế sẽ phanh phui ra sự thật. Trong căn nhà nhỏ bên bìa rừng thị trấn mà chúng tôi đang sống, nơi có tấm bảng Dead End dẫn vào lối mòn, chứa đựng bao nhiêu điều gian dối. Những thứ ấy chồng chất lên nhau. Tôi sợ tôi sẽ phải gỡ bỏ dần dần những câu nói dối, như người y tá tháo bỏ từng lớp băng dán trên vết thương không bao giờ lành. Tôi sẽ phải khai thật với Nguyệt Quế rằng Nancy không phải là mẹ ruột của thằng bé. Tôi sẽ phải nói thật với Nancy rằng mẹ của thằng bé không phải là em ruột của tôi. Tôi sẽ phải khai với Nancy rằng tôi không là cậu ruột của thằng bé mà tôi chính là bố của nó. Nhùng nhằng bao nhiêu thứ. Toàn những điều khúc mắc. Rồi Nancy và Nguyệt Quế sẽ còn là Nancy và Nguyệt Quế hôm nay hay sẽ thành ai khác, lạnh lùng và căm hận khi biết rằng tôi đúng là cha đứa bé, nhưng mẹ đứa bé là người khác, cái người có khuôn mặt trái soan, có đôi mắt đẹp, có chiếc răng khểnh, có tóc thả sau lưng, cái người mang cái tên rất thơ: Tiểu Quyên, cái người đã biến đi vào một không gian nào khác. Rất xa mà cũng thật gần.

Nguyệt Quế ký tên mình vào ô dành riêng cho người chứng, miệng thì thầm tiếng Việt, "Gái một con mà sao không mơn mởn, căng đầy, chín mọng như mọi người nhỉ?"

Tôi thấy hai má Nancy đỏ bừng.

Tôi trả lời lấp lửng, "Mỗi người mỗi khác chứ."

"Ở xứ này làm chứng gian là tội hình sự đấy. Tôi mà bị ra tòa thì tôi sẽ giết mấy người!" Nguyệt Quế lẩm bẩm, giọng nửa đùa nửa thật. Rồi quay qua, vuốt má thằng bé, "Cô nói đùa đấy, con đừng sợ nhé, bé Jimmy."

Tôi điếng người. Thoáng bắt gặp ánh nhìn sắc lạnh trong con mắt một giây trước đó còn váng vất chút lẳng lơ của Nguyệt Quế, tôi biết nàng nói thật.

Hoàng Chính
240426

NGUYỄN LÊ HỒNG HƯNG
Mùa Hè Trắng

Lịch trình chiếc Fenja khởi đầu từ cảng Hamburg qua Stockholm và St. Petersburg. Trên tuyến đường tàu có thể ghé vài hải cảng không nhứt định trong vùng Scandinavia. Tất cả tàu buôn lớn nhỏ cho tới những chiếc ghe buồm tí teo của khách du lịch, từ biển Nam, Bắc Đại Tây Dương muốn thu ngắn đường vào biển Baltic và Scandinavia thì phải qua ngang con kinh Kiel miền bắc nước Đức. Sáng hôm ấy chiếc Fenja qua khỏi kinh Kiel, trong sương mù ban sáng xuất hiện hàng ngàn cánh buồm trắng dọc ven bờ. Tôi lên phòng lái hỏi thuyền trưởng:

– Ghe buồm đâu mà nhiều quá?

Ông nói:

– Năm nào cũng có tàu buồm khắp nơi tập trung về đây dự lễ hội.

– Lễ hội ghe buồm?

Ông gật đầu và chú tâm điều khiển con tàu. Thấy ông bận rộn tôi không làm phiền nữa. Tôi trở xuống phòng lấy máy chụp hình, ra sau phòng lái chụp đám tàu buồm, chụp xong mấy cái, tôi ngó quanh xem còn cảnh nào chụp được nữa không. Chợt thợ máy người Nga bận bộ overall màu cam, từ trong bước ra chào tôi. Sau khi hỏi thăm sức khỏe gia đình tôi, hắn nói:

– Chắc ông quên tui rồi.

Thủy thủ thay đổi hàng kỳ và mỗi lần đi tàu cũng khác nhau. Vừa nói chuyện tôi vừa quan sát bộ râu quai nón và mặt mũi hắn, cố moi óc nhận dạng, cuối cùng đành chịu. Làm bếp gần ba mươi năm, qua bao nhiêu mặt người làm sao nhớ hết. Thật tình tôi không nhớ là ai:

– Xin lỗi, hổng nhớ.

– Tui là Ivan lần đầu gặp ông bên chiếc Gotland.

Bây giờ tôi mới nhớ ra:

– À! Ivan, nhớ rồi và cũng trên tuyến đường này.

– Đúng rồi, trên tuyến này.

– Lâu quá rồi, với lại hồi trước mày đâu có râu.

Ivan cười hì hì:

– Bảy năm rồi.

– Chậc, thời gian...

– Mấy tấm hình chụp chung với ông ở Stockholm tôi còn giữ, hôm nào tôi cho ông xem.

Tôi gật đầu và nhớ lại lần đầu Ivan xuống tàu cùng với một đồng hương của nó. Tôi hỏi:

– À, còn cậu đi chung với mày lần đó, bây giờ sao rồi?

– Poris, bây giờ là thuyền phó bên chiếc Tanja.

– Suốt mùa đông rồi tao ở bên chiếc Tanja với thuyền trưởng Mike nhưng không gặp Poris.

– Đúng rồi, lúc đó nó nghỉ đông. Hôm qua tui phone thuyền trưởng Mike, có nói đi chung với ông, Mike rất vui, nhắn lời thăm ông và nói khi tới St. Petersburg ông ấy xuống chở tui với ông lên bờ xem lễ hội Đêm Trắng.

– Tốt, chuyến này thế nào tao cũng học hỏi thêm về văn hóa của lễ hội Đêm Trắng ở St. Petersburg.

– Cái này ông biết nhiều rồi, chuyện cầu giờ, pháo bông và hàng triệu con người ta tụ tập bên bờ sông Neva và chen chúc nhậu nhẹt trên đường phố...

Nhìn những chiếc tàu buồm trong vịnh, tôi mới nhớ ra một điều:

– Nhưng tao chưa xem Scarlet Sails (Tàu Buồm Đỏ). Nghe nói trong lễ hội Đêm Trắng ở St. Petersburg có một con tàu lớn với những cánh buồm đỏ rực, một biểu tượng rất độc đáo cho lễ tốt nghiệp của các sinh viên nước Nga.

– Nhưng ông phải thức suốt đêm.

– Không sao, có dịp thức suốt đêm cũng không sao, hơn nữa mùa hè sống trên vùng này tao ít ngủ lắm. Nghe nói Scarlet Sails biểu tượng St. Petersburg mới có lại năm 2005. Vậy là hồi thời cộng sản bị cấm hả?

– *No no*... Ivan lắc đầu lia lịa... Scarlet Sails trong thời cộng sản mà.

– À, mày đúng, màu đỏ là biểu tượng của đảng Cộng Sản, cộng sản cái gì cũng màu đỏ.

Ivan nói tiếp:

– Lễ hội Đêm Trắng ở St. Petersburg tổ chức vào ngày thứ bảy, tuần lễ thứ tư, cuối tháng sáu hàng năm. Scarlet Sails ra đời khoảng thập niên sáu mươi. Chánh quyền tổ chức vinh danh cho sinh viên tốt nghiệp, như ông cũng đã biết, người cộng sản làm bất cứ chuyện gì cũng trong tinh thần cách mạng và phô trương ầm ĩ cái chủ nghĩa vô sản của họ mà thôi.

– *Egocentrism* (Chủ nghĩa ích kỷ).

Ivan cười hì hì và tiếp:

– Tới năm 2005 một giám đốc nghệ thuật hiện đại "lái" cho con Tàu Buồm Đỏ trở về tinh thần St. Peterburg.

– Tinh thần cách mạng với tinh thần St. Peterburg khác nhau như thế nào?

– Tinh thần St. Petersburg là sống lại không khí lãng mạn huyền bí (*Mysticism in romanticism*), muốn hát bài gì thì hát, không căng biểu ngữ hô hào này nọ hay ca ngợi thành quả cách mạng, đặc biệt là trai gái yêu nhau khỏi phải báo cáo...

Tôi cao hứng chen vào, nói:

– Thật tuyệt vời, chỉ có một nhà nghệ thuật lớn, một tâm hồn nghệ sĩ lớn mới chuyển đổi được truyền thống tiêu cực qua tích cực một cách nhẹ nhàng. Tao không thể tưởng tượng nổi, hàng triệu con người tụ tập hai bên bờ sông Neva xem pháo bông, và những chiếc cầu bắc ngang sông được giở lên với đèn màu rạng rỡ trong ánh sáng lãng mạn (*romantic light*), cũng có người gọi đó là ánh sáng của phù thủy (*magician's light*), một chiếc tàu buồm màu đỏ vinh danh các sinh viên tốt nghiệp của thành phố giương buồm chầm chậm xuôi ra vàm sông Neva trong lúc tiếng reo hò của hàng triệu con người trên bờ sông và pháo bông tua tủa giữa không trung màu trắng...

Ivan cười cười và gật gật cái đầu ra vẻ tự hào cho quê hương đổi mới, nó hãnh diện nói:

– Hàng trăm ngàn đôi trai gái tìm được tình yêu trong Đêm Trắng và tui với vợ tui yêu nhau cũng trong không gian đầy lãng mạn ấy.

Chợt tiếng còi báo trục trặc gì đó dưới hầm máy, nó cụt hứng, chửi thề một cái và lật đật day lưng chạy xuống hầm máy xem có chuyện gì. Thợ máy lúc nào cũng bận rộn ăn không ngon, ngủ không yên. Nếu còn trẻ và còn đi học, tôi sẽ không chọn nghề thợ máy, nhứt là thợ máy tàu buôn.

Chỉ còn hơn ba mươi giờ nữa tàu tới cảng Stockholm, trong lòng tôi bỗng nhiên hứng khởi lạ thường, tôi nao nức được trở lại sống với những con người hiền hòa, nhân bản và trong phong cảnh đẹp đẽ, mát mẻ, núi non với rừng thông bạt ngàn của vùng Scandinavia thanh bình.

Tàu cặp bến Stockholm vào giữa trưa và sẽ khởi hành vào sáng mai. Chiều hôm ấy tôi lên phố, Ivan muốn đi theo. Tôi nói với nó:

– Tao đi bộ.

– Không sao.

Vậy là tôi với nó tà tà ra phố, chúng tôi đi trên đường nhiều cây xanh. Đi gần tới phố Ivan chỉ tay lên tháp cao và nói:

– Ở đây giống như Venezia.

– Giống chỗ nào?

– Rất nhiều nước.

– Đơn giản vậy sao?

– Ừ, thì thành phố cổ, nhà cửa cũ kỹ...

Tôi khoa tay về phía chiếc cầu và những chiếc đò ngược xuôi dưới dòng nước nói:

– Nhưng ở Venezia xe không chạy được, và tàu đò đâu có rầm rộ như ở đây. Đi trong phố Venezia tao có cảm giác như đi trên một sàn nước khổng lồ làm bằng xi măng và tưởng chừng nó có thể bị sụp xuống hoặc nước ngập bất cứ lúc nào.
– Ừ...
Thấy Ivan ậm ờ tôi cũng không nói thêm làm gì. Mỗi lần dạo phố Stockholm tôi rất tự tin và nhiều phấn khởi. Có lẽ đường xe điện ngầm nơi đây thu hút, cho nên mỗi khi lên phố tôi đi về hướng nhà ga trước, sau đó mới tà tà ra khu trung tâm Sergels Torg. Từ bến cảng lên tới phố mất gần một tiếng đồng hồ. Tôi với Ivan ghé vô quán, tôi hỏi:
– Uống bia?
Ivan lưỡng lự:
– Bia ở đây mắc lắm.
Tôi gọi hai ly bia. Ivan nói:
– Bên Nga có nhiều thứ hưởng thụ và rẻ tiền hơn ở đây.
– Tiền nào của nấy, phong cảnh đẹp, chất lượng tốt thì giá tiền cao.
– Xem ra ông thích nơi đây.
– Tao thích kiến trúc nơi đây tuy lâu đời, nhưng trông rất hiện đại, nhứt là xe điện ngầm, cách họ thiết kế trên những tuyến đường khác nhau.
– Xe điện St. Petersburg tốt hơn đây.
– Đường xe điện ngầm St. Petersburg sâu hơn ở đây một hai tầng.
Dù sao Ivan cũng còn có một đất nước để tự hào và ít nhiều gì cũng còn có lòng tự tôn dân tộc, nếu tôi nói thật lòng thì sợ nó buồn. Thật ra con người xô bồ xô bộn trên đường phố không an toàn và mất vệ sinh của St. Petersburg thì làm sao so sánh được với Stockholm. Nhứt là những người ra vào nhà ga lúc lưa thưa cũng như khi đông đúc, họ không ồn ào giữa kiến trúc xam xám nâu nâu đùng đục trong ánh sáng nhẹ nhàng đã tạo ra một bầu không khí thanh tao làm con người ta đẹp tao nhã rất tự nhiên, tôi tưởng chừng như họ bước ra từ trong tạp chí người mẫu thời trang. Uống xong ly bia tôi với Ivan thả tà tà ra trung tâm. Hình như đi chơi như vầy Ivan không thích, mỗi khi tôi dừng lại xem một dàn nhạc hòa tấu hoặc xem cảnh phun nước dưới chưn tòa tháp cao thì Ivan lơ là ngơ ngáo. Tuy nhiên nó cố gắng lê cái

thân nặng nề theo tôi cho tới khi mặt trời lặn. Nó nhìn đồng hồ và hô lên:

– Mười giờ rồi, tui phải về.

Tôi thì bịn rịn, lưu luyến cái hoàng hôn xuống muộn của mùa hè. Ivan trông có vẻ mệt mỏi, lê những bước nặng nề đi theo tôi như chiếc bóng. Tôi day qua nói:

– Thôi được, mày về trước đi.

Ivan không lưỡng lự, liền chào tôi rồi đi te te lại bến đón tắc xi. Tôi tiếp tục đi trong ánh hoàng hôn tỏa trên những mái nhà chọc trời loang xuống đường phố Stockholm. Trên tòa cao có gắn một màn hình vuông rộng đương chiếu phim, dưới đường phố nhiều người ngồi rải rác, có người ngước mặt chăm chú nhìn lên xem phim. Chợt nghe tiếng vỗ tay vang lên bên góc phố, tôi ngó qua thấy một nhóm người bu quanh xem chính giữa người ta biểu diễn gì đó, tôi tò mò men lại, chen chúc ngó vô xem. Trong vòng người vây quanh, một người đàn bà da trắng bận áo vàng và đỏ bóng, đội vương miện màu vàng, trán và hai mí mắt có điểm kim tuyến. Có lẽ bà ta vừa múa xong và đương cầm micro giới thiệu điệu múa tiếp theo. Đây là điệu múa Balinese, theo tôi biết thì điệu múa này có nguồn từ đạo Hindu. Tôi đứng xem bà múa, nhìn mặt mày, đôi mắt và tay, chưn bà ta cử động làm tôi nhớ lại một điệu múa của người Miên, nhưng ở đây tay, chưn và mắt bà múa theo tiếng nhạc, chớ không lắc lắc cặp mông như những cô gái Miên múa điệu lâm-thôn. Điệu múa của bà chấm dứt, thêm một tràng pháo tay, đây cũng là màn cuối, bà chào mọi người xong rồi cùng những người theo bà thu dọn đồ đạc đem ra xe... Đám đông từ từ giải tán và tôi tiếp tục đi. Đi trong cái ánh sáng nhẹ nhàng làm tôi quên luôn giờ giấc. Tôi đi hết khu phố này tới công viên nọ, khi mỏi thì ngồi trên bực thạch nghỉ chưn. Khi ánh sáng lòa ra và nghe không gian âm ấm, tôi ngước mặt nhìn lên. Phía đông ánh mặt trời đã nhô lên soi sáng những mái ngói chung cư nằm trên đồi núi.

– Ồ, mặt trời mọc!

Nhìn đồng hồ, mới hơn ba giờ rưỡi. Mọi sinh hoạt lắng xuống từ hồi nào và người ta đi đường thưa thớt. Trong ánh sáng dịu dàng các cô gái da trắng nõn nà với mái tóc vàng óng ngồi trên chiếc bè nép bên kè đá, trông giống y như nữ ngư nhân huyền thoại, từ lòng biển trồi trên ngồi bên ghềnh đá tắm nắng. Bên bến đò, những chiếc tàu màu trắng đã đậu lại, có lẽ nhân viên trên tàu đã ngủ say để lấy sức cho ngày mai còn phải phục vụ cho những đoàn khách. Là thủy thủ, tôi không đủ thời gian tham quan được nhiều nơi, hy vọng ngày nào đó tôi sẽ ngồi lên những con đò ấy đi xem mười bốn hòn đảo nối kết nhau tạo nên thành phố Stockholm này.

Tôi trở về tàu khi ánh nắng đã chói chang, dĩ nhiên tôi không còn thời gian để ngủ. Lạ thật, tính ra tôi đã thức suốt đêm nhưng sao không buồn ngủ và cũng không mệt mỏi, duy có đầu óc lâng lâng và thấy mọi vật hư hư thật thật. Tôi vô bếp pha cà phê và rót một tách bưng ra lái tàu ngồi nhâm nhi. Renado, thủy thủ người In-Đô, gác cầu thang, hồi xuống tàu thấy nó ngồi trên ghế cạnh mui, mặt ngửa lên trời, miệng há lớn ra như hớp ánh sáng và ngủ ngon lành, nếu ở những cảng khác tôi đã kêu nó dậy nhưng ở Stockholm thì không ai trộm cắp nên tôi không kêu. Mặt mày nó còn ngái ngái, có lẽ nó vừa mới thức, nhưng làm ra vẻ tươi tỉnh đi tới chào tôi và hỏi:
– Chú còn cà phê hông?

Tôi chỉ tay vô bếp:
– Tao mới pha một bình trong bếp, mày vô lấy uống cho tỉnh.
Nó vô lấy cà phê, trở ra đứng bên tôi và nói:
– Tàu khởi hành mười giờ sáng nay và ghé Kronshtadt trước khi qua St. Petersburg.
– Vậy à.
Nói xong nó bưng tách cà phê đi lại chiếc ghế đầu cầu thang ngồi tiếp tục gác.
Chiều hôm ấy tàu đã vô tới vịnh Phần Lan. Khí trời mát mẻ, không khí sạch sẽ và mặt trời lơ lửng phía Tây, chiếu xuống mặt nước xanh màu vàng lóng lánh. Tôi định lên phòng tắm và đi ngủ sớm nhưng vì còn bịn rịn buổi chiều vàng đẹp tuyệt với mặt biển phẳng lặng như tờ và bầy nhàn bay liệng trắng trên không. Ivan tới đứng bên tôi, nó cho tôi biết chuyện đổi tuyến đường và lấy làm tiếc khi tàu tới St. Petersburg thì lễ hội Đêm Trắng đã qua.

Tôi nói với nó:

– Ở Nga lễ lạt thường xuyên.

– Ông nói đúng.

Rồi nó kể ra thêm ba bốn cái lễ gì đó rồi tiếp:

– Chỉ sợ mình tới không đúng ngày.

– Không sao, mùa hè người Nga của mày ngày nào cũng tiệc tùng lễ lạt, nhưng tao thấy ở Kronshtadt cũng vui.

– Có cái chợ nhỏ xíu.

– Một cái bar đủ rồi.

– Nhưng tui hổng lên bờ được.

– Sao vậy?

– Tàu phải lấy thêm dầu.

– Mình còn ghé qua St. Petersburg nữa, ở đó tới hai ngày mặc sức cho mày sáng say chiều xỉn. Thôi tao đi tắm đây, có điện cho thuyền trưởng Mike cho tao gởi lời thăm.

oOo

Tôi hồi tưởng lại, từ khi nước Nga mở cửa tới nay tôi tới St. Petersburg nhiều lần. Trời đông băng, tuyết lạnh cóng người hoặc xuân, thu mát mẻ hay hè nắng ấm tôi thường lang thang bên bờ sông Neva hoặc chen chúc trên đại lộ Nevsky Prospekt. Tôi nhớ đầu tiên tới St. Petersburg, tôi sợ nhứt là đám hải quan, họ kéo nhau xuống tàu cả trung đội, mặt mày như cai ngục, không biết cười, họ chui vào kẹt hóc lấy cây xỉa xói và vô phòng lục lạo tùm lum. Trong mắt tôi lúc đó thành phố St. Petersburg không khác gì những thành phố trong các nước nghèo ở Phi Châu. Tuy tôi có tham quan bảo tàng viện và nhiều thắng cảnh đẹp trong thành phố, nhưng ấn tượng mạnh trong tôi lúc đó là các cô gái Việt Nam bán hàng rong khắp những con lộ đông người, các cô tụ tập nhiều nhứt trên đường Nevsky Prospekt, một con đường lớn ở trung tâm thành phố. Tôi có nghe các cô nói về lễ hội đêm trắng St. Petersburg nhưng tôi chỉ nghĩ và xót xa tới thân phận tha phương cầu thực của các cô gái Việt Nam nơi xứ lạ quê người hơn là để ý về nếp sống nơi đây. Mấy năm sau này tôi thường chung chạ với người Nga trên những chuyến hải hành và thường đi lại St. Petersburg, dần dần tôi có cảm tình với đất nước và con người nơi đây. Mặc dù thành phố đó có nhiều di tích lịch sử có tầm vóc quốc tế như bảo tàng viện Hermitage, vườn hoa Mùa Hè bên bờ sông Neva, nhà hát lớn trên phố... Xe đường hầm St. Petersburg sâu, kiên cố và lâu đời làm cho tôi ngưỡng mộ. Nhưng có lẽ vì ấn tượng đầu tiên, cộng thêm cảnh con người xô bồ xô bộn, trộm cướp làm tôi bất an mỗi khi lên phố. Cho nên St. Peterburg đối với tôi là tới dạo chơi và khi ra đi không cần nhớ nữa.

Ngủ trong cái không khí tươi mát, khi thức dậy khỏe khoắn thể chất lẫn tinh thần. Tôi bước ra boong định làm vài động tác thể dục, chợt thấy trên boong ướt sũng. Mưa đêm? Tôi tự hỏi và có chút ngạc nhiên khi nhìn vô bờ, trời trong vắt, dải đất liền đậm hơn, những đám mây xám nặng nề phủ phía chưn trời dường như vừa vén lên và đường chưn trời hiện rõ nét, trong cái ánh sáng chan hòa một cánh buồm nhỏ xinh xắn, trắng tươi in trên mặt nước xanh như một chấm phá. Tôi tự nghĩ, có lẽ những người trên chiếc ghe buồm ấy cũng không ngủ hoặc có ngủ cũng ngắn như tôi và cũng đương nhìn ánh sáng thay đổi và thấy thời gian chầm chậm trôi qua theo ánh mặt trời từ từ nhô lên trên viền nước. Chưa bao giờ tôi thấy không gian trong sạch đến đỗi không tin rằng nó có thật trên trần gian.

Nguyễn Lê Hồng Hưng

Tìm Đọc:

TRẦN C. TRÍ
HUYỄN NGÃ

    Cảm giác của tôi lúc này là cảm giác của những người đang bị bóng đè, chới với, muốn thoát ra khỏi cơn ác mộng mà không tài nào thoát được. Tôi đã cố thử hết những cách thức có thể giúp mình biết được đây là thật hay mơ, hoặc giả nếu là mơ thì phải làm sao mà tỉnh dậy ngay tức thì. Tôi véo vào cánh tay mình mấy cái rõ mạnh; đau điếng! Tôi cố rung lắc toàn thân, may ra lọt được ra khỏi cảnh giới hãi hùng này chăng. Rõ ràng là thân thể tôi không nhúc nhích một chút nào. Tôi cũng thử hét thật lớn, nhưng không có một âm thanh nào lọt qua khỏi cổ họng. Tôi biết là tôi đang nhắm mắt lại, bởi vì nếu mở hai mắt ra, tôi sẽ phải thấy một cảnh tượng vô cùng kinh khiếp.

    Nhưng cuối cùng, tôi vẫn phải mở mắt ra. Kẻ cầm dao vẫn còn đứng đó, hắn mặc quần jeans đen và cái áo ca-rô màu xanh lá cây bê bết màu đỏ của máu. Trong giây phút hoảng loạn, tôi tạm gọi hắn là "kẻ cầm dao", vì gương mặt hắn trông rất quen thuộc, quá quen thuộc nữa là đằng khác, nhưng tôi không nhớ hắn tên là gì và đã gặp hắn ở đâu hay lúc nào. Hắn không buồn nhìn tôi. Cũng có lẽ là hắn không thấy được tôi. Mà cũng có lẽ là tôi đã trở thành vô hình, không những riêng đối với hắn mà với tất cả mọi người.

    Trên chiếc sofa bằng nhung xám, nằm ngay dưới bàn tay đang cầm dao của tên sát nhân, Thịnh chắc đã chết từ lâu, máu bắt đầu đông lại thành một vũng tím bầm chung quanh anh, chứ không còn phọt ra ngoài thành từng tia tươi rói như lúc ban đầu nữa. Tuy vậy, kẻ lạ mặt vẫn còn tiếp tục đâm vào thân thể tội nghiệp của Thịnh những nhát dao cuối cùng. Con dao nhọn hoắc, bén như một lưỡi lê, loang loáng ánh bạc lẫn màu máu đỏ.

Bây giờ tôi mới chợt nghĩ đến việc chạy thoát thân ra khỏi căn nhà. Tôi không nhớ rõ đây là nhà tôi hay nhà của Thịnh. Mọi đồ vật chung quanh tôi vừa quen vừa lạ, không giúp được gì cho trí nhớ. Khi tôi chồm dậy, tên sát nhân mới bắt đầu nhìn thấy tôi. Hắn ngó tôi trừng trừng nhưng không có vẻ gì ngạc nhiên khi thấy tôi hiện diện ở đó. Hắn cúi nhìn xuống con dao cầm trong tay, ý chừng như muốn kết nối món vũ khí đó với ý định làm hại tôi. Thật nhanh, tôi vùng chạy về hướng cửa lớn, trước hắn ta được vài bước. Hắn lập tức đuổi theo tôi, miệng thoát ra những âm thanh gì thật lạ lùng tôi không hiểu được, nhưng nhất định đó không phải là âm thanh của loài người.

Tôi mải miết chạy, không dám quay đầu lại xem tên sát nhân có bám sát sau tôi chưa. Trong cuộc rượt đuổi sít sao này, mỗi giây đồng hồ là một yếu tố quyết định cho nhất cử nhất động của tôi. Tôi chỉ còn có mỗi một cách là đâm đầu lao hết tốc lực về phía trước, thầm mong cho tên sát nhân không còn đuổi theo nữa. Tiếng chân chạy huỳnh huỵch của tôi và của hắn vang chồng chéo lên nhau, nghe chừng như hắn không cách xa tôi là mấy. Tôi dốc hết tàn hơi để chạy nhanh, chạy nhanh hơn nữa. Mấy phút có lẽ vừa trôi qua mà tôi tưởng chừng như cả một thiên thu, thiên thu của nỗi kinh hoàng tột đỉnh.

Thốt nhiên, tiếng chân chạy nghe như không còn dồn dập lên nhau nữa mà chỉ còn lại tiếng chân hối hả của chính tôi. Phải rồi. Tôi có thể, dù đang trong cơn sợ hãi vô biên, phân biệt được đâu là âm thanh đơn và đâu là âm thanh kép. *Mono* và *stereo*. Bây giờ tôi mới dám ngoái cổ nhìn lại phía sau. Không còn thấy tên sát nhân nữa. Trời đã vào tối. Con đường thật vắng vẻ. Tôi thở hắt ra một hơi dài nhẹ nhõm, nhưng vẫn tiếp tục chạy, không giảm tốc độ một chút nào. Vừa chạy, tôi vừa tự hỏi tại sao từ lúc tôi tuôn ra khỏi nhà cho đến bây giờ, dễ đã qua nhiều khu phố, tại sao lại không có một chiếc xe nào chạy trên đường cả. Thảo nào buổi tối tự dưng yên ả lạ thường.

Tôi nhìn qua hai bên đường. Bây giờ tôi mới thấy là, mặc dù giao thông đã ngừng hẳn lại, khách bộ hành lại lũ lượt đi trên vỉa hè, đông một cách khó hiểu. Tôi cũng chậm bước lại, và nhận ra mình đang đi ngược chiều với tất cả những người đang đi hai bên vệ đường. Họ đi cùng một chiều, không có ai đi ngược lại. Dưới ánh đèn đường vàng vọt, tôi có thể thấy họ mặc áo choàng đen chấm xuống chân, lẳng lặng nối bước nhau, và hình như không ai thấy tôi đang bước chơ vơ một mình trên lòng đường rộng mênh mông cả. Tôi không biết đoàn người bắt đầu từ chỗ nào và chấm dứt ở đâu, vì ngoái đi ngoái lại hai phía, tôi đều thấy dòng người kéo dài thăm thẳm hun hút vào màn đêm vô tận.

Tôi cũng chợt nhận ra là ánh sáng duy nhất trên đường phố là từ những ngọn đèn đường hắt xuống. Ngoài ra, không còn có một thứ ánh sáng, đèn đóm nào khác vì tất cả các cửa tiệm hai bên đường đã đóng im ỉm. Tôi thấy được những cánh cửa đóng kín chập chờn qua những kẽ hở luôn luôn chuyển động của dòng người đang bước đi. Hình như đêm nay có một sự việc gì to lớn lắm đang diễn ra ở đâu đó, và ở nơi này, cuộc sống cũng trở nên bất bình thường hay chăng.

Thình lình, tôi lại ù té chạy vì chợt nghĩ rằng, biết đâu tên sát nhân có thể lại đuổi theo tôi sau một hồi nghỉ mệt. Gió đêm kêu vù vù bên hai tai tôi. Và dòng người vẫn đều đặn di chuyển ngược chiều, vẫn im lìm tiến bước. Bỗng từ xa xa, tôi thấy lấp loáng ánh đèn của một nơi nào duy nhất còn mở cửa trong lúc này. Tôi mừng thấp thỏm, như thể ánh đèn đó là dấu hiệu cuối cùng của sự bình thường trong một đêm bất thường như đêm nay. Thế là tôi lại cố chạy nhanh hơn một chút nữa. Vùng ánh sáng lớn dần, lớn dần trước mắt tôi. Địa điểm sáng lòa ánh đèn đó cũng từ từ hiện ra rõ hơn theo nhịp chân của tôi. Thêm một lát nữa, tôi bắt đầu nghe được tiếng nhạc xập xình, tiếng cười nói vang ra từ nơi đó. Thoạt đầu, những âm thanh đó còn nghe văng vẳng, rồi từ từ rõ nét hơn. Tôi còn nghe được tiếng ly chén va lách tách. Vài tiếng cười, và vài tiếng khóc, tiếng ho khan, tiếng hát… hình như không còn thiếu thứ âm thanh gì nữa.

Cuối cùng, tôi cũng đến nơi có ánh sáng và âm thanh đó, nơi duy nhất có ánh sáng và âm thanh trong đêm ấy, ngoài những ngọn đèn đường hiu hắt. Tôi rẽ lên lề đường, đi lên giữa dòng người vẫn đang đều đều chuyển động. Từng làn hơi lạnh lẽo toát ra từ những người tôi đang lách qua. Không ai có vẻ bận tâm gì đến tôi. Ánh sáng, âm thanh bây giờ hoàn toàn vây quanh tôi, cơ hồ còn phủ chụp lấy tôi, mang lại cho tôi một chút cảm giác ấm áp. Tôi bước hẳn vào bên trong. Đây là một khu thương xá mà hồi giờ tôi chưa từng thấy, mặc dù đã lái xe qua lại trên con đường này mấy chục năm rồi. Chẳng lẽ nó chỉ mới xuất hiện ngay ngày hôm nay hay sao?

Tôi rảo bước qua từng cửa tiệm, quán ăn, tiệm cà-phê, tiệm rượu, tiệm bán tạp hóa... Mọi thứ đều như rất bình thường, ngoại trừ một chi tiết là tất cả mọi người đều mặc đồ đen, y như những người bộ hành tôi vừa thấy ngoài đường. Điều này làm cho cái áo xanh của tôi nổi bật lên một cách đáng bối rối.

"Cái ông này đi đâu mà như đang bị ma đuổi!"—một cô bé ngồi với bạn trong tiệm nước vừa nói to lên, vừa cười khúc khích. Nhóm bạn cũng cười theo, còn thêm vào mấy lời bình phẩm khác, nhưng tôi không nghe rõ vì lại tiếp tục đi như trốn chạy. Mà không chừng tôi bị ma đuổi thật chứ chẳng phải chơi. Biết đâu tên sát nhân hồi nãy đúng là ma thì sao? Nếu không thì tại sao hắn lại bỏ cuộc dễ dàng như thế. Hoàn hồn lại một chút, tôi mới sực nhớ là mình không mang theo phone. Trong lúc cấp bách cố chạy thoát ra khỏi nhà, làm sao tôi có đầu óc đâu mà nghĩ tới cái phone. Nhưng ra đường mà không có nó, bây giờ tôi mới cảm thấy mình như bị *naked*, một cảm giác vừa nhột nhạt, vừa thiếu thốn lẫn khó chịu. Tôi dừng lại trước một căn phòng, có vẻ như là một căn chung cư. Tôi không hiểu tại sao mình không ngạc nhiên khi thấy có căn chung cư trong một khu thương xá như thế này. Có lẽ đêm nay là một đêm bất thường, mọi thứ đều không cần hợp lý như mọi lần. Tôi ngó vào bên trong, giữa những âm thanh náo động của các cửa tiệm chung quanh, nhiều người vẫn đang ngủ vật vờ trên giường, trên sofa hay trong những chiếc ghế bành, đối diện mấy màn ảnh tivi liên tục thay đổi hình ảnh. Tôi cất tiếng hỏi một người đàn ông còn thức, tay cầm một chai bia đang uống dở:

"Ông ơi, trong khu này có người cảnh sát nào không?"

"Giờ này mà hỏi cảnh sát làm chi?"—người đàn ông nhướng cặp mắt lờ đờ như mắt của một con cá ươn, dấm dẳng hỏi lại. Tuy vậy, ông ta vẫn trả lời, "Cả đồn cảnh sát thì tất nhiên không có ở đây, nhưng cũng có một anh cảnh sát thường trực ngày đêm ở văn phòng bảo vệ chung cư này. Ông đi hết hành lang này, đến cuối đường thì sẽ thấy văn phòng bên tay trái."

Tôi vội vã nói lời cảm ơn người đàn ông rồi đi tiếp về hướng ông ta vừa chỉ. Tôi lại đi ngang qua thêm nhiều cửa tiệm nữa, đâu đâu cũng toàn thấy những người mặc đồ đen. Tại sao vậy. Hay cả nước đang có một điều gì kinh khủng lắm vừa xảy ra mà tôi không kịp đọc trên báo hay xem trên truyền hình. Tôi nhìn vào một căn phòng bên phải, trong đầu nghĩ đó là một nhà trẻ thì phải. Bên trong, nhiều đứa bé nằm san sát nhau trên mấy chiếc giường, đứa nào đứa nấy thiêm thiếp ngủ. Căn phòng tối nhờ nhờ, chỉ đủ vừa cho tôi nhận ra những thân hình nhỏ bé, khắp gian phòng chìm trong một thứ ánh sáng hết sức âm u. Không, nói như vậy thì nghe trái khoáy quá. Phải gọi là *ánh tối* thì mới thật là chính xác.

Đến cuối hành lang, quả nhiên tôi thấy văn phòng bảo vệ như người đàn ông đã chỉ. Đèn bên trong cũng tranh tối tranh sáng, và người cảnh sát duy nhất đang ngồi ngủ gà ngủ gật trên cái bàn quay ra cửa chính, hai chân anh ta gác cả lên mặt bàn. Tôi e dè cất tiếng: "Chào anh! Xin lỗi đã làm mất giấc ngủ của anh."

Người cảnh sát giật mình choàng tỉnh giấc. Với phản xạ tự nhiên, tay phải của anh ta đưa xuống chỗ đeo súng. Anh rụt hai chân xuống khỏi bàn, ngồi ngay ngắn dậy.

"Ồ, chào ông!"—anh ta lúng búng nói—"Tôi có ngủ đâu! Chỉ nhắm mắt để đó thôi mà. Có chuyện gì vậy ông?"

"Tôi vừa chứng kiến một vụ sát nhân. Tôi muốn báo với anh như vậy."

"Sát nhân à?"—anh cảnh sát vẫn chưa tỉnh ngủ hẳn—"Ai giết ai? Ở đâu? Trong thương xá này sao?"

"Ở nhà tôi,"—tôi vừa đáp vừa phải nhịn cười vì câu hỏi "Ai giết ai?" của anh ta.

"Bao nhiêu người bị giết? Và bằng thứ vũ khí gì? Còn ông có bị gì không?"—giọng của anh nghe đã khá tỉnh táo.

"Một người bị đâm chết, anh ạ,"—tôi trả lời, nhớ lại hình ảnh Thịnh nằm bất động trên vũng máu.

"Ông có chắc là người đó đã chết không? Còn hung thủ hiện giờ ở đâu?"—Các câu hỏi của anh ta dần dần trở nên hợp lý và rõ ràng.

"Tôi nghĩ là người đó đã chết rồi,"—nói tới đây, tự nhiên tôi không thấy tự tin nữa. Ừ nhỉ, biết đâu Thịnh còn sống thì sao—"Tôi thấy máu, nhiều máu lắm."

Anh cảnh sát bây giờ đã tỉnh hẳn, với tay lấy một tờ giấy và bắt đầu hí hoáy ghi lại những điều tôi đã nói từ nãy đến giờ. Vừa ghi, anh vừa hỏi tiếp:

"Ông có quen hung thủ và nạn nhân không?"

"Hung thủ thì tôi không quen biết, tuy nhìn hắn tôi thấy rất quen. Còn nạn nhân là anh của tôi."

"Anh của ông tên gì?"

"Ngô Thông Thịnh,"—tôi đọc lên cái tên đã thuộc làu từ nhỏ tới giờ.

"Ông bảo vụ giết người xảy ra ở nhà ông. Vậy anh của ông ở chung nhà với ông à?"

"Dạ không, tôi không hiểu tại sao anh ấy lại bị giết ở nhà tôi. Tôi không nhớ anh ấy đã đến lúc nào."

"Ông không nhớ?—anh cảnh sát hơi gằn giọng một chút—

"Lần cuối cùng ông gặp ông ấy là lúc nào?"

"Dễ cũng hơn mười năm rồi, anh ạ."

"Còn tên sát nhân,"—người cảnh sát đổi giọng—"Ông có thể tả lại về hắn ta như thế nào?"

"Tôi nghĩ là hắn cao khoảng 5 feet 8, vì đó là chiều cao của tôi, và tôi độ chừng hắn cũng cao bằng tôi."

"Hắn ta mặc quần áo gì?"—anh cảnh sát vẫn ghi ghi chép chép, hỏi mà không ngẩng lên nhìn tôi.

"Hắn mặc một cái áo sơ-mi ca-rô xanh lá cây, quần jeans đen, đeo kính trắng, gọng bạc."

"Hắn có súng, dao hay loại vũ khí gì khác?"

"Hắn dùng dao đâm xối xả vào anh tôi! Tôi chứng kiến cảnh tượng đó và vùng chạy ra khỏi nhà. Hắn đuổi theo tôi một quãng đường rồi tự nhiên biến mất. Và cuối cùng là tôi chạy đến đây, chỗ duy nhất có sinh hoạt bình thường trong đêm nay, một đêm lạ lùng không thể tả."

Người cảnh sát không để ý đến câu nói sau cùng của tôi. Anh ta viết nốt vài chữ chót trên giấy rồi mới ngước lên nhìn tôi. Sau một hồi ngó tôi soi mói, anh ta từ tốn hỏi:

"Ông có biết điều gì không?"

"Điều gì là điều gì?"—tôi quả tình không hiểu anh ta muốn hỏi gì.

"Ông không hiểu tôi muốn nói gì à?"—một lần nữa, anh ta lại gần giọng—"Ông đang mặc cái áo ca-rô màu xanh lá cây, quần jeans màu đen, và ông mang kính trắng gọng bạc!"

Tôi chợt rùng mình, ngó xuống bộ quần áo đang mặc, không nói được một tiếng nào. Người cảnh sát nói tiếp, giọng thoáng chút ngạo mạn:

"Ông thấy tôi cũng còn khá trẻ, phải không? Nhưng tôi cũng có ít nhiều kinh nghiệm trong công việc của mình. Tôi đã từng gặp những vụ án mạng mà trong đó hung thủ đích thân đến cảnh sát để cố tình đánh lạc hướng điều tra của chúng tôi."

"Có chuyện đó nữa sao?"—tôi ú ớ, không còn tin vào tai mình nữa—"Anh không tin tôi à? Tôi sẽ đưa anh về nhà tôi để nhìn tận mắt những gì đã xảy ra ở đó."

Anh cảnh sát đứng lên, rời khỏi bàn và đi vòng ra phía chiếc ghế nơi tôi ngồi. Anh rút ra cái còng tay rồi nhanh nhẹn bẻ ngoặc hay cánh tay tôi lại, gắn phập nó vào, miệng đọc lầu lầu những lời quen thuộc mà tôi đã từng nghe trên không biết bao nhiêu là cuốn phim mình đã từng xem, *"Ông có quyền giữ im lặng. Bất cứ điều gì ông nói có thể và sẽ được dùng để chống lại ông trước tòa án của pháp luật..."*

Phần phía sau của câu nói máy móc đó, tôi không còn nghe thấy nữa, hai tai tôi ù đi. Mắt tôi cũng nhòa theo và tất cả mọi thứ trong gian phòng đột nhiên xoay tròn như một cái chong chóng. Người cảnh sát lôi tôi ra cửa, gần như kéo tôi xềnh xệch ngang qua những cửa tiệm, phòng ốc mà tôi đã thấy lúc mới vào. Hai bên hành lang, mọi người trong bộ đồ đen chợt đồng thanh cười to lên như để chế nhạo tôi. Những tiếng cười thông thống xoáy vào đầu tôi như từng cái đinh dài và nhọn hoắt.

Ra đến bên ngoài, tôi thấy trời đã khuya lắm rồi. Hàng phố bây giờ vắng hoe, không còn hàng người đi như nước lũ như ban nãy nữa. Sau lưng tôi, tất cả ánh đèn và âm thanh của thương xá cũng đồng loạt phụt tắt, trả lại sự im ắng rợn người và hòa vào với vùng tối im của chung quanh thành một vũng nhạt nhòa, mênh mông và câm lặng. Lũ đèn đường tỏa ánh sáng ngái ngủ, leo lét trong đêm. Người cảnh sát mở cửa sau của chiếc xe công vụ, đẩy tôi vào bên trong rồi đóng sầm cửa lại. Anh ta ngồi vào chỗ tay lái đằng trước, lạnh lùng hỏi:

"Nhà ông ở địa chỉ nào?"

Tôi đọc cho anh ta địa chỉ của mình. Chiếc xe rồ máy, đi vun vút trên con đường hoàn toàn vắng vẻ. Đêm không còn sự sống nữa, ngoài hai con người trên chiếc xe cảnh sát, không còn lời nào để nói với nhau. Màn ảnh trên xe đang cho thấy bản đồ của thành phố. Lúc gần đến nhà tôi, giọng nói từ loa xe vang lên, nhắc người cảnh sát chuẩn bị dừng lại. Căn nhà tôi, lúc tôi bỏ chạy ra khỏi nó, hãy còn thắp đèn sáng trưng, nhưng bây giờ không biết bàn tay nào đã tắt ngúm hết các ngọn đèn trong đó. Tôi thổn thức mường tượng ra hình ảnh Thịnh nằm chết trên vũng máu đông đặc, một mình, trong bóng đêm tràn ngập căn nhà, trong mấy tiếng đồng hồ vừa qua.

Người cảnh sát xuống xe, vòng ra phía sau, lôi tôi ra khỏi xe. Cửa chính nhà tôi vẫn còn mở toang, y như lúc cuộc rượt đuổi giữa tên sát nhân và tôi bắt đầu. Anh ta hỏi, giọng vẫn lạnh lùng:

"Công-tắc điện nằm chỗ nào?"

Tôi không đáp, đi từ từ về hướng nút bật điện, đưa hai tay đang bị còng bấm vào cái nút theo thói quen mà không cần nhìn thấy nó. Đèn bật sáng. Tôi nhìn thật nhanh qua chỗ sofa. Không thấy xác Thịnh ở đâu cả! Anh cảnh sát hất hàm hỏi:

"Nạn nhân nằm ở đâu?"

"Ở ngay... ở ngay... cái sofa kia kìa! Nhưng sao bây giờ... không thấy gì cả! Không lẽ nào...???"

"Tôi chẳng thấy ai hết!"—giọng người cảnh sát lạnh như băng. Anh ta kéo tôi đến gần cái ghế, nói mỉa mai—"Ông bảo là thấy nhiều máu lắm mà, vậy thì ai đã chùi hết cả rồi?"

Tôi sững sờ nhìn cái sofa không có một giọt máu, nhưng nó đã bị đâm nát bấy bằng hàng mấy chục nhát dao. Tôi nghẹn ngào, không thể nói gì nữa. Người cảnh sát cúi xuống thảm cầm lên con dao mà tôi đã thấy trong tay tên sát nhân. Anh ta rút ra trong túi một cái bao ni-lông, bỏ nó vào trong đó, chắc để làm tang chứng. Đoạn anh quay qua nhìn tôi, nhún vai một cách chán ngán. Anh ta rút điện thoại ra, gọi cho một người nào đó rồi thản nhiên ngồi xuống cái ghế đối diện chiếc sofa, bỏ mặc tôi đứng như trời trồng trước mặt.

Khoảng hai mươi phút trôi qua, tôi nghe có tiếng xe trước nhà. Bước vào là hai người phụ nữ, một người cỡ trung niên, còn người kia trông rất trẻ, cỡ hai mươi mấy tuổi là cùng. Anh cảnh sát đứng lên đón hai người đàn bà. Họ kéo nhau ra một góc nhà, thì thầm nhỏ to gì đó. Tôi ngồi phịch xuống cái ghế gần mình nhất, mệt mỏi đến tột cùng, không còn muốn nghĩ ngợi gì nữa.

Anh cảnh sát trở lại ngồi trên cái ghế đối diện tôi. Anh ta ngả người về phía sau, lim dim hai mắt, ý chừng như muốn "nhắm mắt để đó" được chút nào hay chút ấy. Hai người đàn bà đứng yên ở chỗ cũ, gần chậu cây cảnh giả, tiếp tục thầm thì với nhau.

"Em nghĩ sao về chuyện này?"—người đàn bà trung niên hỏi. Bà là một giáo sư phân tâm học và cũng là hợp tác viên của sở cảnh sát thành phố, chuyên nghiên cứu về những trường hợp có liên quan đến các vấn đề tâm thần.

"Người đàn ông này tưởng tượng ra cảnh giết người, phải không cô?"—người trả lời là một sinh viên cao học đang tập sự với vị giáo sư—"Em nghĩ đây là một trường hợp của chứng *delusional disorder*."

"Em khá lắm,"—vị giáo sư gật gù—"người ta còn gọi chứng rối loạn này là *paranoia* nữa. Tuy nhiên, những người mắc chứng này thường thấy cảnh tượng hay người khác. Đây là lần đầu tôi mới gặp một người nhìn thấy chính mình..."

"... mà không biết đó là mình!"—cô sinh viên tập sự tiếp lời.

Vị giáo sư trầm ngâm nói:

"Như vậy chúng ta phải nghĩ ra một tên gọi cho chứng này để phân biệt với những trường hợp thường thấy, phải không em?"

"Mình tự thấy mình…"—cô sinh viên cũng suy nghĩ thành tiếng. "Tự" là *self*—chữ gốc Germanic—hay *automatic*—chữ gốc La-tinh—còn *delusional*—cũng gốc La-tinh—là "thấy hay nghĩ mà không có thật"… vậy thì chúng ta có thể tạm đặt tên cho loại rối loạn này là *auto-delusional disorder*, được không cô?"

Vị giáo sư mỉm cười, hai mắt sáng lên:

"Hay lắm! Hay lắm! Em và tôi, chúng ta vừa có một "case" mới rồi đó! Nhưng tất cả chỉ là mới bắt đầu thôi. Chúng ta sẽ tiếp tục nghiên cứu trường hợp này để sau cùng sẽ hợp tác viết một bài nghiên cứu, một loại "case study" để khởi đầu cho những công trình tiếp theo. Trong đó, tất nhiên em sẽ được "credit" là tác giả đề nghị thuật ngữ *auto-delusional disorder* cho trường hợp mới mẻ này."

Cô sinh viên cũng cười theo. Hai người đàn bà quay lại chỗ anh cảnh sát vẫn còn mơ màng trên ghế. Vị giáo sư khẽ lay anh dậy: "Này anh, tôi nghĩ là anh có thể mở còng tay ra cho ông chủ nhà được rồi. Chuyện đâu còn có đó. Chúng ta sẽ liên lạc với nhau nhé."

Anh cảnh sát có vẻ rất sẵn sàng để được một giấc ngủ thật sự trong đêm đã quá dài này. Anh đứng dậy, mở khóa còng ra cho tôi, không xin lỗi xin phải gì cả và chúc tôi một buổi tối an lành. "Một buổi tối an lành!" tôi thầm nhắc lại trong đầu, cười nửa miệng và không buồn chúc tụng lại anh ta câu nào. Ba người khách không mời kéo nhau ra về, bỏ lại tôi ngồi thừ trên ghế, nhìn mãi cái sofa đã rách bươm trước mặt.

o0o

Hai tuần sau, vị nữ giáo sư nhận được một cú điện thoại từ anh cảnh sát của đêm đáng nhớ hôm ấy. Giọng anh ta nghe giòn giã từ bên kia đầu dây:

"Chào giáo sư, tôi có vài tin tức mới của vụ án mạng… sofa đây ạ!"

"Chào anh, có gì lạ không anh?"—giáo sư quả tình không mong đợi điều gì mới từ ngoại cảnh, vì bà chỉ thật sự quan tâm đến những gì diễn ra trong đầu của đương sự.

"Có hai chi tiết chúng tôi mới có được. Trước hết là Ngô Thông Thịnh, anh của người đàn ông, đã chết cách đây mười ba năm rồi."

"Ồ, điều này có thể đóng góp rất nhiều vào công trình nghiên cứu của tôi và cô sinh viên tập sự đó anh ạ. Thế còn chi tiết thứ hai là gì vậy anh?"

Giọng anh cảnh sát thình lình như khô cứng lại:

"Tôi không hiểu điều này có giúp gì được cho nghiên cứu của giáo sư hay không, nhưng phòng lab lấy vân tay từ con dao mà tôi giữ lại từ đêm hôm đó vừa gởi bản tường trình đến cho chúng tôi, trong đó cho thấy dấu tay trên con dao, cả trên chuôi và trên lưỡi dao, đều không phải là vân tay của người đàn ông chủ căn nhà đó!"

Trần C. Trí

Tìm Đọc:

LÊ CHIỀU GIANG
VÕ NỢ

Thôi. Chán quá
Ta về làm thi sĩ
Ủ trong thơ là
Ánh lửa triền miên
Nếu chán hơn
Ta sẽ thành họa sĩ
Vẽ lên trời bóng tối của vầng trăng

Và. Sao nữa?
Ta ngàn năm vẫn thế
Cứ khơi khơi
Cứ bương bướng với đời
Buồn ngang xương. Và
Thất thoát niềm vui
Tìm nghĩa lý trong điều
Không ai hiểu.

Và như thế. Ta
Muôn đời vẫn thiếu
Nợ trần gian. Và nợ cả…
nhân gian
Ta thiếu người lời hứa:
Mãi thủy chung

Nợ cả với
Chính ta. Lời…
Nói thật. ■

TUỆ SỸ
NGỒI GIỮA BÃI THA MA

I
Lửa đã tắt từ buổi đầu sáng thế
Một kiếp người ray rứt bụi tro bay
Tôi ngồi mãi giữa tha ma mộ địa
Lạnh trăng ngà lụa trắng trải ngàn cây
Khuya lành lạnh gió vào run bóng quỷ
Quỷ run run hôn mãi đống xương gầy
Khóc năn nỉ sao hình hài chưa rã
Để hồn tan theo đầu lửa ma trơi
Khi tâm tư chưa là gỗ mục
Lòng đất đen còn giọt máu xanh ngời.

II
Ta làm kẻ rong chơi từ hỗn độn
Treo gót hài trên mái tóc vào thu
Ngồi đếm mộng đi qua từng đợt lá
Rủ mi dài trên bến cỏ sương khô
Vì lêu lổng mười năm dài gối mộng
Ôm tình già quên bẵng tuổi hoàng hôn
Một buổi sáng nghe chim trời đổi giọng
Người thấy ta xô giạt bóng thiên thần
Đất đỏ thắm nên lòng người hăm hở
Đá chưa mòn nên lòng dạ trơ vơ
Thành phố nọ bởi mưa phùn nắng quái
Nên mười năm quên hết mộng đợi chờ.

III
Cầm lòng lại dấu chân ngày biệt xứ,
Cuộc buồn vui đâu hẹn giữa vô cùng.
Bờ bến lạ biết đâu mòn cuộc lữ
Để ta về uống cạn nét thu phong
Như cánh hải âu cuối trời biển lộng
Bồng bềnh bay theo cánh mỏng ngàn đời
Chạnh nhớ người xưa miền nguyệt ẩn
Thôi một lần thương gởi giữa mênh mông
Chiều lắng đọng thênh thang ghềnh đá dựng
Những nỗi buồn nhân thế cũng phôi pha,
Mầu nhiệm nào đằng sau bao hủy diệt
Mà nụ hồng vừa nở thắm ven khe.
Khắp cả chốn đâu chẳng là tịnh độ,
Vô sự một đời trắc trở gì đâu,
Không phiền trược mong cầu chi giải thoát,
Cứ thong dong như nước chảy qua cầu.
Từ độ biết buồn câu sinh tử,
Bỏ nhà đi một thoáng riêng mình,
Mẹ già thôi khóc cho thân phụ,
Lại khóc cho đời ta phiêu linh.
Nhớ mẹ một lần trong muôn một,
Thương em biết vậy chẳng gì hơn,
Suối trăng về tắm bên đồi lạ,
Chiều thu sang hải đảo xanh rờn

IV
Một kiếp sống, một đoạn đường lây lất
Một đêm dài nghe thác đổ trên cao
Ta bước vội qua dòng sông biền biệt
Đợi mưa dầm trong cánh bướm xôn xao
Một buổi sáng mắt bỗng đầy quá khứ
Đường âm u nối lại mấy tiền thân
Ta đứng mãi trên suối ngàn vĩnh viễn
Mộng vô thường máu đỏ giữa hoàng hôn. ∎

TRIỀU HOA ĐẠI
Ngờ Vực

tôi đi hoài. đi mãi
đến khi nào nữa đây
cánh rừng thưa lửa rực
mà hồn nào tay lơi

cuộc đời. ôi là vậy
ngờ vực ở lưng chừng
trái tim thì héo úa
chờ đợi vết thương mưng

tôi. ngờ vực tuổi mình
một sáng nào bình minh
những linh hồn đi trước
vẫy chào nhau, lệ buồn

vẫn là tôi ngày ấy
ai xóa giùm vết nhăn
hết thảy đều vô nghĩa
kiệt sức người mất tăm

tôi. ngó tôi từ xa
sóng xô bờ như thể
linh hồn ai quỵ ngã
biết bao giờ mới khô

chờ phút nào thêm héo
dại khờ ôm vai chung
lập lòe những gai nhọn
hỡi ơi cuộc đời buồn!

thế rồi tôi mải miết
giã từ cỏ, cây rừng
hoàng hôn về như đã
nhuộm đầy trong mắt trong

tôi. ngờ vực chính mình
hãy thả tôi về biển
hãy đem tôi lên rừng
sóng ngoài kia vẫn vỗ
rừng vẫn sáng mênh mông

tôi và tôi vẫn thế
lửa đốt dậy hoàng hôn ■

TRẦN VẤN LỆ
MÂY VỪA QUA CỬA SỔ
SƯƠNG MỜ TRÊN NÚI XA

Thức dậy hồi bốn giờ, bây giờ tám giờ sáng. Phương đông từ khi rạng bây giờ nắng chói chang!

Tháng Bảy hoa lá tàn... Mai, là mùa Thu mới? Thời tiết mình không đợi, thời gian... cứ thời gian!

Mở sách, lật từng trang, đọc thơ của Đặng Toản - Ấn Thoại Đêm - rờn rợn, lạnh giờ Tý ghê ghê...

Thơ, Nguyễn Du bảo Quê. Nguyễn Đình Chiểu, cũng thế (*). Dĩ nhiên thơ không tệ đối với người làm ra...

Nhưng mà..., nhưng người ta dư thừa lòng khiêm nhượng. Tôi thấy mình đủ lớn kính trọng người biết điều!

Thơ vốn là Tình Yêu, nó chứa đựng vĩnh cửu tâm hồn con người trú nấm mộ không cần nhang!

Nhạc có lời nhẫn tâm. Nhạc có đòi giết giết... như Văn Cao đã viết trong bài Tiến Quan Ca (**).

Tôi chưa hề bỏ qua những tập thơ từng đọc. Có nhiều câu nước mắt của tôi đã chan hòa...

Tôi nghe tiếng oa oa đứa bé Mẹ khai nhụy. Cũng có nhiều phi lý chỗ những câu không xuôi...

Nhưng thơ không giết người! Thơ không đòi hủy diệt. Thơ vẫn là thắm thiết cả những lúc nguy nan...

Thí dụ: "Anh hùng tiếng đã gọi rằng / giữa đường thấy sự bất bằng mà tha?", Lục Vân Tiên nói với Kiều Nguyệt Nga, hứa thôi và... vô sự!

Thơ Đặng Toản, thi tứ... hào hoa có hào hùng. Tôi đọc từ rạng đông, bây giờ: tám giờ sáng! (**)

*

Người làm thơ Lãng Mạn. Tôi rất yêu quý Thơ! Em, người tôi tôn thờ... một chữ M... ai biết!

Ai biểu mà tôi siết Ngón-Út-Của-Tôi ơi! Nở nhen nụ môi cười đêm quê nhà nguyệt tỏ...

Mây vừa qua cửa sổ... Sương mờ trên núi xa...Hôn em nhé Nguyệt Nga hỡi Giáng Kiều thương lắm!

Trần Vấn Lệ

(*) Nguyễn Du nói: "Lời quê góp nhặt dông dài, mua vui cũng được một vài trống canh", Nguyễn Đình Chiểu nói: "Lời quê dù vụng hay hèn cũng xin lượng biển uy đèn thứ cho!".

(**) Đặng Toản, ở Houston, Texas, vừa gửi qua California tặng tôi tập thơ mới, Ẩn Thoại Đêm. Tôi đọc thấy thấm thía. Cái này là "ai biểu", cái này là "ai biết " nha, dẫu tôi có xót xa khi nhớ lại lời bài hát Tiến Quân Ca man rợ của Văn Cao: "Thề phanh thây xé xác quân thù!". Trong cuộc chiến Việt Nam, tôi có tham dự từ năm 1967 đến 1975, tôi từng thấy "người ta ác quá là ác"... Thơ Đặng Toản dễ thương, tràn ngập dễ thương. Tin tôi nha, tìm mà xem chơi... Tìm trên wiki hay trên google, hy vọng thấy. Bài này tôi viết sáng 31 tháng 7 năm 2024 tại Los Angeles, USA.

PHẠM CAO HOÀNG
Tháng Bảy Này Con Về Việt Nam

cho Thiên Kim

Tháng Bảy này con về Việt Nam
sau bao nhiêu năm ở quê người tất bật
chuyện cơm áo chẳng bao giờ dứt
thôi thì tạm dừng để thăm lại quê hương.

Con trở về nhìn lại những con đường
những góc phố thân quen thời thơ ấu
trái bắp luộc, củ khoai lang, quả táo
ly chanh đường, cốc nước mía thơm ngon.

Con trở về thăm lại ngôi trường
bạn bè cũ và thầy cô thuở ấy
những kỷ niệm còn trên từng trang giấy
con đã mang theo suốt cuộc hành trình.

Con trở về tìm những học sinh
bữa ăn chưa no áo chưa đủ ấm
một chút quà gọi là trả ơn trường cũ
một chút tình của kẻ tha phương

Khi đi ngang qua căn nhà nơi con đã lớn khôn
con sẽ thấy bóng gia đình mình trong ấy
có ba má và các em con nữa
có một thời để nhớ để quên

Tháng Bảy này con về Việt Nam
là về lại cội nguồn dân tộc
đôi chân nhỏ vượt nửa vòng trái đất
chân cứng đá mềm, con nhé, Thiên Kim ∎

Virginia, August 1, 2024

THÁI TÚ HẠP
ĐÁ NỞ HOA

đường qua biển trúc hoang mang
ta về sắp lửa soi tàng kinh âm
sớm chiều mấy cõi hương trầm
tình ta bất nhị thâm ân ngọn nguồn

từ vạn cổ - mộng thiên lương
cửa sông tiền định mười phương phiêu bồng
dấu chân đất trích hoài mong
sương mai gió thoảng hương đồng nội xa

suối trinh nguyên – đá nở hoa
mặc nhân thế cõi phong ba chợ đời
tâm thanh tịnh – niệm thảnh thơi
cùng em chung một phương trời an nhiên ∎

CÁI TRỌNG TY
Yêu Dấu Thuở Nào

Thuở lúa biếc dịu dàng
xanh sóng vỗ
Trên tay em nắng lụa về phơi phới
Nắng vàng ơi !...rơm rạ cháy đồng quê
Bếp lửa đêm dông bỗng lạnh tiêu điều

Nghe đâu đó
khúc mộ chiều hiu hắt
Thờ thẫn sợi khói khuya mưa bay nghiêng
Ướt sông chiều qua bến tròn lẳn da ngà
Mơ ấm vòng ôm thấy trong mắt em

Nền vàng hiu hắt
Bỗng khát khao Em giọt mật tinh ròng
Rồi thôi... đường xa Em một mình
Chuyến xe về Phan Thiết
Một đi... là biền biệt

Anh đứng nhìn theo
Còi xa bến buồn hiu
Thảng thốt vàng lay buổi hẹn Thu về
Em đi giữa biển đời thay lá
Mắt ngoái nhìn chỉ một bóng trời xa ■

NGÔ SỸ HÂN
NHỚ NHỮNG NGÀY CÙ HANH

Thân tặng Nguyễn Đức, Lê Văn Nho, Nguyễn Văn Hai, 9 Ngọc, Đinh Tuấn, Nguyễn Mạnh Trinh

Ở đây trời cũng giống bên mình
Michigan đâu khác Cù Hanh
Tháng Bảy mưa dầm sao nhớ quá
Chúng mình dăm đứa tóc còn xanh.

Thẻ lương cầm hẳn từ lâu lắm
Trà đá, "kèn tây" dứt mỗi ngày
Ăn sáng, cà phê đành ghi sổ
Bao năm ta vẫn sĩ quan bay

"Đứt phim" tản lạc bốn phương trời
Bảy năm cấm cố chốn lưu đày
Những tưởng yên thân người ngã ngựa
Nào ngờ đôi ngả cách chia phôi

Tóc xanh giờ đã pha màu muối
Hơn nửa cuộc đời chuyện áo cơm
Chữ nghĩa phai tàn theo dĩ vãng
Phập phồng trong kiếp sống mong manh

Mài gươm đá núi dài năm tháng
Một mình soi bỏn
Hay một mình ta với khói sương? ∎

PHƯƠNG TẤN
Giặc Thù. Giặc Thù Đâu?

Bướm nũng na nũng nịu
Dập dìu bên đồng hoa
Hoa nũng nịu nũng na
Điệu đà khoe áo mới.

Gió ghẹo mát đường quê
Trêu lúa cười ngặt nghẽo
Trâu gục gặc hả hê
Nhạn lung linh bóng đổ.

Bồ thóc ủ mùi hương
Mùi quê cha đất tổ
Đời trăm vạn con đường
Chỉ một đường Quê Hương.

Chọn chi con đường khác
Giặc thù. Giặc thù đâu?
Xác trong nhà ngoài ngõ
Chỉ ruột rà, anh em.

Thương quá cơn gió lên
Thơm nồng mùi tử khí
Xót quá quạ kêu đêm
Giặc thù. Giặc thù đâu? ■

(2023)

VINH HỒ
Bước Chân Trần Thầm Lặng

Bước chân trần thầm lặng
Trên con đường chông gai
Bỏ buông và tỉnh thức...
Sáu năm dài miệt mài

Những ngày nắng chang chang
Hành nhân vẫn rong ruổi
Những ngày mưa hàng hàng
Lữ khách vẫn đeo đuổi

Vào một ngày mùa hạ
Tháng sáu trời không mưa
Bóng hành nhân mất hút
Trên đường cây lưa thưa

Bước chân trần thầm lặng
Không còn nữa, lối xưa
Mây sầu, chim ủ rũ
Thương nhớ mấy cho vừa! ∎

June 4, 2024

NGUYỄN AN BÌNH
Năm Mươi Năm Qua Trường Cũ

Năm mươi năm – Về qua trường cũ
Ngói xám tường rêu chợt ngỡ ngàng
Sáo đã bay theo mùa giông bão
Dấu mòn in vết bóng thời gian.

Áo dài ơi cái thuở mười lăm
Em của tôi tựa ánh trăng rằm
Trăng ngày xưa ấy bao lần khuyết
Nào kể nhau nghe chuyện trăm năm.

Nhớ quá cơn mưa rào bất chợt
Xe đạp mòn gom lấm bết sình
Tìm đâu cánh bướm đa tình nọ
Hợp tan đành giọt nước phù sinh.

Năm mươi năm – một trời phượng đỏ
Thắm mãi tình tôi áo học trò
Dù bao trang giấy phai màu mực
Thơm mãi trong lòng mối tình thơ.

Trường Phan* tên đổi từ lâu lắm
Có còn sót lại mấy tiếng ve?
Trường Đoàn* ai nhớ mùa thi cũ
Guốc chẳng còn khua bước em về.

Bạn của tôi ơi mùa chinh chiến
Hạ Lào - Thành Cổ có về đâu
Cát bụi mồ chôn đời lính trẻ
Chưa từng ôm ấp nụ hôn đầu.

Năm mươi năm – Đời ta nhìn lại
Đá sỏi lăn trầm bao vết thương
Tự nhủ lòng mình – thôi đừng nhắc
Con đường vương vấn một làn hương.

Ước gì một lần ngang xóm nhỏ
Tóc hoàng kim bay gió xuân thì
Ôi sao nhớ quá thời đi học
Ai về khuất nẻo Mạc Đĩnh Chi.

Trường cũ của em và của tôi
Giật mình cánh lá khẽ khàng rơi
Chân cầu bèo giạt trôi vô định
Thương một dòng xưa khóc lỡ bồi. ∎

24/02/2024

*Trường Phan Thanh Giản và Đoàn Thị Điểm Cần Thơ trước 1975

M.H. HOÀI-LINH-PHƯƠNG
Cung Khúc

Với Cung xưa – Phạm Hồng Thái cũ

Thôi người, một thuở ca dao
Là mây theo gió, là sao xa trời
Phương đông nhớ mãi phương đoài
Ngu ngơ tôi vẫn yêu hoài tình xa

Trả người một đoạn đời qua
Đam mê, nồng ấm, mặn mà thơ tôi
Xuyến hoa không thể thành đôi
Trầu cau bỏ lại cho người sang sông

Cho nhau chi sợi chỉ hồng
Để con chim hót trong lồng bi thương
Tôi về gãy cánh uyên ương
Trả người, trả cả đoạn trường đớn đau

Thôi người không thể vì nhau...
Trả cho hết chuyện qua cầu gió bay...■

Minneapolis, MN 1999

TIỂU LỤC THẦN PHONG
Ông Robert

Cả đám đang tán gẫu cười đùa rôm rả, chợt im bặt khi thấy bóng thằng Edgar đang từ xa xăm xăm đi đến. Nó dẫn một khứa lão mới toanh tới và giới thiệu:

- Hey Steven, đây là ông Robert, từ hôm nay ông ấy sẽ nhập với nhóm của mày.

Mọi người bắt tay và tự giới thiệu tên mình với ông Robert. Steven cũng bắt tay ông ấy, điều đầu tiên gây ấn tượng nhất là đôi mắt ông Robert sáng quắc, sáng trưng trên gương mặt đen như hắc ín, chưa bao giờ mà Steven thấy một người da đen nào có đôi mắt sáng đến như thế. Cánh mũi thì giống hệt cặp sừng con trâu rừng, đôi chân bước đi hơi khập khiễng. Ông Robert cao hơn Steven cả một cái đầu, tướng tá săn chắc và gọn gàng chứ không ồ ề ục ịch như tụi thằng Kasame, thằng Gred... Ông Robert tiếp xúc với công việc và nhanh chóng tiếp thu, chỉ một buổi là làm thành thạo như mọi người.

- Hey Robert, mày thông minh và giỏi lắm, chỉ một buổi là làm ngon lành không thua ai.

- Cảm ơn mày Steven, cảm ơn vì những lời nói tử tế và thân thiện

- Trước khi vào hãng này, mày làm ở đâu?

- Tao trải qua nhiều việc rồi, lần cuối làm cho một hãng bên Tennessee. Tao mới chuyển về Atlanta thôi.

- Wow! Ông thích Atlanta không?

- Rất thích, vật giá rẻ, nhà cửa rẻ, việc làm nhiều, dễ sống

- Vậy chứ quê hương ông ở đâu?

- Tao sanh ra ở Virginia, lớn lên thì chuyển xuống Florida, đã sống một phần đời ở North Carolina, South Carolina, Tennessee và cuối cùng thì Atlanta. Tao muốn mai kia về hưu sẽ về lại Virginia, vậy còn mày thì sao?

- Tao người Việt Nam, tao đến Mỹ theo diện đoàn tụ gia đình.

- Thế mày có thích sống ở Mỹ không?

- Thích, tao yêu nước Mỹ cũng như yêu quê hương của tao. Ở quê nhà của tao khó sống lắm!

- Tại sao?

- Cộng sản cai trị rất độc tài. Chính trị rất hà khắc, người dân không có quyền tự do, không có dân chủ như ở Mỹ

- Cộng Sản là gì vậy?

- Rắc rối và dài dòng lắm, có nói mày cũng khó hình dung ra, tuy nhiên để dễ hiểu thì mày hãy nhìn tình hình ở mấy nước: Việt Nam, Cuba, Venezuela, Russia, North Korea... thì sẽ biết.

- Ừ, những nước ấy nghèo đói thấy mẹ luôn, dân khốn khó, chính phủ thì hung hăng hiếu chiến, côn đồ...

Câu chuyện còn kéo dài không biết khi nào dứt nếu như thằng Eddie không xía vô:

- Robert, mày có biết không? Thằng Steven thích đàn bà da đen, ở trong hãng toàn tán tỉnh mấy em da đen. Em nào nó cũng ôm chặt cứng, kết nghĩa tùm lum...

Ông Robert tròn mắt:

- Thật hả?

Steven khiêu khích theo cái lối Mỹ:

- Tại sao không?

Thằng Eddie lại tiếp:

- Nó thích con Lisa, con Christina... và nhiều con nhỏ khác nữa, hễ em nào mông to là nó thích.

Cả đám cười hô hố, thằng Roddrieg nhún nhảy và hát bài Rap đang thịnh hành, "That a big old ass right there" làm cho mọi người cùng hứng thú dậm dật hát theo.

Trời đất thiên nhiên cũng lạ, phú cho đàn bà da đen người nào cũng có cặp mông quá trời luôn, cứ như hai trái dưa hấu Gò Công cỡ lớn; cũng có thể nói giống hai trái dừa xanh Tam Quan. Mông thì diêu ra núng nính, phinh phính; ngực thì như thể ưỡn ra, thật đúng với câu "ngực tấn công mông phòng thủ". Steven chỉ thích người mình, thanh mảnh, nhỏ gọn kiểu người mình hạc xương mai... chứ đâu có thích to bự, đồ sộ. Có một điều là ở chỗ làm của Steven hổng có phụ nữ người mình, chỉ toàn phụ nữ quốc tế, nhiều nhất vẫn là mấy em Mỹ đen. Trong số mấy em da đen đó, có con Senawa thích Steven ra mặt, ngày nào gặp nhau cũng ôm thật chặt, vượt qua cái lối ôm xã giao thông thường, thậm chí con nhỏ còn hôn cổ và bóp mông Steven làm cho cả đám bạn cười reo cổ vũ và gán ép thêu dệt đủ điều. Ngày nào con Senawa cũng tìm cớ đến chỗ Steven, qua cung cách, lời nói và ánh mắt của nó Steven nhận biết nó sẵn sàng lên giường, tình cho không biếu không. Nhiều người cũng thấy vậy. Ông già James tỏ vẻ người lớn có kinh nghiệm và có bản lãnh.

- Steven, mày cẩn thận đấy! Con Senawa có tình cảm với mày nhưng nó cũng có thể thưa mày ra tòa tội quấy rối tình dục *(sexual harassment)*!

- Cảm ơn ông James, tao cũng biết vậy và tao không có hành vi gì quá đáng đâu!

Lũ bạn của Steven như đám giặc cạn mất nết ngoác miệng ra cười quang quác chẳng coi lời ông James ra gì. Ông Robert cười nhẹ nhưng giọng nghiêm túc:

- Ông James nói phải đấy! Mày cẩn thận nghe Steven! Nhiều khi phụ nữ nó thích mày nhưng nó cũng có thể lật kèo trở mặt thưa mày tội quấy rối tình dục.

Steven cảm ơn ông Robert, Steven cũng biết rõ vấn đề này, hàng ngày qua tin tức từ truyền thông, mạng xã hội và ngay trong thực tế có rất nhiều vụ đã xảy ra. Mấy tháng trước cũng ngay trong hãng đã xảy ra trường hợp như thế. Con Cynthia lên văn phòng tố cáo thằng Edmon đụng chạm thân thể nó. Việc đúng sai thế nào không biết nhưng trước mắt là thằng Edmon bị mất việc. Những người làm chung nói con Cynthia muốn cái chỗ leader (tổ trưởng) của thằng Edmon nên nó cáo gian. Hãng không cần biết đúng sai, cứ cho thằng Edmon nghỉ việc trước, an toàn cho hãng là trên hết, khỏi phải lo chuyện rồi phải rắc rối với cảnh sát, quan tòa... Sự việc tuy nhỏ nhưng khiến nhiều người e dè và cẩn thận trong việc đụng chạm thân thể người khác. Vụ này cũng cho thấy chuyện thưa kiện quấy rối tình dục rất phổ biến, thường xuyên xảy ra, có mọi lúc mọi nơi không kể nam – phụ – lão – ấu... Cái khái niệm quấy rối tình dục bị hay được lạm dụng một cách quá đáng. Việc thưa kiện, tố cáo, quy chụp, kết tội cũng rất thiên biến vạn hóa, diễn dịch rất mông lung. Nhiều kẻ đứng ra tố cáo vốn là chủ mưu, trước đã đồng thuận nhưng sau đó lại lật kèo. Có những hành vi chỉ nhìn hay những lời nói vu vơ cũng bị tố quấy rối tình dục, có những đụng chạm vô tình cũng bị tố quấy rối tình dục... Nhiều người thân bại danh liệt, sự nghiệp tiêu tan, thậm chí phải chịu phạt vạ hay tù tội oan chỉ vì cái khái niệm "quấy rối tình dục". Tòa án Mỹ, pháp luật Mỹ chỉ dụng lý chứ không dụng cảm tình, mọi việc cứ chiếu theo luật mà xử thế thôi! Những người càng cao danh vọng thì càng dễ bị trở thành nạn nhân của "quấy rối tình dục". Tục ngữ Việt của người mình cũng có câu "Nắm thằng có tóc chứ ai nắm thằng trọc đầu", vì vậy người có danh tiếng, giàu có, địa vị... rất dễ trở thành nạn nhân của "quấy rối tình dục".

  Nơi Steven làm việc, công ty soạn hẳn một bộ quy tắc ứng xử tại nơi làm việc, đề ra những hành vi, lời nói và cách tiếp xúc nào được phép, cách nào không được phép. Đọc cuốn quy tắc ứng xử ấy xong muốn tá hỏa luôn nhưng vẫn phải ký cam kết. Nếu cứ y theo quyển quy tắc ứng xử ấy thì con người chẳng còn là con người nữa, đó chỉ là những người máy vô tri, vô hồn, vô cảm xúc mà thôi! Con người có trái tim, có tình cảm, có tâm hồn... không thể ứng xử như người máy được. Bộ quy tắc ứng xử ấy khó có thể áp dụng vào thực tế, tuy nhiên công ty muốn tránh sự thưa kiện rắc rối làm liên lụy nên bắt buộc mọi người phải chấp nhận ký vào. Bộ quy tắc ứng xử chính là công cụ để công ty tránh khỏi liên lụy nếu có thưa kiện quấy rối tình dục xảy ra trong công ty.

Ông Robert nói với Steven:

- Con Senawa thích mày thật đấy, con Sequoia cũng thích mày nhưng cẩn thận vẫn hơn. Mày không có địa vị, tiền bạc gì để chúng nó thưa kiện nhưng chí ít là mày bị đuổi việc. Mày biết rồi đó, mất việc thì nhiều thứ mất theo. Ở xứ Mỹ này "no money no honey", "no money no buddy"...

Ông Robert ngưng lại vì lũ bạn ậm à ậm ừ đồng ý và góp thêm lời vô lời nói của ổng. Thằng Kevin K bảo:

- Ông Robert kinh nghiệm đầy mình, ổng nói phải đấy! Hở ra là bị thưa kiện quấy rối tình dục. Trước khi mày vào công ty này, có một vụ thưa kiện rất vô lý như thế đã xảy ra. Thằng Nick nó thấy cái thẻ đeo của bà Barbara bị vướng kẹt giữa lớp hai lớp áo của bả, nó thò tay gỡ cái thẻ cho bả... vậy mà bả hô hoán la làng thằng Nick sờ ngực. Vụ việc ồn ào và bà Barbara đòi gọi cảnh sát. Thằng Nick phải khóc lóc van xin và cuối cùng công ty cho nó nghỉ việc ngay ngày hôm đó luôn. Bà Barbara không ưa thằng Nick đã lâu, nhân cơ hội này bả làm ầm ĩ, lợi dụng cái thuật ngữ quấy rối tình dục thưa kiện để tống khứ nó đi.

Ông Robert nói riêng với Steven:

- Tao đã có ba đời vợ và ly dị cả ba, giờ sống cu ky một mình. Thằng con trai lớn của tao bằng tuổi mày. Có thể mày cũng như thằng con tao chưa đủ kinh nghiệm để hiểu hết lòng dạ người ta và những hiểm hóc của cuộc đời. Đàn ông như chúng ta sống không thể thiếu đàn bà nhưng cũng đau mình vì đàn bà, sướng cũng vì đàn bà mà khổ cũng vì đàn bà.

Ông Robert nói như tâm tình, lời ổng rất chính xác, đàn bà làm cho đàn ông sung sướng nhưng đàn bà cũng đem lại nhiều khổ lụy vô cùng. Ở cái xứ này với cái thuật ngữ quấy rối tình dục thì đàn ông càng dễ dính chưởng, dễ chết đứng như chơi. Mà nào chỉ có đàn bà thưa kiện quấy rối tình dục, cũng có nhiều người đàn ông cũng bị đàn ông thưa kiện quấy rối tình dục, tội sờ mó, đụng chạm... rất mơ hồ và sự suy diễn thì khó lường hết được.

Tụi thằng Kieth, thằng Mauricio… không quan tâm tới vấn đề hiện thực mà ông Robert nói, tụi nó chỉ căn cứ vào câu cuối của thằng Vicera nói:

- Thằng Steven thích đàn bà da đen vì đàn bà Á đông lép quá, không có mông, không có ngực, lấy dao phạt trước phạt sau hổng rớt miếng mỡ nào.

Những thằng bạn mắc dịch cười như thể chưa bao giờ được cười. Ông Robert cười nhẹ, lắc đầu, cung cách hành xử của ổng sao nho nhã, nhẹ nhàng giống kiểu Á Đông thế! Có lần ông Robert tâm sự với Steven, ổng là cựu chiến binh từng đi chiến trường Iraq, vậy thì giờ ngoài lương lao động ra ổng còn có trợ cấp của quân đội, lương lính thế thì đời sống vật chất tiền bạc của ổng khá đầy đủ. Steven cà khịa:

- Robert, ông ra trận vậy đã bắn bao nhiêu người rồi?

- Tao chưa bắn người nào

- Ra trận mà không bắn thì quân địch nó bắn chết mất.

- Tao chỉ là lính hậu cần, dĩ nhiên là ra trận hai bên chĩa súng vào nhau thì phải bắn chứ! Lúc đánh nhau thì không thể nhân đạo, nhân đạo là ứng xử sau khi đánh xong.

Dường như ông Robert hiểu xa quá, thật tình thì Steven chỉ khịa cho vui chứ không có ý nói chuyện thiện – ác, đúng – sai về chiến tranh và nhân đạo. Tâm tư Steven còn đang độc thoại và nghĩ ngợi linh tinh nên chưa nói gì thêm thì ông Robert thủng thẳng:

- Tao không biết địa ngục có thật không và như thế nào, nhưng tao nghĩ sự khủng khiếp của địa ngục cũng cỡ như ở chiến trường là cùng. Những người như mày chưa từng ra chiến trường, chưa biết chiến trường là gì thì có nói hay giải thích thế nào đi nữa mày cũng không thể hình dung được sự khủng khiếp của nó đâu! Phim ảnh hay sách báo có mô tả cũng chỉ là một sự mờ nhạt mơ hồ về hiện thực của chiến trường.

Steven hoàn toàn đồng ý với lời nói của ông Robert, những gì đọc được qua sách báo hay xem qua phim ảnh chỉ là một sự phản ánh qua cái nhìn, qua ngòi bút, qua sự dàn dựng phim ảnh hay qua những nét vẽ… thì làm sao nói lên hết được mức độ tàn khốc của bom rơi đạn nổ, thịt nát xương tan, đầu rơi máu chảy... Steven gật đầu và giơ ngón tay cái lên thể hiện sự đồng tình với nhận xét của ông Robert. Ông Robert tuy là dân da đen nhưng rất khác với đám bạn đồng chủng của ổng, cái đám bạn giỡn như giặc dậy, chơi khăm như Scooby-Doo và Gaby. Ông Robert nghiêm chỉnh, đạo mạo và rất đứng đắn, việc gì ổng cũng quan trọng hóa vấn đề giống hệt mấy tay da trắng. Nhiều tay da trắng rất trẻ, thậm chí còn ở tuổi thanh niên cũng cứ nghiêm nghị như ông nghị hay chính khách ở nghị trường. Thì ra sự trưởng thành và chừng mực trong ứng xử không phải ở tuổi cao hay thấp, thực tế cho thấy nhiều người lớn tuổi vẫn rất trẻ con, cà khất cà khịa trong khi đó có những người trẻ tuổi lại chững chạc vô cùng. Steven thuộc loại người hay thích đùa, chẳng mấy khi nghiêm chỉnh, bởi vậy nhiều lúc bị chửi "đồ trẻ con", " đồ hời hợt"... Có những lúc kiểm thảo lại mình, thấy mình hổng nghiêm chút nào nên toan sửa đổi, khổ nỗi tính nết đã hình thành như vậy, khí chất như vậy khó mà thay đổi được. Bởi vậy người ta mới nói, "giang san dễ đổi bản tánh khó thay". Steven cà khịa ông Robert:

- Hey Robert, ở chiến trường không có vợ con, không bồ bịch, thiếu đàn bà vậy chuyện thèm khát tình dục thì sẽ ra sao?

Cả đám bạn làm chung cười sằng sặc và nhảy loi choi, đứa thì ôm đầu, đứa lõ mắt. Riêng ông Robert vẫn bình thản mỉm cười nhẹ như bản tánh cố hữu:

- Lúc ấy mọi người tự khắc biết thôi, vấn đề đó chẳng cần học hỏi cũng chẳng cần ai dạy bảo!

Ông Robert trả lời rất khôn khéo, rất lịch lãm và cũng đầy ý nhị. Ai muốn hiểu sao cũng được, thay vì nói huỵch toẹt ra là tự xử, đi bar, đi nhà thổ thanh lâu... vì tất cả những nơi mà Mỹ đóng quân luôn có đầy đủ dịch vụ hậu cần vui chơi, giải trí do dân địa phương nhanh trí nhạy bén kinh doanh: Quán bar, quán nhậu, tiệm rượu, phòng trà, phòng trọ, thanh lâu, mát-xa... và dĩ nhiên là đội quân bướm đêm không thể thiếu được.

Theo thói thường người ta thường nói những người có đôi mắt sáng thường nhanh trí, sáng suốt thông minh. Không biết điều ấy chính xác bao nhiêu phần trăm, riêng với ông Robert quả là khá đúng.

Ông ấy thông minh, luôn nói và trả lời lém lỉnh, ai hiểu sao cũng được nhưng vẫn không sai lệch vấn đề. Có một lần ông Robert nói với Steven:

- Tao làm thêm vài năm nữa, khi già hơn tao sẽ về lại quê hương Virginia của tao. Tao muốn chết ở nơi tao sinh ra.

Lời tâm sự của ông Robert khiến Steven chột dạ và nghĩ thầm: "Mai này mình cũng già, liệu mình có quay về nơi chôn nhau cắt rốn của mình không?". Ông Robert sinh ra và lớn lên ở Mỹ, Mỹ là quê hương của ổng, ổng lang bạt kỳ hồ khắp các tiểu bang nhưng trong tâm của ổng vẫn in sâu hình ảnh của miền quê Virginia, nơi chôn nhau cắt rốn của ổng. Ở Mỹ này thì các tiểu bang đều na ná như nhau, nơi nào trên đất Mỹ chẳng phải là quê hương? Ấy vậy mà trong tim ông Robert vẫn có một quê hương tự thuở ban đầu. Lời ông Robert làm cho Steven nhớ một câu ngạn ngữ phương đông: "cáo chết ba năm còn quay đầu về núi" hay "quê hương mỗi người có một".

Steven giờ sinh sống ở xứ Cờ Hoa, những người Việt đang sinh sống ở đây hay những nơi khác trên thế giới, liệu có mấy ai có cơ hội quay về quê hương khi tuổi gần đất xa trời? Quê hương mình dù có nghèo khổ, có bị độc tài toàn trị, có bị thế chế chính trị khắc nghiệt cai trị… nhưng tục ngữ có câu: "quan nhất thời dân vạn đại" kia mà. Ông Robert lang bạt khắp nơi nhưng cũng có một chốn để về, liệu Steven và những đồng hương mình có nơi nào để về chăng?

Tiểu Lục Thần Phong
Ất Lăng thành, 0824

Tìm Đọc:

VÕ PHÚ
Công Viên Tiểu Bang Virginia - Smith Mountain Lake: Người Đàn Ông và Con Chó

Người đàn ông ngồi trên chiếc ghế dài, nhìn ra mặt hồ. Bên cạnh ông là cây gậy dùng để đi bộ (hay leo núi) và con chó. Ông đội chiếc mũ lưỡi trai không che phủ hết mái tóc điểm bạc. Ông khoảng ngoài 60. Nghe tiếng bước chân của tôi đi tới, ông xoay người lại chào và nói:

- Chào cậu. Máy ảnh của cậu xịn quá.

- Vâng, cám ơn ông. Xin lỗi, tôi đã làm phiền ông? Thời tiết hôm nay đẹp quá.

- Ồ, không phiền. Vâng, trời thật đẹp. Cậu từ đâu tới?

- Tôi đến từ Richmond. Ngày hè, tôi cùng gia đình đến đây để cắm trại vài ngày, ở công viên này. Còn ông?

- Tôi là dân ở vùng này. À... Không... Chính xác là tôi mới dọn về đây vài năm nay. Trước kia tôi ở vùng vịnh San Francisco. Tôi sinh ra và lớn lên ở đây, lớn lên thì làm việc ở San Fran. Bây giờ về hưu mới trở về đây. Xem như lá rụng về cội. Cậu chụp hình chuyên nghiệp hay chỉ là sở thích?

- Dạ chỉ là sở thích.

Ông đưa chiếc túi máy ảnh trước ngực lên cho tôi thấy và nói:

- Tôi cũng vậy, cũng thích nhiếp ảnh. Nhiếp ảnh là một trong những sở thích lớn của tôi.

- Ồ... Vậy à? Tôi cũng đam mê chụp ảnh lắm. Tôi thích ghi lại bằng hình ảnh từ những nơi mà tôi đã đi qua để làm kỷ niệm. Ông nói nhiếp ảnh là một trong những sở thích của ông, vậy còn những sở thích khác?

- Du lịch, làm đồ gỗ, và vẽ là những sở thích khác của tôi. Nếu cậu không ngại, lại gần đây, tôi cho cậu xem những tấm ảnh tôi chụp ở vùng vịnh (the Bay area) và khu vực này.

Tôi nhìn con chó rồi cẩn thận đến gần ông để xem ảnh trong điện thoại. Thấy vậy ông nói, như giải thích:

- Nó hiền lắm, không cắn đâu. Đừng sợ. Nó là một con chó già.

- Dạ, vâng!

Ông mở điện thoại ra cho tôi xem những tấm ảnh mà ông chụp. Những tấm ảnh từ màu sắc, bố cục, đến ánh sáng đều rất hài hòa, nghệ thuật. Xong, ông lấy chiếc mũ trên đầu xuống, chỉ vào và nói:

- Đây là đôi mắt của con mèo nhà tôi. Con mèo cũng đã già, mỗi lần tôi đi ra ngoài đều đội chiếc mũ này cùng anh chàng Chris này (chỉ vào con chó) để chúng cùng ngắm những phong cảnh mà chúng tôi đi qua. Cậu nói cậu đi cắm trại cùng gia đình, mà gia đình cậu đâu?

- Dạ vợ và con tôi đang tắm ở ngoài biển hồ. Còn tôi đi lang thang ngắm cảnh và chụp ảnh.

- Ồ... Cậu thích chụp phong cảnh?

- Không nhất thiết, thưa ông. Tôi thích chụp ảnh gia đình và chân dung hơn phong cảnh.

- Ờ... Cậu còn trẻ, còn nhiều việc và gia đình phải lo toan... Cậu đã ghé đâu rồi? Nếu cậu có con nhỏ thì tôi nghĩ cậu đi thăm nông trại US Alpacas, tôi nghĩ chắc gia đình cậu sẽ thích. Còn không thì ghé lại vào khu "Welcome Center" để dạo phố hay hỏi thêm những địa điểm mua sắm thích ứng với nhu cầu gia đình. Một địa điểm cũng nên ghé cho biết.

- Dạ vâng, thưa ông. Tôi đã đưa gia đình đến những địa điểm ấy hôm qua và sáng nay. Vì như tôi đã nói, tôi thích chụp ảnh gia đình làm kỷ niệm. Mà tiểu bang này có nhiều cảnh đẹp. *Virginia is for Lovers. (Virginia dành cho những người yêu thương).* Ngoài du lịch ra, chúng tôi còn thích tìm đến những nơi có chữ "LOVE" để chụp ảnh.

- Ồ... Hay đấy. Tôi cũng thấy có rất nhiều chữ "LOVE" ở những nơi tôi từng ghé qua.

- Dạ đúng rồi.

Đang trò chuyện với ông Phil thì chuông điện thoại của tôi reng. Vợ tôi gọi. Tôi xin lỗi ông để nghe điện thoại. Tôi nói với nàng vài câu rồi cúp phone. Tôi quay sang ông và nói:

- Xin lỗi ông Phil, tôi giờ phải về, vợ con tôi đang đợi ngoài bãi tắm để chở về camper. Rất cảm ơn ông đã cho tôi coi những tấm ảnh đẹp và trò chuyện cùng nhau. Rất thú vị. Chúc ông có một buổi tối an lành. Xin chào ông.

- Vâng, chào cậu. Chúc vui ngày cuối tuần.

Tôi tạm biệt ông Phil, trở lại bãi đậu xe rồi lái đến bãi tắm để đón vợ con về đất trại.

oOo

Chúng tôi đến công viên tiểu bang Smith Mountain Lake vào buổi trưa ngày thứ Sáu. Công viên Smith Mountain Lake cách thủ phủ Richmond, nơi chúng tôi ở, chừng ba giờ lái xe. Sau khi nhận giấy tờ, bản đồ, lịch trình, giấy đậu xe từ cô nhân viên ở phòng công viên, chúng tôi lái xe vào khu đất trại của mình để chuẩn bị cho những ngày cắm trại ở đây.

Công viên tiểu bang Smith Mountain Lake (nơi chúng tôi tạm gọi là Hồ Trên Núi Smith), là một công viên đẹp như tranh vẽ và là thiên đường của những người đam mê nước. Công viên này rộng 1.148 mẫu Anh (4,65 km^2) dọc theo bờ Hồ Trên Núi Smith nằm ở quận Bedford, Virginia gần Huddleston. Theo Wikipedia, công viên Hồ Trên Núi Smith được mở cửa cho công chúng vào năm 1983. Điểm nổi bật của công viên này là hồ nước ngọt rộng lớn. Hồ này lớn thứ hai của tiểu bang Virginia sau Hồ Đảo Buggs nằm gần ranh giới với tiểu bang Bắc Carolina. Trong công viên Smith Mountain Lake cũng như các khu vực lân cận có rất nhiều hoạt động dưới nước, bao gồm bơi lội, cho thuê thuyền, bến thuyền và cầu tàu câu cá để khách du lịch có thể thuê. Ngoài ra, các gia đình cũng có thể tận hưởng hoạt động dã ngoại, trung tâm du khách, nhà hát ngoài trời, các chương trình đặc biệt, cắm trại, lều Mông Cổ (yurt), cabin và nhiều dặm đường mòn (trails).

  Sau khi cắm điện nước vào căn lều di động camper, chúng tôi dọn cơm ra ăn. Cơm nước và nghỉ ngơi cho đến năm giờ chiều chúng tôi mới lái xe đến khu vực lân cận tham quan, ngắm cảnh, và chụp ảnh. Điểm đầu tiên chúng tôi dừng lại là vườn nho và nơi sản xuất rượu vang Hickory Hill. Khi chúng tôi đến nơi thì quán thử rượu đã đóng cửa. Chúng tôi chỉ vội chụp vài tấm ảnh để đến địa điểm kế tiếp, nông trại lạc đà Alpacas. Do không hẹn trước, nên chúng tôi không vào bên trong được. Cũng may, trước cổng nông trại có để lại số điện thoại liên lạc. Tôi vội gọi số điện thoại ghi trên cổng để nhờ hướng dẫn cách thức đặt lịch hẹn. Chúng tôi đặt lịch hẹn sớm nhất vào lúc 10:30 AM. Giá vào cổng nông trại là $10 cho mỗi khách đến thăm. Rời khỏi nông trại nuôi lạc đà Nam Mỹ Alpacas, chúng tôi lái xe trở về đất trại. Trước khi về, chúng tôi ghé vào khu trung tâm thương mại của Smith Mountain Lake chụp ảnh và hỏi mua vé đi du thuyền ngắm hoàng hôn trên hồ. Rất tiếc, vé đi du thuyền đã bán hết từ trước và dịch vụ cho thuê thuyền máy phải thuê tám giờ đồng hồ trở lên, nên chúng tôi đành phải bỏ ý định thuê thuyền vi vu trên bờ hồ.

  Rời khu "Welcome Center", chúng tôi trở về đất trại và chuẩn bị bữa cơm tối. Cơm nước xong, chúng tôi dọn dẹp và chuẩn bị đi ngủ.

  Buổi sáng ngày thứ Bảy, chúng tôi thức dậy ăn sáng rồi đi đến nông trại nuôi lạc đà Alpacas. Alpaca có tên khoa học là Lama *pacos* là một loài động vật có vú thuộc họ lạc đà Nam Mỹ. Theo truyền thống, lạc đà Alpacas được nuôi theo đàn chăn thả trên độ cao bằng phẳng của dãy Andes ở phía Nam Peru, Tây Bolivia, Ecuador và Bắc Chile. Ngày nay, lạc đà Nam Mỹ Alpacas có thể được tìm thấy ở các trang trại và trại chăn nuôi trên khắp thế giới, với hàng nghìn loài động vật được sinh ra và nuôi dưỡng hàng năm, là loài động vật đặc biệt phổ biến ở Bắc Mỹ, Châu Âu và Úc.

  Khi chúng tôi đến nông trại nuôi lạc đà Nam Mỹ thì đã có gần 20 người đến trước, gồm một nhóm cô dâu tương lai (bride and bridal party), một gia đình nọ và đứa con trai nhỏ, và một đôi vợ chồng trẻ.

Khi tới, chúng tôi ngồi trên những băng ghế gỗ để nghe người chủ nông trại giải thích về loài động vật này cũng như lý do vì sao người ta nuôi chúng.

Theo như người chủ nông trại thì có hai giống Alpaca, được phân tách dựa trên khu vực đặc hữu và loại sợi (len) tương ứng của chúng. Đó là loại Suri Alpaca và Huacaya Alpaca. Cả hai giống lạc đà này đều cho loại lông có giá trị cao. Lông Suri Alpaca thẳng trong khi lông Huacaya có kết cấu "uốn", lượn sóng và mọc thành từng bó. Lông Alpaca được sử dụng để làm các mặt hàng dệt kim và dệt thoi, tương tự như len của cừu nhưng mềm, ấm, kháng ẩm và cháy tốt hơn những loại lông cừu. Sau gần nửa giờ giải thích cho chúng tôi về loài động vật này, người chủ nông trại lấy thùng thức ăn ra, múc một ít đổ vào tô giấy rồi trao cho chúng tôi. Ông hướng dẫn cho chúng tôi đứng thành một hàng rồi mở cửa cho đàn lạc đà Alpaca chạy ra ăn. Những con lạc đà Nam Mỹ Alpacas có nhiều màu lông ùa ra đến ăn thức ăn. Chúng ăn xong, lại được lùa vào chuồng trở lại. Cho lạc đà ăn xong, chúng tôi được dẫn tới khu vực chăm sóc con non. Trong bầy lạc đà Nam Mỹ, có một chú lạc đà con vừa chào đời, ông chủ nông trại bồng chú lạc đà con ra cho chúng tôi bồng thử để xem cảm giác về bộ lông của lạc đà con. Trong khi chúng tôi sờ bộ lông mềm êm ái ấy thì lạc đà Alpaca mẹ kêu gào tìm con. Thấy vậy, người chủ nông trại mới đem trả lạc đà con vào với mẹ. Tiếp đó, chủ nông trại dẫn chúng tôi đến chuồng lạc đà bố. Chú lạc đà này chắc đã quen hơi và hiểu được mệnh lệnh của chủ. Nó thông minh như một con chó. Bảo làm gì thì làm đó. Sau khi chúng tôi lần lượt xếp hàng chụp ảnh chung với lạc đà bố, chủ nông trại dẫn chúng tôi đến nơi tụ họp để "quảng cáo" thêm về các cơ sở thương mại của nông trại gia đình ông ấy rồi xin tiền lệ phí vào cổng. Chúng tôi cám ơn rồi chia tay.

Rời nông trại chăn nuôi lạc đà Nam Mỹ Alpacas, chúng tôi trở về đất trại. Dọc đường, tôi mê mẩn nhìn những cuộn cỏ khô được bện thành vòng tròn nằm rải rác trên đồi. Tôi không biết vì sao, mỗi khi nhìn thấy những cuộn cỏ khô ấy là lòng tôi thanh thản, dễ chịu.

Chúng tôi về tới đất trại, nhóm lửa chuẩn bị bữa cơm trưa. Ăn trưa rồi nghỉ ngơi đến xế chiều chúng tôi mới kéo nhau ra biển hồ để tắm và chụp ảnh lưu niệm.

Chúng tôi tắm, nghỉ ngơi ở bờ biển hồ đến khi mặt trời lặn mới trở về đất trại lo cho bữa cơm tối. Ăn tối xong, vợ và hai con chơi game, nghe nhạc. Còn lại mình tôi thơ thẩn với những con chữ và ghi lại những kỷ niệm ba ngày hai đêm ở đây.

Bên Hồ Trên Núi

Chập chùng đồi núi vây quanh
Mây hong khô gốc cỏ xanh cuộn tròn
Ngày hè cùng với vợ con
Đến hồ trên núi ta còn ngẩn ngơ

Nơi đây cảnh đẹp nên thơ
Nước xanh ngọc bích hai bờ bình yên
Cúc hoa nở trắng khắp miền
Bầy nai thong thả bên triền dốc cao

Đôi chim bé nhỏ ngọt ngào
Trên cành Hạnh Phúc gọi chào yêu thương
Rừng thông thơm ngát bên đường
Sáng mai đón lấy hạt sương bên mình

Ngày hè ánh nắng lung linh
Ba ngày qua vội giờ mình chia tay
Ta về nhung nhớ nơi này
Con tim ta mãi tháng ngày chưa quên.

Những ngày ở công viên Smith Mountain Lake trôi qua mau, chúng tôi dọn dẹp mọi thứ chất lên xe bán tải để kéo đến công viên kế tiếp đó là công viên tiểu bang Hungry Mother.

Võ Phú
Smith Mountain Lake State Park, Huddleston, VA.

LETAMANH
Chẳng Có Nghĩa Gì!

Hắn xách cần câu ra ngồi trên bệ đá. Những phiến đá không biết tự bao giờ có mặt bên bờ vịnh, to có nhỏ có, màu xám xịt, những lớp rong phủ thời gian dày ra tung tăng theo những đợt sóng vỗ bờ. Bên kia xa là cầu Golden Gate mờ ảo trong màn sương. Đâu đây tiếng những con hải âu gọi nhau, thỉnh thoảng là tiếng gầm thét của những chiếc phi cơ lên xuống phi trường... Hắn ngồi, hai chân duỗi ra phía trước, chiếc cần câu để hờ trên đùi, một tay cầm lưỡi câu, tay kia bắt một miếng mồi móc vào theo chiều cong của lưỡi câu. Nhìn qua nhìn lại, hắn tự thỏa mãn với công trình móc mồi của mình. Hắn lẩm bẩm: "Ngon đến nỗi người còn muốn đớp chứ đừng nói là cá...!" Hắn từ từ đứng lên, cầm cây cần, thả dây cước, lấy trớn... cuối cùng hắn thả được con mồi và dây câu ra xa. Hắn lấy tay trái quay nhẹ mấy vòng thả thêm dây câu. Có vẻ vừa nhàn nhã, vừa tự mãn, hắn huýt sáo miệng từ từ ngồi xuống phiến đá to.

Những con sóng miên man xô bờ, tiếng kêu như âm vang, như rầm rì, như réo gọi, như gào thét, như than thở. Hắn hòa mình vào thứ âm thanh hỗn tạp ấy. Hắn nghĩ và thích thú tự cho mình là một ngư ông an nhàn bên bờ vịnh San Francisco. Hắn lấy làm bằng lòng rằng hắn là người biết hưởng thú vui mà các cụ ngày xưa như Nguyễn Khuyến, Chu Mạnh Trinh, Nguyễn Công Trứ thường ca tụng. Giữa xã hội xô bồ này, hắn vẫn "thảnh thơi thơ túi rượu bầu" thì rất hiếm...

Sau khi tốt nghiệp ở Đại Học Berkeley, hắn có *job* ngay và làm việc liên tục từ ngày đó. Thứ Bảy, Chúa nhật thường thì hắn lang thang khắp nẻo thị thành. Từ San Jose, San Francisco, Sacramento. Thỉnh thoảng mới mò về Nam Cali thăm cha mẹ. Tiền lương chẳng bao giờ thấy đủ. Trong suốt mấy năm trời như thế, hắn thấy chán và muốn một sự đổi thay. Hắn quen một sinh viên gốc Hoa, con bé tóc đen dài, người mảnh mai dễ mến. Hắn vội vàng tỏ tình, vội vàng hối cha mẹ đem trầu cau xin cưới cho hắn! Hắn hối hả như thế vì hắn muốn từ giã những ngày lang thang, từ giã cảnh sống độc thân... Từ ngày hắn có vợ, hắn bỗng nhiên trở thành ông cụ non. Ngày nghỉ, ngày lễ tết thường về thăm cha mẹ hoặc xách cần câu... ra ngồi "thạch bàn".

Sáng nay, hắn rủ vợ đi câu với hắn. Cô vợ cáo bệnh ở nhà. Cô ta chẳng mấy thích ngồi cả ngày ngoài nắng, nước da chẳng đẹp tí nào. Mà ngồi cầm cần câu, chờ cho cá nó đớp lâu phát chán. Có nhiều khi từ sáng đến trưa chẳng được con nào mà còn mệt lả ra... Hắn điện thoại rủ thằng bạn cùng sở cho có bạn. Nhưng thằng quỷ cũng làm biếng thối thác. Thế là hắn đành một mình ra ngắm trời mây!

Hắn đang lơ mơ nhìn những con chim hải âu ríu rít gọi nhau đậu trên phiến đá gần đó thì chiếc cần giật lên suýt rời khỏi tay hắn. Hắn hoàn hồn cầm chặt chiếc cần, tay kia quay trục cước... Sức mạnh của con cá bị móc câu xem ra khá mạnh. Hắn tháo sợi cước theo sức chạy của con mồi. Nó chạy ra xa thì hắn thả dây, chạy vào thì hắn cuốn dây... Cứ thế không biết bao nhiêu lần, không biết bao nhiêu thời gian. Hắn vật lộn với chiếc cần câu và con mồi đến toát mồ hôi. Có lúc hắn cảm tưởng là hắn bị con mồi kéo luôn xuống biển. Hắn bám vào phiến đá để khỏi trợt chân té theo những con sóng phía dưới. Hắn cảm thấy mệt và khát nước. Giá mà có vợ hắn thì nàng đã kéo phụ một tay hay đem nước cho hắn uống lúc này. Chiếc thùng to bằng nhựa màu xanh có chứa bịch nước đá và mấy chai bia đang nằm phía dưới gần mép nước... Có lúc hắn muốn bỏ cuộc vì con mồi trì kéo, vật lộn với hắn lâu như thế mà chưa thấy mệt; còn hắn, hắn cảm thấy đắng miệng, tay mỏi, có đôi lúc cần câu suýt tuột khỏi tay hắn...

Cuối cùng thì con mồi cũng khuất phục trước sức phấn đấu dẻo dai của hắn. Hơn nữa, hắn cũng rất khéo léo và tỏ ra thiện nghệ trong việc thả dây câu, kéo gần buông xa theo sức chạy của con mồi. Khi hắn thấy con mồi đã thực sự thấm mệt, không còn sức chạy ra xa, không còn sức vùng vẫy nguy hiểm để đến nỗi đứt dây câu... Hắn mới kéo nó vào bờ. Con mồi tuy đã mệt nhưng cho nó vào bờ cũng không phải dễ. Nếu nó nhỏ và vừa tầm thì kéo lên gọn trơn như những lần trước. Đàng này, hắn có cảm giác, với sức nặng của nó, nếu đứng trên phiến đá mà kéo thì dây câu sẽ đứt. Hắn bèn vừa thả dây theo con mồi, vừa đi lần xuống mép nước, nơi ít có đá. Khi hắn xuống mép nước, những đợt sóng tuy nhỏ nhưng cũng đủ làm khó hắn. Thỉnh thoảng con sóng lớn ập đến, tung vào kẹt đá, nước tung tóe vào mặt, vào người hắn. Áo quần ướt hết, hắn bám trụ hai chân vào cát, nhưng những đợt sóng liên tục làm cát xói khỏi chân. Hai chân cứ thế chôn sâu dần xuống cát. Con vật cũng lì lợm lúc chạy nhanh ra xa, lúc gầm gừ nặng nề từ ngoài theo sóng lướt nhẹ gần sát mép nước! Khi con mồi gần sát hắn, Hắn thấy nó dài gần một thước, màu xám trắng... Hắn vừa mừng vừa lo, không biết mình có đủ sức đem nó lên khỏi mặt nước không hay... ngư ông lại bị đứt nhợ, vểnh râu ngồi bờ... thì tức lắm và cũng quê lắm!

  Dịp may hiếm có đến với hắn, một con sóng thật lớn từ ngoài đang chớp bọt trắng chạy vào. Con mồi cùng lúc cũng dựa theo con sóng quay đầu hướng vô bờ. Hắn quay dây câu thật nhanh, con mồi vừa bị dây kéo vừa bị sóng xô... nên nó không thể nào quay ngược trở ra! Nó đã mệt rồi nên khi hắn kéo dây câu căng thẳng, con sóng đưa theo... Cuối cùng con mồi không còn cưỡng lại hai lực kéo và đẩy. Nó bị đưa luôn lên bờ theo con sóng. Con sóng rút ra để lại con mồi nhảy dựng lên trên bãi cát. Lúc này hắn chưa biết làm sao, chưa kịp dự tính phải làm gì thì con mồi theo trớn nhảy búng, nó có khuynh hướng trôi xuống nước trở lại nếu có một đợt sóng to khác. Trí thông minh vừa lóe ra trong trí hắn, hắn cởi chiếc áo đang mặc, chạy đến bên con mồi, phủ lên nó và hai tay ôm cái đuôi lôi xa mặt nước. Nhờ có cái áo nên không bị trơn bởi nhớt của con cá. Hắn vừa lôi vừa thở, con cá vừa tung vừa tận lực giẫy giụa...

  Đưa được con mồi xa mặt nước, hắn mệt lả, ngồi phủ phục bên con mồi thở dốc, cổ hắn khô và rát. Bây giờ hắn mới nhớ đến chiếc thùng nhựa. Hắn nhìn quanh và chạy đến chỗ chiếc thùng. Hắn xách thùng đến gần con cá, vừa uống chai bia, vừa lấy con dao trong thùng ra. Con cá đã hết vùng vẫy, nó vừa chết vì sức nóng mặt trời và sức nóng của cát. Hắn suy nghĩ mông lung, nếu kéo được con cá về khoe với vợ và bạn bè thì hay biết bao. Nhưng từ nơi câu đến chỗ để xe khá xa. Vả lại hắn cũng chưa muốn về. Hắn bèn dùng con dao kết thúc cuộc đời con cá ra làm nhiều khúc. Hắn đem từng khúc xuống nước rửa cho sạch cát bám. Hắn thả vào thùng, sắp xếp ngay ngắn. Cuối cùng hắn rải lên trên một lớp nước đá có đem theo sẵn. Hắn khóa thùng lại, mấy chai bia còn để bên ngoài, hắn xách bia và tìm cuốn sách. Cuốn sách bỏ trong túi quần ướt thảm thương trong những lúc hắn chiến đấu với con cá. Hắn lấy sách ra phơi và khui chai bia, uống một hơi để tự thưởng cho mình. Hắn nghĩ, không còn phải câu làm gì, kiếm một chỗ thoáng và đẹp, nhìn được trời mây... để vừa đọc sách, vừa uống bia, cho mình cái nhàn hạ ngày Chúa nhật và cũng để thưởng công vừa chiến thắng một trận chiến hết sức gay cấn giữa người và cá cùng thiên nhiên... Hắn thỏa mãn, từ khi biết câu cá đến giờ, đây là lần chiến thắng ngoài giấc mơ của hắn. Hắn nhận định, có thể con cá khoảng từ hai đến ba chục ký lô!

Say men chiến thắng, Hắn uống liên tục mấy lon bia, nhấm nháp với bánh mì thịt... Cuốn sách chưa khô, hắn dựa vào phiến đá lim dim ngủ. Trong giấc ngủ chập chờn dưới ánh nắng mặt trời hòa với tiếng gào thét của sóng và thiên nhiên, hắn cảm giác như mình đang bay vào một cõi tiên. Hắn thấy một tiên nữ trong xiêm y mỏng dánh đang tiến về phía hắn. Nàng thỏ thẻ bên tai :

- Thần thiếp kính chào Bệ hạ!

Hắn giật mình, không biết mình đã thành vua hồi nào, nghĩ rằng mình nghe lầm, hay nàng chào ai. Hắn nhìn quanh, không đáp. Nàng lại nhõng nhẽo:

- Kìa, Bệ hạ không yêu thần thiếp sao mà không nhìn thiếp, không trả lời với thiếp? Đây là vườn Lộc Uyển thuộc Tây Vương Mẫu. Vương Mẫu biết được ngày hôm nay Bệ hạ từ trần gian lên du thiên cung nên phái thần thiếp đến đây đón Bệ hạ! Vương Mẫu còn dặn thần thiếp là phải làm cho Bệ hạ hài lòng, nếu không thần thiếp phải chịu nạn đày xuống trần gian...

Hắn nhìn tiên nữ mơn mởn đào tơ, sắc nước hương trời, nước da trắng ngà, xiêm y mỏng quấn quanh người lồ lộ một tòa thiên nhiên..." Ôi! Đúng là mình đang du tiên cảnh, quả thật mình đang làm vua... Trời ơi! sao mà lạ thế!" Ở dương trần, thằng bạn hắn làm nghề thầy tử vi, chấm số cho hắn, nói là hắn sanh nhằm ngày xấu nên tương lai không lấy gì khá! Lên voi thì lên tột đỉnh mà xuống chó thì chó cũng chê... Ô! Vậy là mình đang lên voi tột đỉnh, mà lên như vầy sao có vẻ lạ quá, không hiểu cách nào mình lên tới đây và làm vua... Ôi!..."

- Bệ hạ vào đây, bên kia bờ suối là hàng cây đào tiên đang thời trái chín. Bệ hạ có nhớ lúc Tề Thiên Đại Thánh ở cung đình, biến thành con sâu ngủ trong trái đào sau khi ăn hết bao nhiêu là trái quý. Ngủ mê đến nỗi khi trái đào bị hái rớt xuống, Tề Thiên văng ra hiện nguyên hình...

- Tiên nữ ôi! Tôi làm vua hồi nào vậy? Hay là tôi đã chết và hồn vất vưởng lên đây... Xin nàng cho tôi biết...!

- Bệ hạ không chết, Bệ hạ đang được thần thiếp phục dịch vì số của Bệ hạ sẽ làm vua...

- Sao nàng ngập ngừng, làm vua gì, có bao nhiêu thần dân, làm vua được bao lâu?

- Xin Bệ hạ tha tội, thiên cơ bất khả lậu mà! Chàng có khát nước không, thiếp xin dâng đào tiên cho chàng thưởng thức!

Hắn nghĩ trong đầu: "Ôi! Thà một phút huy hoàng rồi chợt tắt!..." Hắn bạo dạn cầm tay nàng, đưa môi hôn vào môi của nàng... Hai tay hắn quờ quạng! Hai mắt hắn nhắm nghiền... Nhưng hắn lại thấy khát nước kinh khủng.

- Nàng hãy cho ta uống nước, nàng hãy xít lại gần ta... Sao nàng mờ ảo vậy, sao ta không ôm nàng được, nàng vờn ta như thế là sao... Hỡi nàng tiên của trẫm...

Hắn không nghe nàng trả lời, như mây bay khói lượn trước mặt hắn. Hắn cố ngồi dậy, đầu hắn nhức nhối như búa bổ. Làm vua sao mà lạ như vầy, sao chưa ăn đào tiên mà đầu lại nhức? Hắn lẩm bẩm tìm bóng dáng nàng tiên, cổ hắn khát nước và rát lên...

Hắn dụi mắt tỉnh giấc nồng. Uống hơi nhiều chất bia và cái

nắng gắt làm hắn du vào một giấc mơ kỳ diệu hoang đường... Ôi! Giá như giấc mơ là sự thật, giá cuộc đời như giấc mơ! Hắn nghĩ đến nàng tiên với xiêm y mỏng dánh... Hắn nghĩ đến những trái đào tiên... Một giấc mơ không bao giờ hắn có thể quên... Hắn vươn vai đứng dậy, với tay lấy chai nước lã uống một hơi. Khi hắn hoàn toàn tỉnh lại thì trời đã hơi xế chiều, tứ bề vắng bóng người. Hắn chỉ thấy chim hải âu, sóng và trời mây với cái nắng gắt giao mùa... Hắn nhớ đến cái cần câu, nhớ đến con cá bị chặt khúc trong chiếc thùng màu xanh... Hắn nhìn quanh tìm kiếm... Hắn nhớ lúc bỏ cá vào thùng dưới mép nước đằng kia, sau đó hắn quên lôi chiếc thùng lên xa mặt nước. Bây giờ chiếc thùng ai lấy mất, nó không còn chỗ cũ nữa và nó ở đâu? Hắn nhìn quanh xem có người nào hiện diện hay không. Nếu không thì ai đã lấy chiếc thùng có con cá to, chiến lợi phẩm của hắn?

Hắn chạy xuống mép nước quan sát, nhìn quanh, lượng giá và nheo mắt nhìn ra xa, nơi những cơn sóng dập dìu tung tăng giỡn với gió... Trời về chiều, bóng dáng chiếc cầu nổi tiếng thế giới chìm trong màn đục của hơi nước, vừa nhạt, vừa mờ trong nền trời tưởng như không có thật. Hắn bỗng để ý đến một chấm nhỏ trôi bềnh bồng, lúc ẩn lúc hiện ngoài khơi. Định thần, hắn cố gắng tập trung thị giác vào mục tiêu. Hắn à lên một tiếng! Thì ra chiếc thùng thân yêu, bên trong là chiến lợi phẩm vô tiền khoáng hậu của hắn đã bị sóng lớn ập vào bờ lôi đi... Trời ơi! Miếng ăn tưởng vào miệng chắc như thế mà còn vuột khỏi tầm tay thì lạ thật.

Hắn cởi quần ngoài, chuẩn bị bơi ra khơi lấy lại chiếc thùng. Hắn cương quyết tiến đến mép nước và thề quyết lấy lại cho được của đã mất. Hắn quyết tâm tiến lên giống như một hiệp sĩ tuốt kiếm chiến đấu thề không lùi bước! Đến khi hai chân chạm vào nước, con sóng ập vào... Hắn cảm thấy lạnh buốt tới xương, hai chân tê cóng, bắp thịt đùi nhói lên như hiện tượng vọp bẻ... Hắn thối lui ngồi xuống ôm đầu! Ngồi như thế trong vòng mấy phút, hắn tự nhủ, "không thể chết lãng nhách vì chiếc thùng khốn nạn ấy, hãy quên nó đi, hãy về với vợ, hỡi thằng khùng..."

Hắn đứng lên, uể oải thu dọn chiến trường, nào dao, nào chai bia, nào chiếc quần và cái áo còn dính đầy nhớt cùng hơi hám của con cá... ma! Vừa đi hắn vừa nhớ ra câu chuyện mà lúc còn ở Việt Nam, ông nội hắn, trong một lúc vui, đã kể cho cả nhà nghe câu chuyện "chắc hay không chắc". Đó là một câu chuyện mà theo hắn lúc đó, nó chẳng hay ho gì: "Có một gia đình nọ, cha con cùng làm ruộng, người cha thì lúc nào cũng tin tưởng tương lai và yêu đời. Người con thì hay nghi ngờ giống như Tào Tháo. Có hôm cày đất xong thì trời mưa, ông cha tuyên bố - chắc ăn rồi! Ông con nói - chưa chắc! Khi cha con rải giống xong và giống mọc lên đều, ông cha tuyên bố - chắc ăn rồi! Ông con lại nói - chưa chắc đâu cha! Khi lúa chín, cha con thu hoạch đem về nhà, cha tuyên bố - chắc ăn rồi nhé! Ông con cũng không chịu - chưa chắc đâu! Khi lúa được thành gạo, gạo nấu thành cơm đem lên bàn, hai cha con ngồi chuẩn bị ăn... Ông cha tuyên bố - Giờ thì chắc chưa con? Ông con nói - nhưng cũng chưa chắc đâu cha! Ông cha tức quá lấy chân đá chiếc bàn, nồi cơm văng ra bể nát và cơm trộn với cát nằm vung vãi khắp nơi. Ông con đứng lên nói - Cha thấy không? Đến gần ăn vào bụng còn chưa chắc thì làm sao có cái gì trên đời này chắc được!"...

    Hắn nghĩ đến đó bỗng tức cười. Hắn cười to, cười vang, cười tối tăm mày mặt... Tiếng cười của hắn to như thế nhưng tiếng sóng, tiếng gió và tiếng chim hải âu đã phủ lấp, tiếng cười của hắn giống như một nốt nhạc đệm theo dòng nhạc cuộc đời... nó cũng không có nghĩa gì... không có nghĩa gì....!

letamanh

Tìm Đọc:

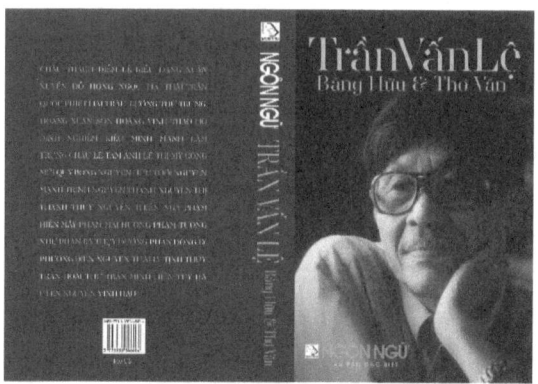

THÁI THỊ LÝ
4 Mẩu Truyện Cực Ngắn

CHUYỆN ÔNG BÀ NỘI

Kể chuyện của ông bà là kể theo lời kể, chứ lúc ấy tôi ở tận đâu đâu. Nhà bà ngày xưa là một căn phố ở Hội An. Bà đi "du học" ở Đà Nẵng, ở nhà, ông bà cố cho thuê mặt tiền, người thuê mở tiệm thuốc Bắc. Ngày họ khai trương, pháo nổ vang rền. Trong khói pháo mịt mù, bà từ Đà Nẵng về thăm, tay xách va li gỗ bước trên xác pháo hồng, đi một mạch vào nhà. Mọi người kháo nhau: "Cô dâu vào nhà kìa!".

DUYÊN HAY NỢ?

Chẳng dè lời đùa đúng giờ linh, hay ông Tơ bà Nguyệt đã xe mối chỉ hồng, con trai chủ tiệm và con gái chủ nhà bén duyên nhau! Thật xứng lứa vừa đôi: bà, con nhà gia giáo, không sang giàu nhưng cũng phong cách tiểu thơ, dáng người thanh tú, chẳng nghiêng nước nghiêng thành nhưng cũng là hoa khôi thời ấy; ông, dáng người nho nhã, giỏi chữ, giỏi nghề, ông là người đứng chính ở hiệu thuốc, một tay xem mạch, bốc thuốc. Ông lại rất đẹp trai, theo lời bà tả, da như trứng bóc, mắt sáng, trán cao, môi son má phấn... Ông đẹp lắm! Ngày xưa, hằng năm người ta thường tổ chức lễ hội, có cảnh "Bát tiên ngồi tượng", ông là một trong bảy vị tiên đó (vị tiên thứ tám không xuất hiện); người đi xem hội ngắm vuốt ông, tranh cãi "tượng hay người", bất phân thắng bại, vậy là họ lột cả giày, xé cả vớ ông…

Bà kể chuyện xưa chỉ trong những lúc cao hứng hay khi trong bà cũng sống lại kỷ niệm xưa nên câu chuyện thường ngắt quãng, không liền mạch. Trong cái thời tranh tối, tranh sáng, chuyện nhà chắc gặp cảnh đa đoan. Tiệm thuốc không còn, gia cảnh rối tung. Lúc ấy bà cũng đã có hai con. Ông theo nghiệp thương hồ, bà ở nhà tần tảo. Ông buôn bán đâu tận Buôn Ma Thuột, ngày ấy đó là nơi rừng thiêng nước độc. Thỉnh thoảng ông về thăm nhà chứ bà không biết ông làm gì, ở đâu. Phần mình, bà đi theo người quen phụ việc làm bánh trái. Bà khéo lắm, làm được nhiều thứ, nấu đủ món ngon…

ĐÁNG THƯƠNG HAY ĐÁNG TRÁCH?

Thời gian sau, có lần ông bệnh ngặt, tin báo là mảnh giấy nhỏ mà không biết bằng cách nào đó ông gửi từ Buôn Ma Thuột về. Bà tất tả đi tìm chồng, cũng không dễ dàng gì. Cuối cùng cũng tìm được đến nhà ông trong sự bẽ bàng! Ông ốm yếu, sắc diện tái xanh, đang ngồi "trong lòng" một người phụ nữ khác, mê mẩn và lãng mạn. Cô gái kia đang bắt chí hay nhổ tóc gì đó cho ông. Bà vẫn bình tĩnh đi vào nhà, chỉ hỏi ông đau bệnh thế nào, những thứ ông cần bà đã mang lên đầy đủ. Cả hai người cũng thật tỉnh. "Bà có ghen không?", sau này, khi tôi hỏi vậy, bà chỉ trả lời nhẹ tênh:

- Ông ở xa một thân một mình, có người lo cho ông càng tốt, chớ bà có lo được đâu mà ghen.

Đến nơi rồi mới biết, ông còn nghiện cả ma túy, ông giãi bày rằng nơi rừng thiêng nước độc, nó cũng cần cho ông. Bà cam chịu, chẳng nói gì… khăn gói về quê. Khi đưa bà ra xe về quê, ông dặn dò:

- Bà cứ về, trước sau gì tui cũng về với bà và sắp nhỏ. Kể cả chuyện nghiện ngập của tui, tui cũng tự biết cách.

Vậy là bà về, lo cuộc sống cho con cái và cũng lạ, không biết bằng cách nào, bà lại… có mang. Đó là ba tôi sau này.

Không hiểu vì bà buồn, vì mất lòng tin vào ông hay vì gì gì, mà lại tìm vui trong cảnh bạc bài. Khổ cực chạy ăn chạy mặc, nhưng cứ rồi là bà ngồi sòng. Bà mê lắm, có khi chơi thâu đêm suốt sáng. Chơi đến độ bà chuyển bụng, nhưng cứ cố ngồi chơi ráng, bà cố giấu cho đến lúc vỡ ối mới chịu đứng lên. Hậu quả nghe kể là khi sinh ra, ba tôi có cái đầu dài ngoẵng.

Ôi! Duyên và nợ nào đã đưa ông bà đến với nhau, để rồi giờ đây hai bên đều là vực thẳm! Gia đình trong cảnh tối tăm mù mịt...

CƠ HỘI

Cuộc sống cả nhà vẫn chịu cảnh cơ bần, kiếm đủ miếng cơm manh áo thật không dễ dàng gì. Các con ngày một lớn, không thể bán dạo rong ruổi khắp nơi. Bà lo lắm, tính toán đủ đường...

Bỗng đâu một đêm nọ, bà mợ ra gọi bà vào nhà rồi hai người thì thào to nhỏ, vẻ vội vàng, lo lắng; các con của bà mợ đang sắp xếp mọi thứ. Lát sau, bà nội cũng nhanh chân về lại gian nhà chái, vét hết số tiền dành dụm bấy lâu đem vào đưa hết cho bà mợ. Bà mợ và các con của bà quầy quả đi ngay trong đêm. Mẹ con họ dắt díu nhau đi về hướng cầu Đạo Long, qua bên kia cầu đón xe vào Nam.

Chuyện đời nghĩ thật vô thường, bà mợ đang yên đang lành, ăn nên làm ra, lại trở thành người vô gia cư, lang bạt; còn gia đình tôi chỉ sau một đêm đã có hẳn cơ ngơi, điều kiện để làm ăn, mọi thứ sẵn sàng, mối mang hàng họ đã có nề nếp. Bà nội tiếp quản và nghiễm nhiên trở thành bà chủ. Biết sao được, khi mà tai họa của người này lại là phúc phận của người kia! Thôi thì xem như duyên ai nấy nhận, phước ai nấy nhờ, bà cũng đâu phải người "sang đoạt phản phúc". Những chuyện tưởng không lý giải được lại thường vẫn có nguyên do, mà trong giai đoạn ấy chính là chiến tranh. Gia đình bà mợ tham gia quốc sự, chuyện đổ bể, bà bỏ Đà Nẵng vào Phan Rang lập nghiệp; thời gian qua tưởng đã yên nhưng anh em bà vẫn tiếp tục kháng chiến. Giờ họ đã truy ra manh mối, do vậy bà phải đi, càng nhanh càng tốt...

Thái Thị Lý

NGUYỄN ĐỨC NAM
CƠN ĐAU BẤT CHỢT

Tặng PL

Buổi sáng thức dậy
Hồn như cơn say
Đớn đau xương tủy
Tay chân rụng rời

Ngồi như sên già
Chùng mỏi thịt da
Đàn đời đứt khúc
Buồn một mình ta

Này em yêu ơi
Mai tôi đi rồi
Liệu em có khóc
Cho mối tình rời?

Tôi chết chiều nay
Trong áo trắng bay
Em về ngõ cũ
Cười đùa với ai? ∎

(dalat ngày tháng cũ)

LÊ HỮU MINH TOÁN
CỔ MỘ TÌNH SẦU

Chuyện tình mình buồn lắm phải không em
Giếng mắt khô cứ âm ỉ mạch nguồn
Dòng máu nóng lạnh bờ tim nở muộn
Giọt yêu thương nồng ấm thắm môi hôn

Em thường bảo sẽ quay về cổ mộ
Đắm buồn xưa tìm quên lãng tình này
Nếu mai kia tình mình chia đôi ngả
Em sẽ về bên mộ chí gọi người

Và em hỏi anh có về cổ mộ
Của riêng anh ấp ủ chuyện tình xưa
Chuyện tình buồn trên đồi sim chín đỏ
Hơn một lần anh đã kể em nghe

Còn gì đâu, chuyện tình xưa đã chết
Tự lâu rồi thần tượng đã ngủ yên
Anh bây giờ biết tìm đâu cổ mộ
Để quay về hụt hẫng một đời anh

Giờ chỉ có riêng em, tình sau cuối
Là hương hoa trái cấm ngọt trời đêm
Là tình yêu say đắm rất êm đềm
Thương và nhớ, một tình yêu đắm đuối

Em, Em ơi! Tình mình như thế đó
Giọt âm thầm chìm cổ mộ xưa sau
Dẫu ngang trái cuối đường ta vẫn mãi
Nguyền bên nhau chung cổ mộ tình sầu… ■

CAO NGUYÊN
Mưa Ướt Em Rồi

mưa ướt em rồi
anh có hay?

cái ô hôm ấy
mất trong tay!

mưa trên ô mất!
anh đâu mất?

mưa mất anh rồi!
em gió bay ∎

XUYÊN TRÀ
ĐIỀU CÓ THỂ VÀ KHÔNG THỂ

Tôi có thể, ngồi chờ trên bến vắng
Ngả mũ chào khi thấy bóng tình qua
Đời khánh kiệt biết lấy gì thương gởi
Cõi nhân sinh còn chút nghĩa đậm đà

Tôi có thể, tro tàn trong bếp lạnh
Ngọn lửa tình âm ỉ tháng ngày qua
Cơn gió nhẹ biết đâu chừng hoan hỉ
Thổi vi vu buổi sớm nắng chiều tà

Tôi không thể, mãi một đời lưu lạc
Nhưng hỏi đâu nơi chốn để quay về
Mai nếu được làm mây trời lãng đãng
Trên quê nhà thơm thảo với sơn khê

Tôi không thể, tái sanh thời trổ mã
Phi dặm trường đuổi bắt bóng giai nhân
Dẫu phù phiếm níu tay người quay lại
Nhưng mấy ai có được những hai lần?

Tôi không thể, tự khuyên lời dối trá
Bởi cuộc đời chưa khép cửa trần ai
Trong cõi trú nghìn năm hay cuối kiếp
Vẫn thâu đêm hiu quạnh với canh dài

Tôi không thể, đợi chờ ai tiếp sức
Như gió kia thành bão lúc điên cuồng
Sẽ trở lại với bao điều rất mới
Đón mây trời và tiếng hót chim muông

Tôi không thể, nhưng cuối cùng có thể
Sẽ đầu thai mượn lại xác thân này
Đi tới chốn tận cùng trên ốc đảo
Dỗ, ru người yên nghỉ ở quanh đây... ∎

BEN OH
Nếu Một Mai Em Đi

Nếu ngày mai em đi rồi
Để lại trong tôi với bao điều trăn trở
Một lời tạ từ xé nát tim tôi
Nhưng nơi đây vẫn còn duyên nợ

Thà không biết để phải buồn phiền
Dù con thuyền chao đảo ngả nghiêng
Những sóng gió đã thành gai mật
Giữa cuộc đời về với vô biên

Đời chỉ là giấc mơ khung cửa
Sao người không sống với mặn mà
Để cùng nhau cuối đời đã hứa
Trong trái tim em của một đời ta

Ngày mai xa cách như người vỡ mộng
Trái tim này chỉ biết cô đơn
Và về đâu giữa hoàng hôn buông xuống
Gió hiu quạnh đau thương giọt lệ buồn ■

ĐẶNG HIỀN
Em, Tháng Chín

Tháng Chín thức dậy ở San Francisco
Hàng thùy dương rì rào phố biển
Mùa hè qua, đêm mưa, làm dáng
Vết xe lăn dài nụ cười quỳnh dao

Tháng Chín không của riêng ai, thu cũng vậy
Em bắt đầu niên học Berkeley
Từ phượng hồng bỏ đi, từ trăng bỗng lạnh
Anh vờ nhìn ngọn Yosemite

Tháng Chín, đêm khuya về ngồi lặng
Nghe gió cười khúc khích rượu tan
Mai chắc sầu in trên đá
Em chắc quên rồi tháng Chín, trôi. ■

DAN HOÀNG
Anh Không Viết Thơ Tình Nữa

Anh không viết thơ tình nữa,
Vì em mãi cứ ghen tuông.
Nhưng nếu anh giữ lời hứa,
Thì ai dỗ lúc em buồn?

Tình thơ là con sóng lớn,
Dạt dào ôm trọn niềm thương.
Mộng mơ đêm ngày mơn trớn,
Thơm thơm hai đôi má hường.

Ví như anh là cây cỏ,
Ngây ngô trước cả đổi thay.
Đêm ngày buồn vui không rõ,
Lấy ai chia sẻ đắng cay?

Rượu say không bạn tình chuốc,
Sàn nhảy những bước dật dờ.
Vắng tình đời như độc dược,
Đắng lòng cạn cả niềm mơ.

Bàn tay thon đẹp sướt mướt,
Em thèm ve vuốt nâng niu.
Anh không viết thơ tình được,
Chắc sẽ tiêu hao ít nhiều?

Anh không viết thơ tình nữa,
Làm sao kể chuyện yêu đương?
Rồi anh sẽ quên lau lệ,
Giời mưa ướt cả phố phường! ■

Phố biển, 08/02/24

THỤC UYÊN
Mùa Thu Chết

Từng chiếc lá úa bên đời cỏ mục
Rã rời trong bóng tối dọi âm thầm
Từng chiếc bóng soi bên đời khuất tịch
Vết tàn thu tím ngắt mảnh tri âm

Từng cánh gió lao lung ngày biển động
Lăn lóc đời những ngọn gió lưu vong
Lay lắt tím, ngất hương hồn thạch thảo
Vạt nắng chiều xô giạt những bão giông

Em bước tới đời đã mùa hoang phế
Làn tóc buồn bạt cánh, vết thiên di
Đã võ vàng chút dung nhan đó
Trái tim đau, bớt nhịp đập kiêu kỳ

Mây vẫn phiêu bồng miền cố xứ
Nhánh sông gầy, tan tác chảy bốn phương
Thu hoang dại bùng lên sắc tím
Thạch thảo buồn nhuộm nát ánh tà dương. ∎

TRẦN THANH QUANG
MƯA ĐÊM

Đêm nghe tiếng dế nỉ non
khúc âm đọng vọng vẫn tròn trịa xưa
khạc khàn lời dế giọng mưa
rắc thánh thót đọt lưa thưa ực về

rắc sầu lặng giăng tái tê
giăng hoài niệm rắc não nề xót xa
đêm khuya dờ dật mình ta
tội tình cung bậc la đà thật gian

đêm chùng khờ khạc tiếng đàn
khản lời hát cũ nhuốm vàng phù sinh
nhâm nhi cùng khoảnh u minh
nhờ nhờ lấp loáng ngỡ hình vóc ai

Đêm sâu nghe tiếng thở dài
hình như đâu đó có ai hiểu mình! ∎

KTM tháng 7/1980
những tháng ngày vui với rừng và nương rẫy

LÊ THỊ CẨM HƯƠNG
Mùa Nhớ

Ta lặng nhìn chiếc lá mùa rơi
thu theo gió thầm thì khẽ gọi
giọt nắng muộn bên thềm ngoái đợi
mang mưa đi, lưu luyến xa cành.

Ai chờ người khi lá còn xanh
hè đốt lửa phượng chiều đỏ thẫm
nghe xa vắng lời thương nồng ấm,
cõi tim buồn xao xác thu qua.

Vấn vương nào cây đợi tình xa?
chia thương nhớ buông cành lơ lửng
có phải em là thuyền bến vắng?
đậu hững hờ mặc nước sông trôi!

Trăng thu suông, tình cũng xa rồi
ai trả hết cho ta lời tình tự?
gã khờ hỡi! Ôm chi hoài nỗi nhớ!
gọi tên người chỉ nghe lá hồi âm. ∎

HOÀNG HOA THƯƠNG
Lời Ca Mây Trắng

Tay ôm một nửa vầng trăng
Nửa kia rụng xuống đêm rằm đầu thai
Lòng như ngọn nắng dần phai
Có khi đời cũng miệt mài vô thinh

Thôi đành thôi, cuộc tử sinh
Hình treo vách đá bóng mình là mây
Tang bồng hẹn phá trùng vây
Chưa yên nguồn cội đã bày phân ly

Đêm nay gió hú cuồng si
Nhớ xưa ta nợ lời gì khói sương
Tình như sông chảy một phương
Cớ sao chếnh choáng dặm trường mồ côi

Ngày ta - Em - cuộc chia phôi
Coi như mưa xuống lưng đồi mưa sa
Thì thôi lòng đã nhạt nhòa
Ru trăm cơn mộng cũng là hư không

Một mai ta hết chờ trông
Và Em - thôi hết mơ mòng cưu mang
Xứ người mây trắng quan san
Hương ca ai hát ngang tàng ngày đi ∎

Viết từ Phố Bolsa, California

TRẦN QUÝ TRUNG
Thu Về Nhớ Người Xưa

Trời đã vào thu lá vàng rơi
Nhìn ra biển vắng lòng chơi vơi
Chim ưng bay lượn chân trời tím
Sóng vỗ âm vang lớp lớp trôi
Chân không bước nhẹ trên cát mịn
Hít khí trời trong mằn mặn môi

Nắng hồng mây bạc lúc hoàng hôn
Thương ai đơn lẻ buổi chiều hôm
Thời gian vùn vụt như tên bắn
Xoa dịu khổ đau quyện vào hồn

Nhớ lại ngày nào nơi cao nguyên
Gió lạnh mưa mùa trên đất đỏ
Tơ lòng rung động dưới trời cao
Phút giây thổn thức trong đêm vắng
Nhớ mãi câu em nói thì thào:
"Đêm nay tim nhỏ run nhè nhẹ
Không nói mà như đã nói nhiều"

Thu đến, thu đi, thu trở lại
Thư tới, thư về, xây mộng đẹp
Tình yêu chớm nở vượt không gian
Nước mất, nhà tan đành ly biệt
Thù nhà, nợ nước khắc tim gan
Đọc thư ngày cũ quên sầu tủi
Nét chữ thân quen xóa muộn phiền ∎

DUNG THỊ VÂN
Em Muốn

Đêm nay
Em muốn tựa đầu lên ngực anh
Để nghe từng tế bào anh lãng mạn
Để nghe con tim anh thổn thức một tình yêu
.
Đêm nay
Em muốn tựa đầu lên vai anh
Để nghe từng hơi ấm
Của chúng mình đang hòa quyện vào nhau
.
Đêm nay
Em nhớ vòng tay anh tha thiết
Nhớ anh một vòng tay ôm thật chặt
Một vòng tay ôm không đo được thế gian này!
.
Đêm nay
Em muốn được cùng anh
Trong giấc chiêm bao ly hợp cẩn
Nồng nàn một giấc mộng ái ân ■

KIỀU HUỆ
Mối Tình Tương Như - Văn Quân

Trăng phiêu du nhớ hạn kỳ
Mà sao gió mãi bay đi phương nào
Chim Hoàng biết ở chốn nao?
Cho chàng phiêu lãng xôn xao tấc vàng

Khúc đàn ai oán mơ màng
"Phượng cầu Hoàng" đắm hồn nàng mê ly
Giai nhân cảm xúc họa thi
Đàn chưa dứt khúc chàng đi giã từ

Văn Quân xa cách Tương Như
Cô phòng đơn lẻ mịt mù ánh trăng
Đêm nghe cỏ mọc sầu dâng
Nhớ chàng mượn "Bạch đầu ngâm" tỏ bày

Tình sâu nghĩa nặng đắm say
Chạnh lòng tưởng nhớ tháng ngày bên nhau
 Văn Quân chờ đến bạc đầu
Thề nguyền chung thủy sống lâu trọn đời

Tương Như xúc động bồi hồi
Tràng An, từ giã xa xôi tìm về
Lâm Cung tái hợp đề huề
Khen thay đạo nghĩa phu thê mặn nồng ■

ĐẶNG KIM CÔN
HƯƠNG LAY-ƠN

Hỏi thăm ông Hai bán hoa lay-ơn gốc Bình Kiến, nhiều người ngơ ngác hỏi nhau. Tôi lại rảo qua thêm mấy vòng chợ hoa, cũng vừa đi tìm ông Hai, cũng vừa ngắm hoa và ngắm những chậu bonsai bày bán cuối năm, cũng tìm lại mình của gần 20 năm trước, năm nào cũng cứ vào những ngày này, tôi theo ba tôi hóng gió đón sương không hề chợp mắt cùng gian hàng cây kiểng rất bề thế của ba ở đây.

Tôi thật không còn gặp lại một nét quen thuộc nào của ngày xưa, ngày đó, mỗi "nghệ nhân" đều có một gian hàng, vừa bán, vừa trưng bày, trong đó, trưng bày và gìn giữ luôn cả những tác phẩm chọn dự thi, đến giờ chấm điểm, ban giám khảo đến từng gian hàng, sơ tuyển những tác phẩm được vào vòng trong, rồi thì chủ nhân những tác phẩm đó tập trung tất cả về khu vực phúc khảo và chung kết, trong mấy tiếng đồng hồ, là có kết quả, lãnh thưởng rồi đem về. Giờ đây, tôi chỉ thấy các tác phẩm nằm im lặng bên trong một hàng rào, có bảo vệ, mà không thấy chủ nhân nó đâu, tôi nhướng mắt đọc tên tác phẩm, tác giả, tôi hỏi thăm một vài người quen cũ, bạn bonsai với ba tôi, cũng chả ai biết là ai.

Mà cái mục đích chính của tôi là đi tìm thăm ông Hai lay-ơn. Có thể cũng sẽ hơi khó tìm, nếu cái tên của ông không gắn thêm vào hai chữ lay-ơn, vì thủa đó, lay-ơn hầu như chỉ được trồng ở Ngọc Lãng, còn Bình Kiến thì đa số mới bỏ cây thuốc lá và sắn nước tập tễnh trồng hoa, bắt đầu bằng hoa cúc Đalat, hoa vạn thọ, duy chỉ có cái ông Hai này, chơi "ngẳng" khác người, bỏ mấy sào đất quý hiếm ra... thí nghiệm trồng lay-ơn, và hình như cũng mất nhiều năm không khá nổi, trước khi thành công để được chết danh với tên Hai Lay-ơn đó.

  Trước thì tôi không biết ba tôi quen với ông Hai từ bao giờ, nhưng tôi cũng lờ mờ hiểu là phải sau khi ba tôi từ Mỹ về, bởi vì, nhiều năm trước kia, bạn ba tôi, tôi biết không sót ai cả. Sinh tiền, có một lần cùng về thăm Tết, ba dẫn tôi đi dạo vườn hoa. Ba tôi có ghé lại thăm chú Hai Lay-ơn ở khu bán hoa chợ Tết, rồi sau này, nghe ba tôi kể là hằng năm ba có gửi tiền về cho chú, nhờ chú hàng tuần thắp nhang hộ ba cho mộ mẹ tôi, và mỗi lần thắp nhang, cho ba xin một bình lay-ơn, cây nhà lá vườn của chú Hai. Đến sau này, khi ba tôi mất rồi, trong một lần về, tôi cũng có đi thăm chợ hoa cuối năm, cũng tò mò ghé lại thăm chú Hai Lay-ơn, nhắc đến ba tôi, chú kể, một lần bán hoa Tết, tháng bấc lạnh phong phanh tấm áo mỏng, co ro ngày đêm giữa trời... Lúc đó gần hết ngày, mà hoa vẫn còn ế, hạ thấp giá mà cũng không có người mua, năm đó, phong trào chơi bonsai mới rộ, nhiều trưởng giả quá, nên người ta chê hoa, ngồi nhìn đống hoa lòng như đốt lửa, cái áo cho con, miếng thịt cúng đầu năm, trăm thứ tiền chuẩn bị cho năm mới, mà, khi kết thúc năm cũ, thì theo tục lệ, ông sẽ không biết xoay xở vào đâu, nghĩ là, nếu muốn vay mượn cũng khó. Đêm đó, gần 1 giờ sáng, ngày cuối ở chợ hoa, chỉ còn một buổi sáng nữa là ai về nhà nấy, thì bất ngờ ba tôi xuất hiện. Sau khi mua mấy chậu kiểng ở các gian hàng cạnh đó, trong khi chờ gọi được xe ba gác chở về nhà, ba tôi ngồi hỏi thăm những người bán hoa kiểng ở đó, biết được chú Hai là một thương binh thời trước cũng ở cùng xã trước kia của ba, ba cởi chiếc áo lạnh đang mặc, ép chú mặc vào, rồi gọi luôn cả chục ly cà phê, mấy gói thuốc lá, ở một bàn cà phê cóc cạnh đó, mời hết anh em hoa kiểng kế đó, quây quần lại chuyện vãn cho vui. Sau đó, trước khi từ giã, ba đã tặng chú Hai 200 đô la, hẹn 12 giờ trưa hôm sau, gặp chú Hai ở nghĩa trang Phật Giáo, ba nhờ chú Hai gì đó...
Chú Hai mơ màng, đó chỉ là chuyện nhỏ... Mà cái tình hai anh em mới là chuyện lớn...

  Lần đó tôi về, trước khi gặp chú Hai, tôi đã có đi thăm mộ mẹ tôi, mộ sạch sẽ, tươm tất, những chân nhang đỏ mới và bình hoa lay-ơn chưa kịp héo làm tôi có nghĩ đến chú Hai, đến lời ba tôi kể, nhưng bấy giờ là cuối năm, cuối năm thì ai ai cũng đi tảo mộ, nên chuyện mồ mả nào cũng mới, cũng có hoa đèn nhang khói thì cũng không có gì lạ, vả lại, đã hơn năm năm, từ khi ba tôi mất thì đâu còn có ai gửi tiền về. Mồ mả ông bà tôi đa số đều nằm ở đây, cuối năm cô chú tôi đi tảo mộ, thì sẵn ghé qua mộ mẹ tôi chút cũng là chuyện đạo nghĩa đương nhiên. Tôi đã không hề nghĩ là chú Hai (nhiều năm không còn liên lạc nào của ba tôi) lại còn có lòng đến vậy, cho nên, lần thăm đó, nghe chú kể chuyện, tôi chỉ cảm thấy một chút vui vui, vì được có người còn nhắc đến tính hào sảng của ba tôi, tôi chỉ mua giùm chú một bó hoa lớn, chào chú rồi đi, mãi cho tới lần về này, lại cũng thêm hơn năm năm nữa… sau những năm tháng loay hoay vừa đi làm vừa đi học, gần mười năm mới vừa được tốt nghiệp, làm một chuyến bái tổ vinh quy thăm mẹ.

Ít người biết chú Hai hơn, không phải vì lay-ơn nay Bình Kiến đã có nhiều người trồng, mà vì, gian hàng hoa lay-ơn của chú nay đã không còn chú để trông coi, chú mất đã bốn năm năm rồi, và thừa hưởng mảnh vườn, thừa hưởng kinh nghiệm chăm sóc, phân phối, bán buôn, những công việc thường nhật của chú là cô con gái của chú, hiện cũng đang ngồi bán lay-ơn ở một góc chợ hoa. Tôi tìm đến gian hàng, như một người khách quen mua hoa, không để ai biết mình ở xa về.

Coi bộ cô cũng sắp dọn về. Hôm nay mới chiều 29 tháng Chạp, mà quầy hoa của cô đã trống trơn:

– Xin lỗi, nếu tôi muốn mua một bó hoa của cô thì làm sao? Mai cô có còn đưa hoa ra bán nữa không?

Cô vừa dọn dẹp, vừa trả lời không ngừng đầu lên:

– Dạ, không anh, nhà cũng muốn hết hoa rồi, với lại em còn nhiều việc phải lo quá.

Tôi có chút bất ngờ với cách trả lời cũng như cái giọng nói êm nhẹ của cô gái, thật nhanh, tôi liếc vội nàng, tim tôi chợt rộn ràng trước một nhan sắc:

– Cô... cô tên gì ạ? Tôi muốn có một bó hoa lay-ơn tím, mà lúc chú nhà còn sống, nghe chú nói chỉ đặc biệt vườn chú có, cô... có thể giúp tôi?

– Dạ, em là Hương...

Tôi cười đùa:

– Hương Lay-ơn?

Cô gái mở to mắt nhìn tôi:

– Sao anh biết?

– Tôi đoán thôi, tại vì, xưa chú là chú Hai Lay-ơn.

– Anh có quen ba em à?

Tôi lợi dụng thời cơ:

– Chẳng những quen, mà còn rất quen. Tại tôi học xa nên lâu nay không có dịp về thăm chú.

– Ba em mất rồi.

– Tôi mới nghe, chia buồn muộn với Hương.

– Dạ, cám ơn anh. Thật ra, em còn một ít hoa tím ở nhà, nhưng sợ không đủ cho anh, chiều nay em phải ra mộ...

– Không sao, liệu cơm gắp mắm, miễn Hương vui lòng, đôi ba cành cũng được. Tôi cũng muốn đi thăm mộ mẹ tôi, sẵn Hương cho phép tôi thắp nhang cho chú...

oOo

Nhà Hương ở gần cổng nghĩa trang Phật Giáo, nên sau khi chia cho tôi một bó hoa tím, Hương nói, sẵn Hương cũng cần thăm mộ trong đó.

– Ba em cũng được an táng ở đây?

– Dạ không, mấy năm nay người ta buộc tất cả phải đưa lên nghĩa trang mới, trên Thọ Vức, Ba em được chôn trên đó, cách đây chừng 4 cây số. Em nghĩ, em sẽ khấn hộ anh lời thăm viếng của anh với ba, ba bữa này, ai cũng tranh thủ... tối mắt.

– Vậy sao em không tranh thủ lên Ba sớm đi? Xong rồi hẳng lo việc khác?

– Dạ, cũng vậy thôi, nơi này, Hương rung rung bó hoa tím trên tay, cũng là một việc chính của em.

Vừa đi bộ từ cổng nghĩa trang vào, Hương vừa kể:

– Ba em có một người bạn ở xa, vì biết ba sống gần nghĩa trang, nên bác ấy nhờ ba em giúp nhang khói giùm bác ấy ngôi mộ của bác gái. Lúc ba còn sống, em vẫn thường theo ba, hoặc thay ba hàng tuần, có khi vài ba ngày một lần, coi như đi dạo một vòng thành phố người chết, để thấy lòng mình mênh mông hai ba cõi, để thấy, yêu thêm đời sống này, yêu thêm cõi tạm ngắn ngủi này. Riết rồi quen, rồi ghiền, đến nỗi, có khi đêm tối, em còn muốn lang thang.

Ba mất, mộ ba lại ở xa quá, cho nên mộ bác gái đã trở thành công viên lãng mạn của em...

Tôi giụt mình, ngay khi Hương vừa nhắc đến "ba em có một người bạn ở xa..." nhưng vẫn nén lòng nghe Hương kể. Bất giác, tôi mỉm cười một mình, lát nữa đây, Hương sẽ thế nào khi thấy tôi quỳ trước mộ mẹ tôi và gọi mẹ?

Tôi cảm thấy không làm chủ được đôi chân đang bắt đầu loạng choạng của tôi, đôi chân xiêu vẹo khiến cho cả người tôi như muốn nghiêng đổ về phía vai Hương. Tôi đã hiểu tại sao Hương cũng mang bó hoa lay-ơn màu tím nhạt, màu dìu dịu như mùi hương loáng thoáng ngây ngất cả một buổi chiều cuối Chạp bâng khuâng.

Đặng Kim Côn

Tìm Đọc:

NGUYỄN ĐÌNH PHƯỢNG UYỂN
Hạn Định

Khoa học tân tiến chế ra thuốc, thức ăn giúp nhân loại sống thọ hơn xưa. Xưa nghĩa là chừng trăm năm trước.

Thời bà nội tôi, thế kỷ 18, bốn mấy năm mươi tuổi đã thuộc hàng cụ, hom hem chậm chạp, cháu chắt đùm đề. Sinh nhật thứ 60, gọi là ăn thượng thọ, quan trọng lắm.

Thời nay khác, các cụ đạt ngưỡng 80-90 khá nhiều, nhiều đến nỗi một số quốc gia phải điều chỉnh tuổi hưu trí từ 55 lên 60, 62, 65, 67. Chính phủ Úc từng đề nghị kéo luôn tới 70 (???)

Nhân loại sống thọ quá, đẻ thì ít, không tăng tuổi hưu, lấy ai làm ra tiền để nuôi bô lão trong ba bốn chục năm còn lại? Không ai nuôi thì phải tự xử.

70 tuổi, tay chân, mắt mũi, đầu óc ta hoạt động thế nào nhỉ? Năm mươi mấy cơ thể đã ê ẩm, đau chỗ này, nhức chỗ kia, bệnh trạng muốn tới là tới, chả triệu chứng, chả "gien" giếc, hên thì bệnh đến rồi đi, xui thì án tử treo lơ lửng.

70 đứng trên dây chuyền sản xuất, nổi không? Tự dưng lên máu hoặc mắt nhập nhoạng khi đang đứng máy thì chuyện gì theo sau? Làm sổ sách kế toán? Cộng trừ nhân chia chỉ cần thiếu hay dư một số 0, một dấu phẩy là đi đoong. Nghệ sĩ, viết lách, ca hát, vẽ vời,

tiêu khiển thì ok, nếu phải nộp bài đúng hạn, phải cạnh tranh với giới trẻ... Cách nào?

Cá nhân tôi thấy thế này.

Các cụ sống thọ buồn nhiều hơn vui vì người bạn đời không còn, bạn bè cùng lứa mất dần, thậm chí mất hết, cụ chơi với ai? Có tài sắc, tiếng tăm, can trường, lẫm liệt mấy, cụ kể cho con cháu nghe dăm ba lần chúng còn phục, đến lần một trăm, chúng không những chán mà còn ghét ông bà. Không ai nghe thì gặp khách thân khách sơ đều là dịp để cụ xả xú páp, cụ khoe thành tích, khách khứa thấy cụ lẩm cẩm, hợm hĩnh..., hơn nữa mỗi thời đại, danh tiếng, tài năng được đánh giá theo tiêu chuẩn khác. Giả dụ thời này mà kể với thanh niên rằng ông từng là người duy nhất được cử qua Mỹ học rồi về nước điều khiển cả một máy tính IBM, hồi đó tranh của bà giá bằng một chiếc xe hơi, các bạn trẻ sẽ lắc đầu cười khẩy, chỉ người cùng lứa mới hiểu nổi giá trị thành đạt của ông bà, đặc biệt lắm mới có những tác phẩm, những thành tựu hay tiếng tăm lưu truyền đến muôn đời sau.

Đấy là việc tinh thần. Giờ nói đến thể chất, dễ nắm bắt hơn.

Già, răng cỏ sứt mẻ, làm hàm giả, mười người hết bảy bảo nhai trệu trạo, phải chừa đồ cứng, toàn nuốt trọng, đến lúc nào đó nuốt cũng khó khăn, sặc lên sặc xuống ngay cả uống nước.

Đời con người ta có tứ khoái mà mất đi cái khoái đầu tiên, gặp cụ hồi khỏe mạnh thích ăn ngon, giờ chán "toàn tập" luôn.

Tới chuyện di chuyển. Cụ không lái xe vì phản ứng chậm. Chuyện vặt vãnh như khó thở, đau đầu phải gặp bác sĩ, đi chữa răng, chợ búa, mua tờ báo... nhất nhất cụ phải nhờ người chở. Nơi nào xe công cộng phát triển, lão tướng cứ việc leo lên xe lửa, xe bus vi vu, đến lúc hết lết nổi thì sao? Bao lâu nay không nhờ vả, giờ cần, con cái phải sắp xếp thì giờ, điều chỉnh lối sống hằng ngày để giúp, đã nhờ thì phải lệ thuộc, cháu gật thì tốt, lắc đành chịu. Ấy là may mắn con cháu ở gần, nó ở xa... thua!

Chấp nhận chân cẳng yếu ớt, nằm nhà quanh năm, thời nay báo chí, sách vở, tin tức, hình ảnh, chương trình nhạc, tivi, phim cổ - hiện đại, tư liệu... tất cả đều hiển thị trên màn hình, chỉ cần một ngón tay click chuột, bô lão tha hồ xem, nghiên cứu, tìm hiểu thế giới chuyển biến, nước nào đánh nước nào, sắp có mưu đồ gì ... ông bà rành sáu câu, thế là họ có trăm thứ mới mẻ để trò chuyện, đối đáp với người khác cho xôm tụ. Bọn trẻ cứ cắm đầu kiếm sống, game gủng, xà quần trên net, đố theo kịp thời sự thế giới như ông bà.

Đến lúc đầu óc ông bà rời rã, máy tính dùng hằng ngày tự nhiên không biết mở, Facebook, Youtube, Email... nằm đâu, cứ ứ à loạn xạ, phải chờ con về giúp. Biết cha mẹ lẩn thẩn, con viết trình tự ra giấy, dán lên tường hẳn hoi, ban đầu cha mẹ còn bắt chước được, càng về sau càng chật vật đâm chán. Lắm lúc chờ mãi thằng con mới sang mở máy tính giùm, nó vừa đi khỏi, tay cụ run rẩy đụng vào phím nào đấy, màn hình tắt ngúm.

Tệ nữa là lúc mắt kém không đọc được chữ, tai nghe ù ù cạc cạc, cụ bỏ luôn thói quen ngồi máy tính. Không đi ra đường, không ngồi máy tính, ông bà sẽ nằm dính trên giường, nằm sáng trưa chiều tối.

Cứ hào phóng tới 80 trưởng lão mới đụng ngưỡng nằm một chỗ, liệu lão có ước sống thêm hai mươi năm nữa để con cháu nhìn thấy mặt, để con cháu hầu hạ? Chúng có thật lòng vui với tình trạng của cha mẹ?

Tôi nhận thấy sống đến 60 tuổi như thời bà nội tôi ngày xưa là đủ. Sướng khổ, yêu ghét, đường thẳng, đường cong trong cõi người ta, mình đã rành rẽ, những thứ cơ bản cần có, mình đã đạt, nhiệm vụ đóng góp với xã hội đã hoàn tất, con cái trưởng thành. Gắng sức nữa làm chi?

Ta sẽ đặt ra hạn định của một đời người là 60 năm.

Có hạn định, chúng ta sẽ sắp xếp, lập kế hoạch cho chính mình dễ dàng hơn. Sẽ xuất hiện các chuyên gia viết sách hướng dẫn những điều cần làm từ tuổi nào đến tuổi nào... Dĩ nhiên họ chỉ gợi ý, ai làm được thì làm, ai không muốn hay không thể thì... ráng chịu. Biết còn bao nhiêu ngày để sống, phải chăng ta sẽ sống trọn vẹn hơn? Không biết, ta tưởng đời còn dài, mê mải với rượu chè, trai gái, lừa lọc, cãi vã, cày cục, chắt bóp... Đùng một phát, trở bệnh hiểm nghèo, hối đã muộn.

Nếu hạn định của chúng ta là 60 năm vậy ta tự đặt tuổi hưu trí là 45.

Ta đã làm việc và đóng góp cho xã hội 20-25 năm, những tháng năm đẹp nhất, sung mãn nhất, sáng suốt nhất trong đời. Ta có quyền lựa chọn đóng góp thêm 5 năm nữa, ở tuổi 50 rồi chuẩn bị tài chánh đầy đủ để dưỡng già trong 10 năm kế tiếp.

Ai bệnh hoạn, tù đày, nghèo khó đến 60 tuổi, chưa được hưởng vinh hoa, chưa trọn niềm vui con đàn cháu đống, liệu họ muốn kéo dài thêm năm tháng gian nan này? Người đi sau sẽ nhìn vào tấm gương đó mà liệu.

Thú vị nhất là từ 45-60, ta vẫn tự lái xe đi đây đó không cần nhờ vả con cái. Bạn bè còn khỏe mạnh, tỉnh táo để cà phê cà pháo, để thám hiểm du lịch chung. Ta vẫn đọc sách, xài vi tính ngon lành, lai rai sáng tác như một thú vui.

Đúng sinh nhật thứ 60, ta sẽ bước vào vườn địa đàng, nơi có tất cả của ngon vật lạ như trong phim "Chocolate Factory" chả hạn, suối chocolate, nấm là kem lạnh, bàn ghế làm bằng bánh bông lan… Vườn địa đàng không có người phục vụ, thức ăn tự động hiện ra, ước món gì có món đó, Champagne tuôn thành suối, nước Mía chảy thành sông, nắng ấm chan hòa, chim hót lảnh lót, những loài chim lạ. Hoa nhất định là thứ không thể thiếu, kỳ hoa dị thảo mọc rải rác từng chùm, từng bụi, rực rỡ và thơm ngát.

Khi ta ngửi, ta ăn, ta ngắm những thứ độc đáo trong vườn địa đàng, cơ thể ta từ từ nhỏ lại rồi biến mất, chuẩn bị một kiếp sống mới. Biến mất không đau đớn sau khi trải nghiệm những phút giây thần tiên chắc không ai sợ, thậm chí còn mong đợi.

Trước ngày bước chân vào vườn địa đàng, con cháu, bạn bè của ta sẽ làm một bữa tiệc linh đình mừng ta sang nhà mới giống như đi định cư nước ngoài vậy, mọi người đều vui vẻ, con cái không mất thì giờ chăm sóc cha mẹ, bác sĩ nhà thương không cần vật lộn giành sự sống cho ông già bà cả. Ta thường ao ước "Đau một giây. Chết một giờ", khoa học đã giúp ta sống khỏe mạnh đến phút cuối, đẹp quá còn gì? Ai đã từng bị gây mê thì biết, chết lúc đó, nhẹ hều.

Chết đúng hạn còn giải quyết được nạn nhân mãn, không cần xây thêm nhà cửa, tránh nạn phá rừng, lấp biển, tổn hại môi trường.

Ngoài đường tôi thường nhìn thấy mấy bà cụ da nhăn, mắt xệ, lưng còng, tay đẩy xe bốn bánh một mình, chậm chạp, những cụ ông mập núc ních, chân cẳng sưng phù, đỏ ửng, tóc tai bù xù, áo quần lếch thếch, ngồi một đống trên xe lăn cho người khác đẩy, cụ khác mồm méo xệch có thể do stroke, người thì ngón tay ngón chân nổi lục cục ở các khớp, ai thích sống đến ngày dung nhan tàn tạ đến thế nhỉ? Tôi tin họ muốn mọi người nhớ đến hình ảnh cuối của họ với vẻ quắc thước, uy nghiêm, điềm đạm, quý phái.

Sợ gì mà không bước vào vườn địa đàng mạnh dạn, tươi tắn ở tuổi 60?

Nguyễn Đình Phượng Uyển
16/07/24

Tìm Đọc:

TIỂU NGUYỆT
Thương Nhớ Ngôi Làng Xưa

Ngồi nhìn trăng sáng trên cao
Nhớ về quê cũ dạt dào tình thương.
Dẫu xa cách mấy dặm trường
Tấc lòng xin gởi chút hương An lành!

Đêm nay, lại một đêm không ngủ. Tôi thấy đêm như dài hơn, sâu hơn và dưới ánh trăng mênh mang, ngôi nhà ngói đỏ ba gian giữa làng quê thuở nào chợt lao xao, thấp thoáng; để nỗi nhớ thương về ngôi làng xưa trong tôi mỗi lúc một nhiều hơn, da diết hơn.

Tôi nhớ đứa con gái nhỏ của tôi lúc học lớp một có hỏi tôi rằng "Quê hương là gì hở mẹ?". Lúc ấy, chúng tôi đang sống giữa ngã ba Đèo Cả, vì bộn bề công việc, tôi chỉ trả lời con rằng - Quê hương là nơi mình sinh ra, nơi chôn nhau cắt rốn của chúng ta; không biết con gái tôi có hiểu chôn nhau cắt rốn là gì không nhưng nó im lặng không hỏi thêm gì nữa.

Con gái tôi giờ đây đã trưởng thành, nhưng nếu trả lời lần nữa tôi sẽ nói rằng - đó là nơi chốn thiêng liêng mà mỗi người trong chúng ta khi nhớ nghĩ đều có sự rung động da diết. Nơi ấy có cái mênh mang của đất trời hòa quyện trong từng luống rau, cây cỏ, lá hoa; có cả cái vị ngọt bùi, đắng cay, nồng nàn hòa quyện trong nắng, gió. Đó là nơi chốn bình yên để chúng ta trở về. Đó là nơi có thể làm tâm hồn chúng ta mềm mại, tan chảy.

Nơi ấy, có tuổi thơ, có ngôi trường ngày hai buổi ta đến lớp. Có thầy cô, có bạn bè và những kỷ niệm êm đềm tuổi hồn nhiên áo trắng - những mùa Trung Thu cùng đốt lửa trại với những câu hò lơ, hò lờ, có những đêm văn nghệ, những tờ bích báo thi đua các lớp với tiếng cười vui, rộn ràng.

Quê hương theo tôi còn bao gồm cả hàng cau, giếng nước, khói lam chiều mái bếp nhà ai. Có cánh diều trẻ thơ, có tiếng cười giòn tan những trưa hè rong chơi trong nắng hay những đêm trăng sáng thanh bình, êm ả. Có cơn gió nồm dịu mát... Nó có sự nhiệm mầu vô biên, dù chúng ta nhắm mắt lại vẫn thấy rõ mồn một, nhất là với những người con xa xứ.

Một con dốc gọi là "Dốc Dòi" trong ký ức luôn sống động, dạt dào với những chiều đón gió nồm lên cùng những chiếc chong chóng thắt bằng lá dứa. Nơi đấy có tiếng cười vui, hò reo, chạy nhảy của các bạn nhỏ trong làng. Nơi đấy có tiếng kẻng tập họp bà con xã viên ra đồng hai vụ mùa không biếng trễ. Nơi đấy có hai hàng tre khom mình reo vui trong gió, chạy dài theo con dốc cho đến cuối con đường dẫn vào ngõ nhà tôi. Nơi đấy có tuổi thơ tôi gắn liền cùng những buồn vui, hạnh phúc. Nơi đấy còn có nỗi đợi chờ khắc khoải, âu lo, xuyến xao, mông muội. Ôi! Con dốc Dòi thân thương réo gọi trong tôi.

Một chiếc cầu có tên là "Cầu Bi" - nhỏ nhắn, đơn sơ, lặng lẽ đưa đón người dân quê tôi hai mùa mưa nắng. Nó nối liền hai bờ của chiếc bàu bắt nguồn có lẽ từ thôn đầu của xã, thủy chung mang nước tưới tấm cho ruộng lúa quê tôi thêm phì nhiêu, xanh tốt. Nơi đấy có cô bé bảy, tám tuổi lặng lẽ ngồi nhìn con nước chảy, chờ đợi con tàu xuất hiện ở cầu Lưới Gõ (tàu từ trong Nam ra) xa xa phía dưới, với niềm hy vọng cha mẹ về với mình, những chiều nhạt nắng. Nơi đấy có in dấu cha mẹ và em tôi trước khi vào Nam, để tôi nhớ thương, lưu dấu...

Một ngôi chùa có tên "Chùa Hải Hội" nằm một góc ở ngã tư phía trong chiếc cổng vào làng, như đón nhận mọi sự gian nan, khó nhọc, khổ đau để dân làng có cuộc sống an vui, hạnh phúc. Ngôi chùa đã cho tôi dòng pháp nhũ đầu đời để hạt mầm từ bi nảy nở trong tôi, và cũng là nơi tôi bắt đầu biết đọc lời kinh tiếng kệ cùng quý đạo hữu là những nông dân chất phác, hiền lành. Một ngôi chùa quê nhỏ nhắn, khiêm nhường luôn sống động trong ký ức tôi.

Một nơi nữa là chỗ chúng tôi thường tập trung những buổi trưa rong chơi bắn chim, hái trái (chiêm chiêm, dú dẻ, ổi rừng) luôn làm tôi xuyến xao, thương nhớ. Đó là "Lò rèn Ông Năm"! Không biết trước kia ở đấy có cái lò rèn nào không, nhưng từ khi chúng tôi vui chơi cùng nhau chỉ thấy có một khoảng sân rộng trước bức tường gạch hoang phế. Chung quanh vườn là hàng rào tre, dú dẻ, chiêm chiêm xen lẫn, cây cối um tùm. Nơi đấy vắng tanh không có bóng người, dù mọi người trong làng đồn rằng đã từng gặp ma ở đấy, lũ trẻ chúng tôi vẫn thích rong chơi, phá phách. Có lúc, đang mải mê chơi, nghe tiếng tre kẽo kẹt trong gió, một bạn nhỏ hô lớn có ma tụi bây ơi, vậy là cả bọn vụt chạy miệng la ơi ới có ma, có ma; dù vậy, một vài hôm là chúng tôi lại cùng nhau lên lò rèn ông Năm bắn chim, hái dú dẻ như chưa từng sợ ma bỏ chạy vậy.

Cánh đồng lúa xanh ngát, tốt tươi trải dài thẳng tắp cho dân quê chúng tôi giáp hạt hai vụ mùa no đủ, nhờ sự cần mẫn, chăm chỉ của những bàn tay lấm đất chân bùn. Nhiều lúc nhìn cánh đồng lúa trổ bông, tôi nghe niềm vui mênh mang theo tiếng bông lúa bung "lách tách" đón ánh mặt trời, trắng phếu, một cách say mê, thích thú. Đến mùa lúa chín, cánh đồng chuyển màu vàng rực, mùi lúa mới thơm nồng hòa quyện theo nắng gió, theo sự tất bật của người dân quê rộn ràng vào mùa gặt; trong tôi một tình cảm thao thiết yêu quý cuộc sống dân dã, yêu quý ngọn rau tấc đất quê mình vô vàn. Và cái mùi đặc trưng ấy mênh mang trong góc khuất trái tim tôi với bao thương nhớ dạt dào réo gọi, để tôi luôn muốn quay về thăm lại ngôi nhà ngói đỏ ba gian, thăm lại ngôi làng Gò Tre cùng bà con chòm xóm lam lũ, một đời chất phác. Có lẽ vì vậy, mà người dân quê hiền lành như cây lúa, thiệt thà như củ khoai, thẳng thắn như cây tre chăng? Cuộc sống của họ quanh quẩn bên lũy tre làng, vườn rau, ao cá. Họ vui với cuộc sống thanh đạm, với ruộng đồng. Tối chờ trăng lên với rổ khoai luộc cùng những câu chuyện kể. Cuộc sống thanh bình, êm đềm, nhịp nhàng theo ngày đêm, theo bốn mùa xuân hạ thu đông, theo sự tuần hoàn của đất trời, tạo hóa.

Đã hơn ba mươi năm rời xa ngôi làng xưa, nhưng sao những hình ảnh - lũy tre, giếng nước, hàng cau, khói bếp... luôn xao xác trong tôi. Xóm Lẫm, xóm Chùa, xóm Ga, Gò Tre, Gò Tròn, Cây Rỏi, Hà Bạc, Trường Thịnh... như theo cơn gió nồm dịu mát thổi dạt dào trong tôi. Có lẽ tôi đã mang cả cái hồn quê tha phương, nên khi nhìn trăng, nghe tiếng gà xao xác, cơn gió nồm dạt dào, là nghe thấy cả một "bầu trời" quê xa đang dạt dào, tràn dâng.

Tôi trải chiếu trước hiên nhà, nằm dang tay hít thở, thả lỏng tay chân, thả lỏng đầu óc. Tôi thấy mình bồng bềnh trôi theo đêm mông mênh như muốn hòa vào đất, hòa vào trời thênh thang, bay bổng. Tôi nghĩ, nếu như mình được ra đi trong khoảnh khắc này, có lẽ nhẹ nhàng, vui sướng lắm. Và tôi biết sẽ đến ngày ấy nên luôn chuẩn bị để sẵn sàng lên đường, dù không biết lâu mau, sớm hay muộn?

Một tiếng chim lạc loài như vỡ tan màn đêm vô tận, nỗi buồn như kết thành sợi tỏa nhẹ, lan dần trong tôi. Nỗi buồn cứ trào dâng chơi vơi cùng đêm khuya, cùng nỗi khắc khoải nhớ thương. Ánh trăng chui vào đám mây tỏa ánh sáng loang lổ từng khoảnh, từng khoảnh, rồi bỗng sáng rỡ mênh mang trải rộng trên dòng sông trước nhà một màu vàng liêu trai, huyễn hoặc. Ngôi nhà ngói đỏ ba gian, giàn hoa mướp vàng trước hiên, bóng dáng người bà mảnh khảnh ngồi ngoáy trầu trên chiếc đi-văng trước nhà như chơi vơi dưới trăng, chơi vơi trong tôi. Tôi nghe mằn mặn trên má, trên môi, tôi đã khóc chăng? Những hình ảnh thân yêu ấy đã trôi xa vào ngút ngàn, còn đâu? Còn chăng là hoài niệm, nhớ thương, xuyến xao, nuối tiếc!

Tôi nghiêng theo đêm, nghiêng theo trăng, nghiêng theo nỗi khắc khoải mơ hồ, ảo vọng. Một bà "Bốn Quẹo" hiu hắt, gầy nhom, thẫn thờ bên chiếc quán nhỏ, đơn sơ cùng dăm bịch xà phòng, vài hộp kẹo, dăm lon cá hộp, bánh tráng… ở đầu làng. Bà sống lay lắt, hiu quạnh, cô độc có lẽ để chờ đợi đứa con trai duy nhất của bà đang ở tận chốn xa xôi nào mà bà chẳng biết; chỉ biết rằng, con bà được đưa đi vào một đêm tối trời chỉ vài ánh sao le lói soi đường, cùng tiếng chó sủa hãi hùng cuối năm 1972. Nước mắt bà đã cạn khô, lưng bà oằn xuống cùng nỗi nhớ thương chồng chất.

Dòng sông trước nhà lặng lẽ trôi xuôi, vàng rực. Sông Tắc hay sông Trăng mà óng vàng, sóng sánh? Đôi bờ bỗng rộng hơn, xa hơn trong mắt tôi. Và dòng nước lũ chảy xiết năm nào dưới cầu Bi bỗng chao đảo cùng dòng sông trăng mờ mờ, ảo ảo, chông chênh trước mắt tôi. Thằng Thạch - con ông Mẫn ở cuối xóm, kéo đuôi con bò cùng tiếng thét thất thanh của thằng em "thả con bò đi anh hai ơi", nhưng thằng anh chỉ trả lời được nửa câu "tao sợ ông ba lắm, mày không nghe ổng nói, còn bò thì…" rồi trôi xuôi theo dòng lũ cùng con bò vào mùa lụt năm nào. Tôi hoang mang, hoảng hốt cùng đêm mênh mông, cùng hoài niệm và nỗi ngậm ngùi cho cuộc bể dâu, dâu bể.

Tôi bỗng nghe lòng mình như con nước chảy mênh mang. Cây Phượng trước sân sáng rỡ dưới trăng với những chùm hoa đỏ rực khiến tôi bàng hoàng và tự hỏi - hè đến rồi chăng, sao Phượng đỏ chói chang? Tôi nhớ như in cây Phượng thuở tôi lên năm, lên sáu ở ngôi vườn trên, trước trường mẫu giáo. Nói là trường, nhưng thật ra đó là lớp học vỡ lòng mái tranh, vách lá cho trẻ em trong xóm và cô Mười Hiểm là cô giáo dạy lũ nhỏ chúng tôi ê a đọc viết những nét chữ đầu tiên. Cô là người trong làng, lấy chồng ở Thọ Lâm, sau khi chồng cô chết, cô về lại làng và dựng lớp học vỡ lòng trên vườn sau của nhà tôi. Ngày ngày tôi thường chơi dưới gốc Phượng già, nghe cô dạy các anh chị học; tới khi đúng tuổi, tôi mới được ngồi ở lớp học này. Cô hiền lành. Giọng ấm áp, nhẹ nhàng, luôn yêu thương học trò, tận tình chỉ dạy, nên ai cũng yêu mến cô. Tiếng cô Mười Hiểm và lũ trò nhỏ tập đọc nhịp nhàng, đều đặn, vọng về từ nơi chốn xa xăm nào, văng vẳng mơ hồ.

Ánh trăng trên cao bỗng sáng rỡ, sáng đến thấy rõ từng chiếc thuyền đánh cá xa xa, thấy cả cái xóm nhỏ bên kia sông Tắc thật rõ ràng. Tôi chợt thấy cái xóm nhỏ ấy lẻ loi, hiu quạnh, chơ vơ đến tội nghiệp. Chơ vơ như khu lò rèn ông Năm - cái ốc đảo giữa sóng lúa rì rào gợi nhớ. Và đêm trăng năm nào tôi cùng người yêu đi loanh quanh trong làng, dạo ngắm đồng lúa ngập ánh trăng trong, ngắm lũy tre, bầu trời đêm, hàn huyên bao điều, cả ước mơ về một tương lai tươi đẹp bỗng chênh vênh trong tôi với bao thương nhớ. Ánh trăng ngày ấy dịu dàng len qua hàng tre, rọi xuống con đường làng những dải lụa vàng loang lổ, thấp thoáng, hoang đường. Tôi nép mình bên anh, lắng nghe đêm tĩnh mịch thở hơi thở thơm nồng của đất trời, của yêu thương cùng trăng. Tôi nắm chặt tay anh khi đến khu lò rèn vì sợ. Tiếng lá khô xào xạc dưới chân chúng tôi, tiếng côn trùng rỉ rả trong những bụi cây um tùm buồn hiu, rờn rợn. Dù có anh bên cạnh tôi vẫn run sợ, hoảng hốt khi vài con chim từ lùm cây vỗ cánh bay vút lên cao.

Một cơn gió nhẹ mang theo hơi lạnh của dòng nước, tôi kéo cao cổ áo và đứng dậy. Ngôi làng xưa trôi xa cùng trăng, cùng những hoài niệm dấu yêu một thuở; nhưng tôi biết rằng, nó luôn nằm trong góc khuất tâm hồn tôi, bởi đó là cái nôi bảo bọc, che chở, nuôi dưỡng tâm hồn, để tôi có được những trang viết đầy yêu thương, xúc cảm. Và đó là vì sao "dốc Dòi, cầu Bi, lò rèn ông Năm, xóm Lẫm, xóm Chùa, Xóm Ga, v.v... luôn thấp thoáng trong tác phẩm của tôi.

Tôi muốn dang tay ôm cả ngôi làng Gò Tre của tôi vào lòng, muốn trải lòng mình thật rộng, yêu thương và biết ơn từng ngọn rau, cọng cỏ, từng nắm đất, bờ tre, từng tiếng gà xao xác!

Tiểu Nguyệt
Bên dòng sông Tắc

TRƯƠNG QUANG
Chuyến Tàu 18 Phút

Cuối cùng anh đã trở về, ngồi trong căn phòng ngổn ngang sách vở của mình. Những cuốn sách vô hồn như căn nhà bỏ hoang từ lâu, anh chỉ có dịp mở và đóng cửa trong những kỳ nghỉ-hè-một-tháng của gia đình vào mùa hè hàng năm.

Những cuốn sách vô cảm, nằm im lìm (thoang thoảng chút mùi ẩm mốc) chờ đợi những ngón tay của anh chọn ra từ giá sách, giở từng trang giấy, rề rà trên mỗi câu, để đám chữ nghĩa lại được lần mò tìm về lấp đầy những chiếc ngăn còn trống trong trái tim và đầu óc mỏi mệt của anh. Anh như một người cựu-chiến-binh vừa giã từ vũ khí, trở về 'mái nhà xưa'.

Từ căn phòng đó, anh thường ngồi nhìn ra cửa sổ, mong thời gian đi chậm lại một chút (không cần ngừng lại hẳn), để anh có thể sống lại một phần nào những năm tháng đã mất, đã phung phí. Viễn cảnh mở ra từ cái khung cửa vuông vức đó thay đổi từng giờ, từng ngày, từng mùa. Có lúc đỏ ngầu giận dữ cùng mặt trời. Có lúc trắng loãng bàng bạc mây trôi. Có lúc xám xịt những cành cây khẳng khiu oằn oại trong mưa bão. Có lúc xanh mướt lá xanh non chan hòa nắng sớm. Có lúc tuyết giăng mịt mờ phủ thảm không thấy bến bờ.

Khi đêm xuống, xuyên qua khung kính dày cách âm, anh vẫn nghe được tiếng động cơ rì rầm và những chấm đỏ di chuyển chậm chạp từ những chiếc xe về muộn. Những hôm trời trong anh còn thấy được cả một mảnh trăng treo rỡ ràng, lững lững giữa trời; nhưng cảnh trời sao lồng lộng của vùng nhiệt đới (để mơ tưởng hão huyền) thì rất hiếm hoi.

Anh tự ví cuộc đời mình cũng tương tự như những cảnh vật thay đổi bên ngoài khung cửa sổ ấy. Trước khi những ngôi nhà mới mọc lên, thu nhỏ lại khoảng không gian xanh mướt cỏ cây ở phía bên kia con rạch, anh đã nhiều lần ngồi ngắm hàng giờ những con bò và ngựa nhàn tản gặm cỏ trên cánh đồng được chăm bón kỹ lưỡng như một khu nghỉ dưỡng dành cho người già. Những người đến đây cư ngụ trước anh kể họ đã từng thấy những đàn nai sừng cao vút nhởn nhơ trong những cánh rừng nhỏ cạnh khu nhà anh đang ở hiện nay.

oOo

Trong gần ba mươi năm ở đó, anh đã trải qua đầy đủ quá khứ, hít thở hiện tại và đang mon men làm quen với tương lai, nhưng tuyệt nhiên anh chưa bao giờ có được cảm giác mình là một phần hòa chung vào cái tổng thể bao quanh mình. Anh chỉ ngồi, nhìn và suy tưởng (có lúc tập tành thiền định).

Thời gian trôi qua, anh vẫn là một vật tách biệt, như con bò vàng lẻ loi giữa bầy đàn đồng chủng màu trắng xen những mảng đen. Như một cái cây đang tăng trưởng, bỗng dưng bị bứng toàn gốc, dời đến một nơi xa xăm, không được chọn lựa. Cái cây cũng như anh không còn có khả năng sinh quả ngọt, hòa quyện với hoa, lá, cảnh vật chung quanh. Sự hiện diện của anh thực sự không làm dao động hay thay đổi một điều gì nữa. Anh cũng chưa từng và sẽ không bao giờ có thể sở hữu cái gì xảy ra ngoài khung cửa sổ kia. Thật ra, anh chỉ còn sở hữu phần nào những ý tưởng (lúc nào cũng mơ hồ) và những nhịp đập (lúc nào cũng hối hả) của chính trái tim mình.

Lần này trở về, có nhiều thời gian hơn, anh tự hứa sẽ đọc dần dần những cuốn sách đã nằm chờ anh trong hàng chục năm, như những con người sắp hết kiên nhẫn và cũng có thể đang hấp hối. Trên giá sách đã có sẵn những cuốn sách chính bản của Miller, Hemingway, Faulkner, Steinbeck và những ấn bản mới của Murakami, Coelho, Munro và Larssen anh đã mua trong khi chờ đợi ở phi trường. Tất cả đều chờ anh mở ra, bồn chồn sốt ruột như một cô dâu mới trong đêm tân hôn, nhưng cuối cùng anh lại chọn một cách khác để giết thời gian.

Với thời gian rỗi rảnh còn lại, anh đã vẽ như anh nghĩ và cảm nhận về đời mình, thể hiện qua những hình khối thô ráp, những đường gãy cụt ngắn và những mảng màu sáng tương phản, chói chang. Khi anh gửi những bức tranh đầu tiên của mình qua mạng cho bạn bè xem, có người đã liên tưởng tranh tài tử của anh với Jorn, Graham, Miro, Picasso, Matisse, và Klee. "Không". Anh đùa. "I did it my way", theo cách riêng của mình, như Frank Sinatra. Anh chỉ vẽ vời "cho vui thôi" (ha ha ha). Và ngồi cười một mình.

oOo

Cũng trong thời gian này, anh đã may mắn tìm được một công việc ở một trường đại học thuộc một thành phố nằm vào phía cực Nam, trong một xẻo đất đâm sâu vào một nước láng giềng. Cuộc phỏng vấn bắt đầu và kết thúc chỉ trong vòng một phần tư giờ, trong một quán cà-phê giữa trung tâm mua sắm Hoog Catharijne ở Utrecht; quá ngắn để vợ và con dâu của anh kịp dạo qua hết quán xá và tiệm quần áo thời trang đang trong mùa đại hạ giá cuối mùa. Không ai tin được là anh lại bắt đầu làm việc vào đầu tháng sau đó.

Sân ga này cũng sẽ là nơi trung chuyển, trên con đường dài xuống nơi làm việc mới mỗi tuần của anh. Buổi sáng đầu tiên anh hẹn con gái trên chuyến *stoptrein* (tàu dừng ở nhiều trạm trên đường) mười-tám-phút, vào giờ cao điểm đầu tuần. Con gái anh sẽ lấy tàu từ sân ga gần nhà và anh sẽ từ một làng nhỏ khác, theo xe buýt, rồi đổi sang tàu sau đó 3 phút, trên cùng lộ trình.

Ở những chuyến tàu sớm, hầu hết hành khách đứng dồn lại gần cửa ra vào để có thể nhanh chóng xuống những trạm rải rác, dọc trên chặng đường tàu ngắn. Chiếc điện thoại di động (quà biếu sinh nhật đầu năm ngoái của vợ con, chứa đầy những điều diệu kỳ, nhưng anh chỉ có thể sử dụng rành rẽ hai chức năng nói và nghe) rung trong túi, khi tay anh chỉ vừa nắm được thanh kim loại an toàn bên cạnh cửa lên xuống, để giữ thân thể không ngã về phía trước.

Tiếng con gái anh chập chờn trong nhịp chao đảo của những toa tàu.

"Bố đang ở đâu?"

Anh nhìn qua những chiếc đầu vàng hoe và nâu đậm còn thấm đẫm nước-vòi-hoa-sen vội vàng buổi sáng đầu tuần, tìm ký hiệu của toa tàu.

"Đầu toa. Còn con?"

"Toa cuối. Bố đến được không?" Anh như nghe được tiếng thở dài của con gái ở đầu bên kia.

Anh nhìn đồng hồ. Chỉ còn 14 phút. Di chuyển qua hơn mười toa, xuyên qua rừng người dày đặc này chắc chắn sẽ mất đi khoảng 10 phút nữa. Khi đến được toa cuối và gặp con gái, anh sẽ nói gì, làm gì trong 4 phút còn lại, trước khi chia tay con, rồi mỗi người sẽ tiếp tục cuộc hành trình đến nơi làm việc riêng rẽ. Con gái anh sẽ chuyển sang tàu *intercity* (tàu tốc hành, chỉ dừng lại ở những ga chính) đi miền về phía Tây (38 phút) và anh tiếp tục hướng đi về tận cùng miền Nam (2 giờ 31 phút).

Khi anh len lỏi để đến được toa cuối cùng, tàu đã đi qua trạm sau cùng trước khi dừng lại ở ga cuối. Con gái anh đưa tay thu chiếc túi xách để bên cạnh (đã dành chỗ cho anh) ôm vào lòng mình, người như chùng xuống vì sức nặng của cái túi nhỏ. Anh ngồi xuống, nhỏ nhẹ:

"Con chỉ nên mang túi nặng 5 ký thôi. Đừng mang nhiều đồ lặt vặt quá, xệ vai không tốt."

Anh không biết tại sao anh nói như thế. Một tối nào đó anh đã tình cờ nghe trên TV, trong chương trình của Dr. Oz là phụ nữ chỉ nên xách túi nặng tương ứng với 10 phần trăm của tổng sức nặng của mình. Ở vào tuổi của mình, anh đã tin nhiều điều mình nghe và thấy. Nhưng nghĩ cho cùng, có lẽ anh không nên thuyết phục người khác (kể cả con anh) về những điều mình tin và đã nghe. Con gái anh không tỏ phản ứng nào. Anh và con vẫn ít lời với nhau. Có lần anh đã hối hả đạp xe ra trạm dừng xe buýt gần nhà để đón con gái về thăm vào cuối tuần trong một kỳ nghỉ giữa học kỳ. Anh luống cuống đến nỗi để xe lật nhào khi con gái vừa nhóm người ngồi lên yên sau và đã đổ ập trên người anh. May mắn là cả hai cha con không bị thương tật gì. Sau đó anh và con đã im lặng đi bên nhau về nhà. Bất chợt, con gái anh dừng lại, nhìn anh:

"Tại sao bố khóc?"

Anh không trả lời thẳng, nói lảng đi:

"Con để túi xách để bố chở, cho bớt nặng."

Giản dị thế thôi. Anh chỉ muốn chia sẻ cái gánh nặng và khó khăn càng ngày càng gia tăng, đang đè nặng xuống hai vai các con của anh. Cuộc đời của vợ chồng anh tuy cũng có không ít đoạn gập ghềnh, khúc khuỷu, nhưng không mất viễn cảnh, xao xác và lạc lõng như thế hệ của các con anh. Nhưng ở vào tuổi của mình, anh vẫn không sở hữu được điều gì ngoài lòng thơ ngây và bồng bột miên viễn, để có thể chia sẻ với ai, nhất là vợ con anh, mặc dù anh thực sự mong muốn làm điều có vẻ tầm thường đó. Tất cả đã quá trễ tràng.

Anh nhẹ nhàng đặt bàn tay mình trên tay con gái, như muốn che đi những đường gân xanh li ti nổi hằn lên trên nền da trắng căng màu sữa của một sản phụ trẻ. Anh lặng lẽ giữ tay con gái trong 2 phút ngắn ngủi còn lại của chuyến tàu, như con gà mẹ ấp ủ chiếc trứng vừa mới sinh của mình. Thời gian đã không dừng, không chậm lại và cũng không chờ anh nữa.

Đám đông bất chợt di chuyển dồn về hướng cửa toa. Con gái của anh vội vã đeo chiếc túi trên vai, nhắc anh:

"Đến nơi rồi, bố!"

Hai cha con cùng xuống tàu, nhưng đi theo hai hướng khác nhau. Con gái anh theo đường hầm cuối sân ga, chuyển sang tàu mới đi về hướng Tây, trong vòng 4 phút. Anh đi dọc theo thân tàu đến đầu sân ga, lên thang cuốn, xuyên qua khu chờ đợi trung tâm của ga, rồi xuống cửa 14b, đi về miền cực Nam. Anh còn phải đi tiếp một đoạn đường dài hơn 200 cây số nữa, nhưng dù sao anh cũng còn có 8 phút để chuyển tàu. Anh tiếp tục đi, không vội vàng, không nghĩ ngợi gì cả.

Ở đầu thang cuốn dẫn xuống sân chờ, anh chợt đứng khựng lại khi thấy con tàu dài đang nằm sẵn chờ khởi hành trên đường ray. Anh quay người, muốn chạy trở lại tìm con, nhưng không còn kịp nữa. Chuyến tàu 18 phút đã qua và những chuyến tàu phút ngắn ngủi khác cũng đã đi qua. Cái gì đã qua thì không còn trở lại nữa. Anh bước vào khoang tàu, chọn một chiếc ghế trống cạnh cửa sổ, ngồi xuống. Đã đến lúc anh phải để cho con gái đi con đường của mình, dù con đường đó đi ngược và chệch lại hướng của anh.

oOo

Bên ngoài cửa sổ, gió cuộn mưa tuyết bay ngược tung tóe như những đốm hoa lau trắng dọc theo thân tàu. Anh nghĩ đến con gái và mỉm cười. "Con gái quên chúc bố may mắn trong ngày làm việc đầu tiên rồi!"

Trương Quang

Tìm Đọc:

THANH TRẮC NGUYỄN VĂN
Nhớ Phan Rí

Đã lâu lắm anh không về Phan Rí
Chạy theo em những tối bắt còng
Đuốc lấp loáng trên triền cát ướt
Soi gió lùa lạnh buốt mùa đông.

Em mười sáu mắt xinh tròn lúng liếng
Thả hồn anh đắm đuối những bãi bờ
Gã còng nhỏ vung đôi càng lớ ngớ
Ngo ngoe nhìn gắp vụng hạt sương mơ.

Biển một bên - dập dềnh chao sóng
Em một bên - tóc lộng mây trời
Còng trên cát anh vồ cứ trượt
Kỷ niệm cười lấp lánh ánh sao rơi.

Bên bếp lửa đôi mình ngồi nấu cháo
Nước chợt sôi lúng búng những nỗi niềm
Anh thêm củi chỉ thêm vào bối rối
Khói cay nồng đặc quánh bóng biển đêm.

Tô cháo ấy em rắc đầy hành lá
Còng ngọt đậm đà, gạch đỏ hơn son
Anh húp mãi cạn cùng nỗi nhớ
Đến bây giờ vị đầu lưỡi còn ngon!

Anh đi xa nhớ miền quê biển
Nhớ mắt em xưa, nhớ món cháo còng
Gió du lãng trải tháng ngày phiêu bạt
Bỗng lặng lờ neo nhớ bến mong... ∎

VƯƠNG HOÀI UYÊN
Lạc Lõng Giữa Cõi Trần

Em biết làm gì để trở lại mùa xưa. Đã mất rồi dấu thời gian trong vùng ký ức. Cõi tâm tư cũng mịt mù trong vô thức. Khoảng cuối cuộc đời quá ít ỏi để tìm nhau.

Từ Thức xưa tìm về hạ giới để đón đau. Bơ vơ giữa cõi trần nhiễu nhương và xa lạ. Em cũng bơ vơ giữa biển người man trá. Tri âm ư? Một khái niệm hoang đường!

Ký ức ken dày năm tháng mù sương. Một đời người có biết bao điều để mất. Lang thang cõi vô thường rồi trở về với đất. Phút cuối cùng ai cũng giống như ai.

Sân khấu cuộc đời ai đã diễn tròn vai? Diễn viên ôm mặt khóc khi màn nhung đã khép. Dẫu sao chúng mình cũng đã đi qua những tháng ngày rất đẹp. Hãy giữ hành trang này cho vô lượng kiếp sau.

Cõi trầm luân mịt mù ai dám chắc sẽ gặp nhau? Bên này sông không với nổi bên kia bờ cõi nghiệp. Hãy vẫy tay chào nhau cho một lần chuyển kiếp. Dẫu về đâu? Ai biết sẽ về đâu? ... ∎

LÂM BĂNG PHƯƠNG
Em Cứ Thế

Em cứ thế... vui bình yên trú ngụ
Ở tim anh đang ấp ủ tình em
Sống bên anh... em hãy vững niềm tin
Không lo sợ trước biển đời bão tố.

Em cứ thế... điệu đàng khi ra phố
Áo đầm bông tô điểm tí phấn son
Đẹp mọi nơi mọi lúc tựa đóa hồng
Đi cạnh anh tình ấm nồng là đủ.

Em cứ thế... mạnh mẽ... không so cũ
Sống thật lòng như phụ nữ ngày nay
Biết hưởng thụ biết chung tay san sẻ
Bên chồng con vun vén nếp gia này.

Em cứ thế... dịu dàng anh say đắm
Những vần thơ thấm đẫm nói yêu anh
Hãy thả hồn tô vẽ một bức tranh
Em là hoa còn anh là tia nắng.

Tia nắng ấy sưởi đóa hồng mỗi sáng
Nở hương thơm ngan ngát mãi không phai
Em cùng anh tháng ngày đời dâu bể
Mặc dòng trôi cứ mãi thế vần xoay. ∎

THIÊN DI SG
Không Có Anh

Anh xa rồi xa lắm cuối chân mây
Không có anh nắng vẫn hồng trước ngõ
Không có anh mùa bên em đầy gió
Không có anh đồng cỏ vẫn biếc xanh

Nỗi buồn riêng mấy ai dại để dành
Trái tình yêu vốn mong manh dễ vỡ
Dù lòng em có trăm ngàn thương nhớ
Thì vầng trăng đã lỡ xẻ đôi nơi

Anh xa rồi vời vợi hút chân trời
Phía bên anh thu rơi vàng theo lá
Phía bên anh mưa dầm dề rỉ rả
Không có em anh lại sẽ cùng ai

Em ra đón mặt trời mỗi sớm mai
Với nụ cười ngọt lành như màu nắng
Dù đáy tim giấu nỗi buồn thầm lặng
Vẫn nguyện cầu anh thắm nghĩa trúc mai… ■

LẠI VĂN PHONG
Bài Thơ Cuối Hạ

Anh sẽ viết bài thơ tình cuối hạ
Gửi cho người với tất cả yêu thương
Hạ sắp qua mưa nắng cũng thất thường
Thu ngấp nghé lá sầu vương trước ngõ

Bông phượng nở muộn màng khoe sắc đỏ
Cháy hết mình để mặc gió cuốn trôi
Tiếng yêu thương mãi chẳng nói nên lời
Đành giấu kín ta thành người xa lạ

Rồi em cũng theo chồng chiều cuối hạ
Cánh phượng hồng gửi trả lại ngày xưa
Cùng những gì đã từng viết trong thơ
Và cả những phút ngóng chờ mong đợi

Ly rượu đắng say cùng em duyên mới
Bến sông buồn lưu luyến buổi chia xa
Tiễn người đi cơn ngâu bỗng nhạt nhòa
Dấu yêu cũng vô tình qua thật vội

Có lẽ tại vần thơ xưa có lỗi
Để chiều buồn hờn dỗi đổ mưa dông
Đò xa rồi sẽ chẳng nhớ dòng sông
Nên ta thấy tiết trời đông giữa hạ. ∎

NGÀN THƯƠNG
Không Còn Mùa Thu

Không còn mùa thu nào cho em
Cũng không còn mùa thu nào cho anh
Ta hãy quên nhau trong từng chiếc lá
Rơi ngập ngừng
trên đồi vắng chiều nao

Và dưới kia
Thung lũng tình yêu
Đà Lạt mù sương
phong kín rồi em ạ!
Từng đôi tình nhân
choàng vai tình tự
Người hát rong
ôm đàn hát "Ai lên xứ hoa đào"

Thuở tôi về
buồn thấu tận tim đau
mong tìm gặp bóng hình em
bên hàng liễu rủ
Rêu phong phủ
dưới gốc cây từ độ ấy
Những lối mòn
trên thảm cỏ đìu hiu... ∎

NGUYỄN VĂN GIA
Nụ Hoa Chiều

Vắng biệt bao ngày
mới đủ một lãng quên?
Mây lang bạt -
vừa ghé ngang trời - đã phai mất dấu
Chút nắng chiều
không chống nổi rả rích sợi mưa đêm
Trang thơ tình -
vì thế cũng chẳng thể viết thêm
Đất ba-zan hôm ấy
cắc cớ nở một nụ hoa chiều
Đám ma quỷ hồ ly
cũng bày đặt làm thơ khi lỡ biết yêu
Huống gì anh -
chỉ được cái nghiêm trang bề ngoài -
bên trong cũng lắm khi cà chớn
Bài thơ anh viết
mang hơi thở của chàng trai mười tám
Lạ chưa - ừ thì lạ - mà chính anh
cũng không hiểu nổi tại sao
Giữa cõi trời quen -
bài thơ viết rồi lại rụt rè không dám gởi
Dẫu là một triết gia vô cùng tỉnh táo
hay một gã lái buôn sành sỏi trên đời
Khi yêu thật rồi
đố lòng ai không khỏi rối ren
Khi yêu thật rồi
mấy ai không thắc thỏm nhớ mong
Huống gì...
một gã làm thơ
không tuổi không tên
Huống gì...
Huống gì anh -
ông thầy ngày đó đã dạy em... ∎

TRƯƠNG XUÂN MẪN
NỖI NIỀM

Lại bắt đầu từ nỗi niềm xưa cũ
Thương nhớ ơi, người làm khó ta rồi
Ta vì người khóc cười nghiêng ngả
Để rồi ngọt đắng lợ lợ trên môi

Nước mắt lăn từ gợi nhớ lời ru
Chảy tuôn theo tiếng hát sương mù
Uất ức ta muốn làm tên đao phủ
Cắt đứt ngọn nguồn chặt mất oan khiên

Lại bắt đầu từ nỗi niềm rêu phủ
Ngày xưa ơi, lại làm khổ ta rồi
Có phải vì người ta tối ngày ẩn hiện
Cứ như mây mù lãng đãng xa trôi

Áng mây đen mang tin lành mất dấu
Trôi về đâu những tháng mộng năm sầu
Dật dờ ôm luôn nỗi buồn quá khứ
Ẫm ờ dụ ta qua ngả âm u

Lại bắt đầu từ tấc lòng dối trá
Cuộc đời ơi, người đánh mất ta rồi
Hẳn vì người ta nhuộm tàn thân xác
Quanh co, bạc trần, mục nát, ma trơi...

Lại bắt đầu từ mưa chiều nhạt nắng
Thời gian ơi, sao lại giết ta rồi
Chiếc cầu vồng ôm liệm cả trời xanh
Dẫu nguyện cầu không kịp còn cứu rỗi

Ôm bóng tối cúi đầu lê bước mỏi
Thì thôi cứ đi hun hút chân trời
Có ai không chia ta lời sám hối
Hay nỗi niềm điếng lặng mình ta thôi ■

NGUYÊN CẨN
Bước Chân

Bước chân thiên lý độc hành
Thân vô sở trú mong manh phận người
Trên môi chỉ một nụ cười
Từ tâm vô lượng đất trời bao dung

Pháp môn vi diệu khôn cùng
Đầu đà hạnh nguyện muôn trùng nẻo đi
Giấu mình trong phấn tảo y
Nghiệm trong chánh pháp vô vi lối về

Sá gì vạn dặm sơn khê
Thế gian huyễn hóa u mê dặm trường
Hiểu ra vạn pháp vô thường
Gót chân đứng lại con đường vẫn đi

Nương mình dưới cội từ bi
Nửa đêm trăng lặn tức thì hoa sinh
Nghe tan hư vọng vô minh
Ưu phiền bất diệt bất sinh từ đầu

Bước chân trên đất nhiệm mầu
Hôm nay cho đến ngàn sau... tuyệt vời! ∎

NGUYỄN VĂN ĐIỀU
Cám Ơn

cám ơn những ngày tháng vô tình
cho đời ta có đủ nhục vinh
em bỗng dưng cùng ta lận đận
cho ta thêm nặng gánh ân tình

cám ơn những ly rượu bạn bè
ấm lòng người hát có ta nghe
lúc khà một tiếng quên trời đất
chân vững chân xiêu lạc bước về

cám ơn em đôi mắt não nùng
một đời ta vẫn cứ bâng khuâng
gần nhau chắc dễ say hơn rượu
giữa thực và hư quá đỗi gần

và cám ơn tháng rộng ngày dài
đường trần vui bước giữa quê ai
mỗi sớm mai mặt trời vẫn mọc
nắng trên đầu và gió qua vai. ∎

ĐẶNG XUÂN XUYẾN
SÂN GA

thân tặng nhà thơ Như Ý Gialai

Ông lão ngồi sân ga
Lầm lũi đàn rồi hát
Trời đang mưa nặng hạt
Gió quẩn ngoài phố thưa.

Bà lão ngồi nhìn mưa
Tay lần lần tràng hạt
Tiếng đàn như muối xát
Ai oán từng nốt rung.

Bà lão người miền Trung
Ông lão người xứ Bắc
Hai phận đời cơ cực
Vịn đau mà nương nhau.

Trời bắt đầu mưa mau
Gió quẩn từng câu hát
Nụ cười trên môi nhạt
Thắt lòng mùi gió sương.

Hình như ông mất nương
Hình như bà mất ruộng
Đời gặp cơn ác mộng
Đói nghèo mà tha hương ∎

TRẦN VĂN NGHĨA
Gió Nhớ Mùa Phai

Về đây hỏi gió thu phai
Ngập ngừng đầu ngõ tìm ai đâu còn!

Tôi dang tay vớt nỗi buồn
Mơ hong nắng sót trong vườn chiều xưa

Liu riu tiếng lá trở mùa
Buồn len lén đợi bước mưa qua thềm

Đem lòng nhớ quá thuyền quyên
Níu trăng soi dặm trường đêm dậy thì

Bóng đời nghiêng dốc phân ly
Lấy bâu áo chặm mắt khi xa người

Sầu treo mái phố lẻ loi
Ngói rêu cúi mặt đỏ lời thở than

Qua đường ngó dọc liếc ngang
Gặp nhau biết có ngỡ ngàng tên nhau? ■

20/2/2024

NGUYỄN ĐỨC TÙNG
Người Nữ Trong Truyện Nguyễn Thị Minh Ngọc

Điều kỳ lạ trong truyện ngắn, tiểu thuyết và kịch là chúng ta gặp ở đó những nhân vật mà chúng ta gặp ngoài đời, đâu đó. Hoặc chúng ta tin như vậy. Người bạn học thời nhỏ tuổi, ông già trước cửa, người tình cũ, viên cai ngục. Nhân vật của Nguyễn Thị Minh Ngọc có đủ loại, già và trẻ, người buồn rầu, người vui vẻ, người có duyên phận không may, nhưng phụ nữ là nhiều nhất. Giữa các nhà văn phái nữ trong thế hệ của Minh Ngọc, không ai viết như chị. Mà hình như trước và sau đó cũng không, chúng ta thử coi: Nguyễn Thị Hoàng, Nhã Ca, Túy Hồng, đều viết khác. Các nhà văn trẻ hơn, trong nước, Nguyễn Thị Thu Huệ, Trần Thùy Mai, Nguyễn Ngọc Tư, viết cũng khác. Điểm đặc biệt của Minh Ngọc là gì? Là ở nghệ thuật xây dựng nhân vật và lối văn tự nhiên, giản dị mà lôi cuốn, rất miền Nam, dễ hiểu, hơi bình dân. Chị là người kể chuyện hơn là một stylist. Hầu hết tác phẩm của Minh Ngọc là truyện ngắn. Tôi có đọc một truyện dài của chị, *Ký sự người đàn bà bị chồng bỏ*, nhưng tôi chú ý nhiều hơn đến truyện ngắn, số lượng lớn, viết dồn dập, từ *Trăng huyết* đến *Người đàn bà bốc mộ*, từ *Quán trọ* đến *Những giấc mơ riêng*, từ *Cạn duyên* đến *Mai sau dù có bao giờ*, ngòi bút của chị thao thao bất tuyệt, khi ngậm ngùi man mác khi nóng bỏng da diết, đầy dục vọng, như tình đầu, tình cuối.

Có đêm tôi mơ thấy mình bơi ra cù lao. Đó là những hòn đá sắc cạnh màu huyết lởm chởm hào hến. Huyên đứng trên đỉnh tự bao giờ. Anh gỡ tay tôi nhoi lên bám đá. Đá sắc cào sướt một bên ngực, vẫn mạnh bạo như một con kình ngư, tôi thong dong bơi vào bờ. Có tiếng ông Hạo gọi sau lưng. Ông ta vừa bơi vừa giơ cao một nhánh rong mơ định trao cho tôi. Nhưng sóng giật, chẳng bao giờ chúng tôi chụp bắt được nhau. Rồi tôi thấy mình đứng trước một tấm kiếng lớn. Áo toạc ra, tay cầm bông băng định băng vết thương, nhưng vết xước đẹp quá khiến tôi cứ đứng ngắm hoài hủy. Máu tươm một đường đỏ, chấm dứt ở đầu vú trông như một nhánh hồng đầy gai máu. Rồi tôi hôn tôi.

Trăng huyết, một trong những truyện viết sớm của Minh Ngọc. Trước đó nữa, truyện thiếu nhi. Khác với đoạn văn trên, lối viết của chị nghiêng về kể chuyện (*tell*) hơn là mô tả (*show*). Một số nhà phê bình đương đại có thể muốn nhìn thấy ở chị sự cân bằng hơn nữa giữa hai bút pháp. Tuy nhiên, đừng quên truyện Minh Ngọc có nhiều đối thoại, và có lẽ vì kinh nghiệm sân khấu như một đạo diễn và diễn viên, các đối thoại ấy của chị linh động, gần như tả trực tiếp. Tôi muốn nói là chị giải quyết các xung đột, các cảm xúc bằng lối gợi ý, đề nghị, gián tiếp. Đó không phải là một nghệ thuật dễ dàng; không phải khi nào cũng thành công, nhưng khi chị thành công, văn Minh Ngọc sáng ngời như biểu tượng của nghệ thuật hôm nay. Hãy nghe chị nói về nghệ thuật và ngôn ngữ:

"Mỗi quốc gia đều có một số vấn đề nhạy cảm của nó. Đặc biệt đất nước của tôi, nơi có câu chuyện mở đầu cho một dân tộc là cặp vợ chồng Việt đầu tiên, sau khi có với nhau trăm đứa con đã phải chia tay nhau, chồng đem năm mươi con xuống biển, vợ đem năm mươi con lên núi.

Cùng một Ngôn Ngữ Việt, nhưng không hiểu nhau là chuyện bình thường. Chúng tôi thường nói đùa với nhau khi có ai đặt vấn đề về Việt, phải hỏi kỹ xem Việt nào? Việt Bắc, Việt Nam, hay Việt Trung, Việt Kiều hay Việt Cộng, Việt gian?

Tôi muốn kể ở đây, một trải nghiệm nữa về một mẩu diễn có thể hiểu theo nhiều cách. Những khi đi một mình, tôi thường diễn lại những vai mình đã viết, dựng hay diễn để một kiểu nào đó, bằng một cách gián tiếp, giúp người xem có thể hiểu hơn một Việt Nam nói chung và một sân khấu miền Nam đầy phức tạp và nhạy cảm. Một trong những cảnh tôi sử dụng là một người mẹ phải bỏ con trong chiến tranh để cứu sinh mạng của cả nghìn người. Đã có ít nhất năm cách nhìn khác nhau với trích đoạn này.

- Ở những vùng quê, khán giả phải chèo ghe, đốt đuốc đến coi, những phụ nữ khóc vì thấy cuộc đời đầy hy sinh của chính họ trong đó.
- Một nam khán giả trẻ ở Mỹ xem trích đoạn đó với chín trích đoạn khác do một mình tôi diễn thì đề nghị đàn ông Việt Nam đừng xem Minh Ngọc diễn, vì anh nhìn thấy trong đó lời tố cáo sự vô trách nhiệm của đàn ông Việt Nam.
- Khi diễn ở một hội nghị phụ nữ trong sân khấu ở Manila, những tiết mục của Việt Nam được cho là mélodrame.
- Một người Việt ở Mỹ thì đề nghị tôi đừng diễn cho sinh viên Mỹ xem vì văn hóa Mỹ không chấp nhận mẹ bỏ con vì bất cứ lý do gì.
- Một phụ nữ Việt ở Mỹ chưa được xem nhưng đã kết luận rằng tôi đã tôn vinh một người phụ nữ về sau làm chủ tịch hội phụ nữ ở Việt Nam với mục đích tuyên truyền cho chế độ hiện hành.

Tôi sẽ không ngạc nhiên nếu còn khoảng vài chục cách nhìn khác với trích đoạn đó. Ngay chính tôi, khi nhìn lại những điều mình làm, tôi còn có những cái nhìn khác nhau thì không trách chi những người khác.

(Nguyễn thị Minh Ngọc, Da Màu, Ta tìm tiếng ta: nói cùng tiếng qua mẫu tính)

Các nhà tiểu thuyết được xem là xây dựng nhân vật dựa vào người có thật trên đời. Nhưng cũng như trong hội họa, các bức tranh ấy không phải là ảnh truyền thần mà thông qua tưởng tượng. Sự tưởng tượng ấy vừa làm cho nhân vật trở nên khác lạ, vừa là tấm gương của đời sống, tạo ra một hiện thực khác. Minh Ngọc gần với chủ nghĩa hiện đại. Chị tin vào các giá trị căn bản của loài người và của dân tộc. Dù có nhiều nhân vật nữ đi lạc ra ngoài đám đông, có một đời sống hỗn loạn, có bi kịch, Minh Ngọc vẫn là người bảo vệ các giá trị truyền thống. Đúng hơn, chị gần với Margaret Atwood, nữ quyền mà vẫn truyền thống, căn bản. Tôi thích cách trò chuyện của nhân vật, giọng nói của họ, những cá tính miền Nam, nghệ thuật diễn đạt trên sân khấu. Nhờ thế, văn chị linh động, dễ đọc, đôi khi gần như bình dân. Tất nhiên, về mặt sáng tạo văn chương, đó vừa là ưu điểm, vừa là khuyết điểm.

Giữa trưa, người ta vẫn đi đông đúc điên cuồng qua các nẻo. Trên khoảng đường từ ngã ba chú Ía tới nhà chiêm tinh gia Hồng Diện nượp nượp người đi, con bé đệ tử của Hồng Diện lách qua các chỗ kẹt xe khá giỏi bằng cách chui vào các hẻm nhỏ luồn xuyên đường lớn. Bội Châu khâm phục.

"Sao cưng rành mấy ngõ tắt này hay quá vậy?"

"Dạ, hồi đó cháu có thằng bồ chuyên giựt đồng hồ, dây chuyền, nó có huấn luyện cháu."

Đối thoại là một điểm mạnh của chị. Các đối thoại trong văn Minh Ngọc là những đối thoại xúc cảm (*emotional dialogue*). Đối thoại xúc cảm không dễ viết, nhưng bạn chỉ cần vài câu là bộc lộ tính cách nhân vật, *you are what you say*. Bây giờ, truyện ngắn và tiểu thuyết phát triển thành nhiều thể loại, nhiều giọng nói, một truyện có thể được kể lại bởi ngôi thứ nhất, thứ hai hoặc thứ ba, có thể gồm tất cả chỉ là đối thoại, hoặc không có đối thoại nào cả. Một truyện ngắn có thể là một câu văn một mạch mà thôi, mà Jon Fosse không phải người đầu tiên, cũng có thể gồm nhiều câu ngắn, nhiều dấu chấm, như Anthony Doerr, có thể hoàn toàn trên trời, nhưng cũng có thể gồm nhiều sự kiện lịch sử. Minh Ngọc là một người của đời sống hôm nay, chị đứng trên mặt đất, dù là người mơ mộng, chị viết như là kẻ chứng kiến sự việc, như một người quan sát trong thế giới trực tiếp. Đôi khi chị cũng nhận xét về các câu chuyện, tự tách mình ra khỏi các nhân vật mà khen ngợi, mà mỉa mai, mà châm biếm họ, hay tự châm biếm mình. Bình dân có thể thành dễ dãi. Đọc đoạn sau đây có người thích, người không, riêng tôi thì thấy thú vị.

"Sao bà ấy khám phá ra được? Ông đòi đi Việt Nam nữa à?"

"Một bữa ông chui vào hốc cửa nói chuyện điện thoại bà mới sanh nghi nghe lén. Lọt vô tai bà là "Làm như người ta không nhớ vậy, cũng muốn chết đây nè!"

"Đàn ông đã sanh lòng như vậy lại xấu, không việc làm, thì thôi cho đi luôn, tiếc làm gì!"

"Ai ở ngoài nói cũng ngon lành hết. Trong cuộc rồi mới biết."

Truyện hôm nay mở rộng cho mọi đề tài, mọi thử nghiệm, tuy vậy, các yếu tố sau đây vẫn tồn tại: nhân vật, sự ao ước và khổ đau của họ, các xung đột. Truyện ngắn của Minh Ngọc chứng tỏ chị giữ vững quan điểm ấy. Khả năng hài hước và tự trào của một diễn viên kịch nói và cải lương, khả năng đối thoại, đã được chị dùng tới trên trang viết của mình.

– Năm này em học lớp mấy? – Lớp nhứt.

– Vô Sàigòn chi vậy? – Thăm ba.

– Ba em làm cái gì ở trỏng? – Đi làm.

– Làm gì? – Làm việc.

– Việc gì? – Việc gì ai biết?

Ngó bộ tôi sắp nổi quạu, người đàn ông không thèm hỏi nữa, bước ra cửa xe, huýt sáo nhỏ một bài hát không nghe hay chút nào hết. Hai hàng ghế trước mặt tôi hình như là của một gia đình di chuyển với tất cả đồ đạc lỉnh kỉnh lảng cảng.

Nhân vật của Minh Ngọc là người nữ đương đại. Gái mới lớn, người tình, người mẹ, người phiêu lưu, kẻ cao sang, người cùng khốn, người nô lệ, kẻ hy sinh. Là sự huyền bí, là người đàn bà hiện thực. Khó có thể tách biệt các yếu tố khác nhau, đặc biệt là giữa các xung đột và các nhân vật của chị. Truyện của Minh Ngọc không chỉ là câu chuyện được kể lại, câu chuyện ấy đã xảy ra cho Một Người. Nhiều người viết truyện ngắn, tiểu thuyết, kịch dựa vào cốt truyện, mà cốt truyện dựa vào các xung đột. Trong văn Minh Ngọc, các nhân vật quyết định các xung đột. Không phải là những gì đang xảy ra cho một nhân vật hay nhiều nhân vật mà là phản ứng của họ đối với các tình huống ấy. Đọc Minh Ngọc vì vậy dễ mà khó. Câu chuyện của chị được kể khi thong thả khi dồn dập, khi là những đối thoại có tính tâm tình, khi là những diễn tiến có tính kịch. Người đọc nghiêng về cốt truyện sẽ tìm thấy văn chị dễ hiểu, trong sáng, cổ điển. Người đọc nghiêng về phân tích nhân vật sẽ thấy chị khó đọc hơn là họ tưởng. Người đọc thụ động, đọc vì sự tò mò tìm hiểu diễn tiến của chuyện, đọc như một thụ hưởng, như khi bạn vào một hiệu ăn, ngồi chờ người ta mang bữa ăn ra, sẽ dễ nhìn thấy trong nhiều truyện ngắn của Minh Ngọc các diễn biến quen thuộc, các quan hệ quen thuộc, người nữ của duyên phận, một khái niệm được Minh Ngọc dùng nhiều. Người đọc chủ động sẽ tìm thấy sự tương tác giữa họ và tác giả. Người viết chỉ kể lại diễn tiến, nhưng người đọc phải diễn dịch ngôn ngữ và hành động của nhân vật, thành những quan điểm, lối nhìn, tâm lý.

"Ngày tiếp ngày, đêm tiếp đêm, chị Năm vẫn hì hụi đi làm, chị Sáu vẫn lặng lẽ may, út Mười duyên dáng trong những vai chọc ghẹo người ta cười. Tôi vẫn đi dạy và thỉnh thoảng viết những câu chuyện mong sẽ có người vui khi đọc. Chúng tôi sống an phận mình trong một đời riêng đã cùng kiệt duyên phần."

Người nữ trong văn học Việt Nam, từ những năm ba mươi thế kỷ trước, đến nay, có ít nhất sáu mẫu nhân vật (*feminine archetypes*) sau đây:

- Người phụ nữ an phận, thời phong kiến, nhưng thực ra thời nào cũng có. Bây giờ càng nhiều.
- Người phụ nữ tân thời, như Mai trong Nửa chừng xuân của Khái Hưng, Loan trong Đoạn Tuyệt của Nhất Linh, Tự lực văn đoàn.
- Người phụ nữ cùng khổ, như trong Tắt Đèn của Ngô Tất Tố, Chí Phèo của Nam Cao.
- Người phụ nữ anh hùng như trong văn học chiến tranh miền Bắc.
- Người phụ nữ hiện đại, nổi loạn nhưng vẫn giữ gìn các giá trị căn bản về đạo đức, như trong văn học miền Nam.

- Người nữ đương đại, phức tạp, thông minh, nữ quyền, mạnh mẽ, lạc lối, cầu an, lo âu.

Nhân vật của Minh Ngọc là sự phối hợp giữa các mẫu hiện đại và đương đại. Tính hợp lý trong cốt truyện và trong việc mô tả các nhân vật là đề tài thú vị trong phê bình tiểu thuyết hiện nay, một đề tài gần như bất tận. Những đoạn độc thoại của Minh Ngọc bổ sung cho các đối thoại, là những đoạn thú vị nhất đối với tôi, vì tôi tìm thấy ở đó ba giọng điệu: giọng của người phụ nữ, giọng của người miền Nam, giọng của một kịch sĩ. Nhiều người dựng cốt truyện trước khi mô tả nhân vật, nhưng tôi tin rằng Minh Ngọc nuôi nấng các nhân vật của mình khá lâu trước khi chị tìm thấy họ một lần nữa, trong các câu chuyện kể, tức là trong những hành động bên ngoài. Các nhân vật trong tiểu thuyết và trong truyện ngắn của chị đều khá thống nhất trong tính cách từ đầu đến cuối. Trong thực tế cuộc đời, chúng ta có thể thấy con người hành động bất thường, khi mưa khi nắng, khi yêu khi ghét, khi vị kỷ khi vị tha. Tuy vậy, nhìn sâu vào bên trong, trong từng truyện thành công của Minh Ngọc, các nhân vật ấy là con người thống nhất, lẽ lối cư xử của họ phần nhiều có thể đoán trước được (*consistent*). Chủ nghĩa hiện thực nói đến tính điển hình của nhân vật văn học. Tính điển hình là một quan niệm được diễn dịch và áp dụng rộng rãi và gần như bừa bãi trong nhiều năm, nay gần như bị bỏ rơi. Tuy vậy, quan điểm ban đầu của tính điển hình là cần thiết khi xem xét nhân vật. Cũng như vậy, tính cách nhân vật của Minh Ngọc là điều mà con người thường làm, không phải là điều mà họ đôi khi vẫn làm, hay rất hiếm khi họ làm. Tôi vừa nói đến chủ nghĩa hiện thực, nhưng Minh Ngọc là một người viết sớm, trên Tuổi Ngọc của Duyên Anh trước năm 1975, trải dài nhiều năm, và về mặt số lượng là lớn bậc nhất trong các nhà văn nữ, nếu tôi không lầm, vì vậy ở chị, phải có sự biến đổi. Có những yếu tố lãng mạn, hiện thực, đôi khi siêu thực, trong văn của chị. Tôi nghĩ, giá trị căn bản của bút pháp Minh Ngọc nằm ở sự kết hợp giữa chủ nghĩa hiện thực và các quan điểm mới nhất trong văn chương: chủ nghĩa nữ quyền, chủ nghĩa hậu hiện đại, chủ nghĩa hậu thuộc địa, đặc trưng của sân khấu, các quy luật riêng của giọng nói người miền

Nam. Các nhân vật phụ của Minh Ngọc, trong những truyện thành công, cũng khá sống động, có thể đứng riêng rẽ một mình, không phải cái bóng của nhân vật chính. Các nhân vật khác nhau của chị có ít nhiều dây mơ rễ má với đời sống riêng và đời sống kịch nghệ của tác giả. Nói cách khác, chúng gần với tự truyện hoặc các diễn ngôn tiểu sử. Không dễ dàng tránh được giản dị hóa các nhân vật phụ, biến họ thành phát ngôn viên cho ý tưởng của nhà văn, nhưng so với nhiều người viết hiện nay, chị tránh được trong nhiều truyện. Hầu hết câu chuyện của chị là chuyện tình hoặc là về mối quan hệ giữa một người nữ và một người nam. Vậy điều gì làm cho các truyện ấy khác nhau? Đọc các nhà văn Việt Nam, tôi lo lắng về sự lặp lại. Có ba sự lặp lại đối với người viết nhiều: cốt truyện, nhân vật, chủ đề. Con người có khuynh hướng khái quát hóa những trường hợp riêng lẻ. Từ một xung đột cụ thể, bạn muốn nhìn thấy các động cơ bên trong, các bối cảnh xã hội đằng sau, các động lực phân tâm học bên dưới, các động cơ vô thức.

Như cỏ đứt rễ,
Nước cuốn xuôi dòng.
Thân tôi trôi nổi
Ai có rủ rê,
Sẽ sống phiêu bồng

Đó là câu trả lời của Komachi khi được một thi sĩ khác rủ đến một vùng đất mới. Đã có người cho là Komachi gần với Hồ Xuân Hương của người Việt: đẹp, tài, đào ba, hư ảo dù hai người cách nhau hơn chục thế kỷ. Người phụ nữ ngồi rất gần tôi kia không thể là Komachi dù Nữ rất đẹp, một nét đẹp bí ẩn bất chấp thời gian như lời thoại trong vở kịch mang tên nàng: "Một mỹ nhân, dù có tăng thêm bao nhiêu năm tháng, vĩnh viễn vẫn là mỹ nhân". Chính nét đẹp bí ẩn như một cơn mộng ấy khiến tôi không dám gợi chuyện với Nữ vì cứ ngại cơn mộng kia bị tan ra như sương mù khi nắng lên.

Đời sống là một mớ hỗn độn gồm các sự kiện, các tiếng động ồn ào, các nhân vật nhí nhố, như khi bạn bước vào một ngõ hẻm đông đúc dân nghèo hay dân lao động. Nếu bạn đi qua một lần, như một du khách, bạn không muốn quay lại nữa. Nhưng nếu bạn có dịp ngồi đó suốt một ngày, hay ở lại nhiều ngày, thì khác. Tôi đã có một lần như vậy, ở lại một tuần lễ trong một con hẻm nhỏ ở Sài Gòn, trời mưa nước chảy ngập đầu gối, trời nắng bụi tung mù, suốt ngày ngửi mùi heo quay, mùi vịt quay của người Hoa, mùi hành tỏi, nước mắm của người Việt, mùi mồ hôi và nước tiểu, tiếng trẻ con, tiếng người phụ nữ ngồi khóc sau tấm màn cửa. Năm ấy tôi hai mươi tuổi, trước khi bỏ đất nước ra đi, và tôi nhận ra rằng mỗi người có một số phận kỳ lạ, nếu bạn biết lắng nghe câu chuyện của họ, bạn hiểu vì sao. Nhà tiểu thuyết là một người như vậy. Người ấy sắp xếp các câu chuyện lại, giải thích các sự kiện, đặt các hành động của nhân vật vào những bối cảnh tự chúng có thể giải thích được, không cần lời giải thích của nhà văn. Cái vô hình dạng biến thành có hình dạng, cái hỗn độn không hiểu được trở thành có thể hiểu được. Ở giữa những số phận lạ lùng, những cư xử bất ngờ, Minh Ngọc nhìn thấy mối quan hệ giữa hành động và tính cách, và do đó, chị tìm thấy ý nghĩa của chúng.

Mẹ nói:

"Sao anh không nhìn thấy những cái đẹp đẽ, cao quý của nó."

Ba nói:

"Cao quý gì nổi với cái kiểu quản lý sân khấu như vậy! Cả anh, cả em, cả chúng ta đều đang bị bóc lột bởi một số người vô công, rỗi nghề và ngu dốt."

Tìm thấy ý nghĩa là công việc quan trọng nhất của nhà văn, tôi nghĩ. Chủ đề của Minh Ngọc trải rộng, những truyện thành công lập tức dẫn đến câu hỏi về cái tốt và cái xấu, cái lành mạnh và không lành mạnh, cái đúng và cái sai, cái chết và tình yêu, sự cao cả và sự tầm thường. Chị là người rộng rãi, hào phóng, dễ tính, đa tình, nhưng nghiêm mật, và chị thể hiện chúng trong các nhân vật nữ của mình, đôi khi tựa như phiên bản của tác giả. Sự phân biệt giữa cái riêng lẻ và cái phổ biến là quan trọng ở các nhà văn. Không phải khi nào những vấn nạn của đời sống cũng có những giải pháp của chúng. Sự xung đột giữa tự do và độc tài, giữa nghĩa vụ và tình yêu, cái ta và cái khác, không dễ dàng tìm được lời giải đáp trong truyện và tiểu thuyết của Minh Ngọc. Tác giả không cầu nguyện cho các nhân vật, không dạy họ cách hành xử trong đời, tác giả chỉ tiết lộ những bí mật về họ và tìm cách diễn dịch hành động của các nhân vật ấy dưới cái nhìn độc đáo của mình.

"Cháu là Châu, đang thất nghiệp, chẳng có gì để nói về mình."

Vậy theo bạn, Châu là người thế nào?

Khiêm tốn hay tự kiêu? Kín đáo hay thách thức?

Không phải bao giờ cái tốt cũng chiến thắng. Không phải bao giờ tự do cũng chiến thắng. Không phải bao giờ cuộc sống lầm than của dân tộc chúng ta cũng tìm thấy hy vọng. Cách người đọc hôm nay thưởng thức truyện của Minh Ngọc, tìm thấy sự thú vị của chúng, sẽ khác với tiên lượng của tác giả, vượt ra ngoài ý định ban đầu. Nếu họ trở lại với truyện của chị là vì họ tìm thấy ở đó những ý nghĩa cho riêng mình. Tuy vậy, tôi vừa nói đến ý nghĩa: sự diễn dịch văn bản không phải là vô tận, vì chúng chứa một ngôn ngữ phi văn cảnh, như trong quan điểm của Chomsky. Truyện của Minh Ngọc đôi khi có những tình tiết éo le, kiểu các vở cải lương hay kịch cổ điển, đôi khi chỉ là chuyện giản dị, lời tâm sự, độc thoại, một tình yêu dai dẳng như nỗi ám ảnh. Lối viết đương đại cho phép nhà văn phóng túng hơn ngày trước, ở đó các nhân vật có thể bị làm cho mờ nhòa, kể chuyện mà không có chuyện gì cả, cái kết không rõ ràng, ví dụ trong trường phái Tiểu thuyết mới hoặc các tiểu thuyết hậu hiện đại. Tuy vậy nhiều nhà văn thời danh vẫn trung thành với cách dựng cốt truyện, có đầu có đuôi, có cao điểm và giải pháp, có xung đột tiêu biểu. Nguyễn Thị Minh Ngọc là một người như vậy, trong nhiều truyện. Một cách cổ điển, các nhân vật chính diện tìm cách đạt được điều mong muốn và họ sẽ chiến thắng hay sẽ thất bại. Minh Ngọc có một lối dựng truyện hơi khác, ở đó các nhân vật chính của chị được đưa vào tình huống mà người ấy phải chọn lựa, ví dụ hai số phận khác nhau, ở lại hay bỏ đi, từ chối hay can dự. Càng ngày lối viết của chị càng phóng khoáng hơn và trong những truyện mới viết những năm gần đây, mô thức xung đột ấy cũng thay đổi đi, biến hóa. Có một hiểu lầm ở nhiều người mà tôi nghĩ cần làm rõ ở đây. Khuynh hướng tiểu thuyết đương đại ngày càng coi nhẹ cốt truyện và thậm chí việc xây dựng nhân vật, tìm cách đồng hóa truyện và tiểu thuyết với các thể loại *creative non-fiction*, bút ký, tùy bút, tạp bút, tản văn. Đúng là truyện và tiểu thuyết có thể bỏ qua nhiều thứ, nhưng không thể bỏ qua xung đột. Đó là sự xung đột giữa hai nhân vật hoặc giữa hai lối sống hoặc giữa hai tư tưởng. Minh Ngọc ý thức về điều ấy. Việc giải quyết các xung đột của một nhà văn bộc lộ tài năng và tính cách của người ấy. Cảm xúc không phải là hành động, không phải là tình tiết câu chuyện, không cụ thể, có thể chạm tay vào được, nhưng chúng ở giữa tất cả những thứ ấy, làm nên không khí của truyện. Không khí của truyện Minh Ngọc là cảm xúc (*emotion*). Nghệ thuật của người viết là bằng cách không mô tả trực tiếp cảm xúc, vẫn làm cho chúng hiển hiện ra. Cảm xúc ấy là cảm xúc của các nhân vật trong truyện, không phải là cảm xúc của người đọc. Tuy nhiên một nhà văn giỏi sẽ làm cho bạn tin rằng: giả thiết bạn là nam, trong khi ngoài đời bạn là nữ, bạn sẽ cảm xúc ra sao; giả thiết bạn là nữ, trong khi ngoài đời bạn là nam, bạn sẽ đau khổ và vượt qua thế nào. Nghệ thuật dựng nhân vật của Minh Ngọc là đóng góp lớn của chị vào gia tài văn học.

Tôi tin một số truyện ngắn của Nguyễn Thị Minh Ngọc sẽ ở lại lâu dài với chúng ta. Chúng kể lại một cách sống động các tính cách, các số phận do tính cách ấy quyết định và các số phận do trời xui khiến mà chị gọi là duyên phận, các xung đột và hy vọng của con người hôm nay.

Tôi hẹn Ph. cuối tuần tới sẽ trả lời câu hỏi khó khăn kia. Nếu là tôi, bạn sẽ làm gì? Một cuộc đời gần như chưa biết thế nào là yêu và sống, ngoài những giây phút tưởng là sống và yêu trong tưởng tượng của mình. Bỗng dưng như một giấc mơ đẹp, hoàng tử của mình hiện ra, trễ gần cả nửa thế kỷ. Thật ra chuyện cổ tích thì có cả thế kỷ vẫn là con số quá nhỏ, không là quan trọng. Vấn đề là như tôi đã quyết định từ đầu, tôi phải chạy thôi. Tôi không có thói quen sống với sự thật. Hơn nửa đời người tôi đã quen sống với một tôi khác. Tôi không còn một cái tôi thực như tôi là để sống một đời giản dị chân thật với người tôi yêu.

Tôi phải rời New York, điều đó khiến tôi cảm giác mất mát hơn cả chuyện phải rời xa Ph., người mà tìm mãi mới gặp, dù rằng trong tư thế khá trái ngang, tôi chuẩn bị tặng người mộng của mình cho bạn hữu.

Bạn phải biết tôi đã đau đớn như thế nào trước quyết định đó. Như là mình dứt một phần hồn, một phần đời của mình để lại nhân gian. Tôi đổi nghề, đổi nơi sống. Quê nhà không thể về. Quê người cũng không nương náu được. Tôi trôi về một nước thứ ba.

Nhân vật của chị hiện lên trên trang giấy, người buồn, người vui, kẻ khóc, người cười, người bị chồng bỏ, kẻ lại bỏ chồng, nhưng đó là một thế giới có thật, hay chúng ta hy vọng là có thật, và bên trong đời sống ấy có những trái tim thuần khiết, can đảm, kiên cường, thèm khát yêu đương, bệnh tật lỡ làng, điều ấy cũng gợi ý về những tâm tính của dân tộc Việt chúng ta. Khi tôi viết những dòng này, Nguyễn Thị Minh Ngọc vẫn đang viết và chị sẽ còn thay đổi, hướng tới một nghệ thuật tiểu thuyết ngày càng xuất sắc. Khi chúng ta nói thế, đó là một lời chúc tốt đẹp.

Nguyễn Đức Tùng

Tìm Đọc:

NGUYỄN CHÂU
Lão Đục

Dáng lão lom khom, cặp mắt láo liên kèm theo "lưỡng mục bất đồng". Theo nhân tướng học, người có cặp mắt như vậy là người thiếu trung thực, thiếu tự tin hoặc có mưu đồ trục lợi.

Lão dọn về xóm này từ lúc nào không ai hay. Rằm tháng Bảy nhà nhà cúng cô hồn, bỗng cánh cửa sắt nhà bà Tự rít lên, lão hiện ra như ma. Nhà bà Tự bỏ hoang từ ngày bà quy tiên.

Bà con tò mò ngạc nhiên chỉ lúc ban đầu rồi thôi. Hình ảnh lão xách giỏ đi chợ hằng ngày trở nên quen thuộc đến nỗi không ai còn chú ý đến lão.

Người biết chuyện kháo nhau về lý lịch ba đời nhà lão ly kỳ, nghe như chuyện cổ tích.

Ông nội lão là "thằng mõ", dù tuổi tác bao nhiêu cũng chỉ là thằng. Thằng mõ thuộc hạng bần cùng, thấp kém nhất xã hội thời đó. Thằng mõ có nhiệm vụ gõ mõ và thông báo chỉ thị của các chức sắc trong làng xã. Hắn ta đi khắp làng gõ mõ gọi dân đinh đến sân đình để nghe tin tức mới xảy ra trong làng. Ngoài ra phải tuần phòng ban đêm và gõ từng hồi mõ báo hiệu giờ giấc nhưng không có lương bổng gì. "Mõ" được làng cấp cho một mảnh đất công nho nhỏ để cày cấy.

Ông nội lão chết, cha lão được "tập ấm" thằng mõ. Ngày cướp chính quyền, thằng mõ thuộc thành phần bần cố nông nên được tín nhiệm giao cho công việc gìn giữ an ninh làng xã, rồi được bầu làm chủ tịch Ủy ban hành chính, quyền sinh quyền sát hơn lý trưởng, chánh tổng.

Khi có quyền hành trong tay, "mõ" đâm ra bạo tàn khát máu trả thù Hương quản Xiêm. Hương quản Xiêm đã bắt hắn nằm sấp giữa sân đình quất hai mươi roi mây nát mông vì tội đè con Tám khùng có bầu.

"Thằng mõ" hỏi cưới con gái rượu Chánh tổng Ngang. Chánh tổng Ngang hậm hực nhưng đành nghẹn họng, thời thế như bàn tay úp ngửa.

Nhưng đâu chỉ vậy, thằng mõ rụt rè len lét như rắn mùng năm ngày nào bây giờ thét lác dễ sợ. Mõ được giáo dục căm hờn lũ địa chủ bóc lột, tay sai đế quốc, ngồi nhà mát ăn bát vàng. Ngày rước dâu hắn không thèm đến nhà Chánh tổng Ngang. Như chuyện xưa Vương Chiêu Quân cống Hồ, vợ Chánh tổng Ngang sụt sùi đưa con gái yêu cùng của hồi môn về nhà mõ.

Lão Đục ra đời vào thời nhá nhem loạn lạc, đói khổ của năm Ất Dậu. Mới hơn một tuổi, mẹ hắn - Tám khùng sẩy chân chết ở ao làng. Khi Pháp trở lại Đông Dương, lính da đen rạch mặt đi càn hiếp con gái rượu Chánh tổng Ngang, sinh ra con Bủm.

Cha lão Đục quen thói đem mõ ra gõ liên hồi báo động, chẳng khác gì "lạy ông tôi ở bụi này". "Mõ" bị Tây bắn chết.

Hơn mười tuổi, Đục làm giao liên, rồi được đưa ra Bắc. Lý lịch ba đời bần cố nông, cha liệt sĩ, Đục được ưu ái cho đi du học ở Ba Lan, Đại học Bách khoa Wroclaw, bản chất lêu lổng vô kỷ luật học chẳng ra gì. Mấy lần bị đuổi về nước nhưng được Đại sứ quán Việt Nam tại Warszawa can thiệp, Đục vẫn tốt nghiệp ra trường.

Ngày thống nhất đất nước, Đục được chuyển về quê quán đảm trách chức phó ty giao thông vận tải. Do nhiên liệu xăng dầu khó khăn, Đục đề ra sáng kiến xe chạy bằng than. Đây là công nghệ Wood Gas, hoặc Green Gas phát triển ở Âu Châu thời thế chiến thứ hai. Đi trên những chiếc xe "cải tiến" chạy bằng xăng sang chạy than ngoại trừ hai con mắt, từ đầu đến chân của hành khách nhem nhuốc như ma.

Sáng kiến ưu việt này được nhân rộng, Đục được tuyên dương anh hùng trong thời kỳ đổi mới, thăng chức trưởng ty. Xe cộ dần nằm bãi do thiếu phụ tùng, Đục nảy ra sáng kiến "chế phụ tùng" bằng cách thành lập các cơ xưởng đúc, tiện, rèn, trui...

Nhờ có máu liều được cho là năng động, Đục được chuyển qua làm giám đốc công ty xuất nhập khẩu AZIMEX của tỉnh.

Công ty làm ăn mỗi ngày một lụn bại, các tòa nhà tiếp thu của những người di tản thuộc sở hữu nhà nước giao cho công ty XNK quản lý, bị bỏ hoang phế. Thanh tra xuất toán các khoản chi tiếp khách, quà cáp... quá nhiều, không chứng từ. Thêm tội buôn lậu, tiếp tay đầu tư chui.

Đục bị quy kết tham ô, mất đảng, mất chức.

Nhờ danh hiệu "anh hùng", chiến sĩ thi đua cấp bộ nên được cho về vườn.

Nhìn lại mình, Đục cảm thấy trắng tay. Mảnh bằng kỹ sư cơ khí chế tạo máy không còn lưu lại trong trí não Đục được cái gì ngoại trừ những lần trốn trường đi chơi gái hay "phe phẩy" chợ trời Ba Lan. Nhớ lại dòng tộc nhà mình, Đục ngán ngẩm: "Mèo lại hoàn mèo". Nhưng Đục đâu chịu thua, hắn nhờ vào thế lực đã có huy động vốn mở hợp tác xã tín dụng. Trong lúc kinh tế đất nước khó khăn, đồng tiền quý hơn máu, Đục chủ trương cho vay lấy lãi quá quy định của ngân hàng Nhà nước. Lấy tiền khách hàng gởi sau trả lãi người trước. Tiền chênh lệch Đục và kế toán trưởng bỏ túi. Hợp tác xã vỡ nợ, kế toán trốn biệt, Đục đi tù.

......

Gia đình Chánh tổng Ngang qua Mỹ theo diện con lai. Con Bủm - bây giờ là Helene Tran, nghe nói làm gì to lắm trong tổ chức phi chính phủ của Mỹ tại Việt Nam.

Helene Tran vận động giúp làng xưa nghèo khó thành làng du lịch sinh thái bên dòng sông quê thơ mộng hiền hòa.

Ra tù Đục không dám về làng cũ, dù không cật ruột gì nhưng Helene Tran vẫn nhớ đến Đục. Helene Tran cho người tìm mời Đục cùng nhau góp sức phát triển quê nhà nhưng lão xấu hổ trốn biệt, nên lão mới về đây nơi không ai biết lão.

Nguyễn Châu

NGUYỄN VĂN SÂM
Giới thiệu Tuồng David trong tập văn Quốc ngữ cuối thế kỷ 18, đầu thế kỷ 19: Vãn và Tuồng

Tuồng Đavid lấy sự tích trong kinh Cựu Ước, chuyện đời của vua Đavid, từ lúc ông thong thả ở trên núi chăn chiên, nghe lời dạy của cha, xuống giúp nhà vua trừ giặc – vua Saul, trong tuồng gọi là chúa – khi rao bảng văn cầu hiền thì có điều hứa là ai dẹp được giặc sẽ phong làm phò mã và được gả cho công chúa. Đavid giết được tướng giặc Gô Thi Át (Gothiath) trước đây các Đô Đốc của triều đình đều bó tay. Trên đường Đavid khải hoàn về triều đình, dân chúng nhớ ơn trừ giặc dữ nên hân hoan tràn xuống đường ca hát vang lừng ngợi khen Đavid, một sự kiện chưa từng thấy trước đó dầu là ca hát để ca tụng nhà vua.

Vua Sau-lê (Saul) ngại rằng Đavid được dân chúng tôn trọng quá mức sẽ có lúc cướp ngôi của mình, thêm nữa, ông bị ám ảnh bởi lời tiên tri rằng về sau ông sẽ bị mất nghiệp vương nên đã trở mặt không chịu giữ lời hứa, không gả con gái mình cho Đavid nữa và đã đối xử lạnh nhạt với ông này. Đavid buồn tình bỏ triều đình đi về quê hương mình sống đời thanh nhàn như trước. Nhà vua lại lắm phen tìm đủ phương cách giết Đavid mong trừ hậu hoạn, Đavid thoát được nhiều trường hợp âm mưu đen tối của nhà vua. Biết lòng vua nên Đavid bỏ xứ dẫn vợ sang nước khác, nước Phi-tinh (Philistines) - sống đạm bạc ẩn thân để tránh những hệ lụy về sau.

Trong Cựu Ước chuyện Đavid còn dài, như nhà vua Saul bị quân nước địch giết và Đavid về xứ lên ngôi, vua Đavid về sau có lầm lỗi là cho giết người chồng để giao dâm với người vợ trẻ đẹp của anh kia... nhưng ở đây tác giả bổn tuồng không viết những điều đó. Có thể vì tuồng quá dài và tuồng Đavid này chấm dứt khi anh hùng Đavid cùng vợ bỏ xứ sống lưu vong sang nước Phi-tinh (Philistines)... Những điều về sau như vì sao Đavid lên ngôi và những chiến thắng của Đavid đều không có. Hình như tác giả định viết thêm phần sau nhưng chưa kịp...

Tuồng này người viết cảm hứng về chuyện Đavid đánh với Gô Thi Át nhưng diễn tả chi tiết hơn, dĩ nhiên là tác giả có thêm bớt nhiều điều so với những gì được kể trong Cựu Ước. Tác giả chỉ chú ý nhấn mạnh đến nỗi ưu tư ám ảnh trong đầu óc của nhà vua Sau-lê (Saul) về việc vương triều của mình rồi sẽ mất, không biết mất về tay ai, nhưng ông suy đoán rằng Đavid tài giỏi quá, dân chúng ủng hộ nhiều quá, nên Đavid là mục tiêu nhà vua nhắm vào. Đavid khốn khó cũng vì lẽ đó, nhà vua ăn ngủ không yên cũng vì lẽ đó.

Tác giả đã mô tả tâm lý của nhà vua bằng cách ghi lại những hành động của nhà vua cũng như hân hoan nghe theo lời nịnh thần và bỏ qua những khuyên can của người thân là hoàng tử và công chúa, hai con của ông nhìn vấn đề một cách thoáng hơn và tin tưởng ở Thiên Chúa nhiều hơn cha mình.

Tuồng không ghi tên công chúa và hoàng tử là hai nhơn vật ủng hộ Đavid. Ta có thể coi Cựu Ước để thấy tên những người này.

Những vấn đề quan trọng phát ra từ tuồng này:

1. Dòng tuồng Công Giáo – trừ tuồng Joseph 1887 của Trương Minh Ký xuất hiện gần như đồng thời với tập Văn và Tuồng (bản in lần 2 nhà in Tân Định 1881) -- khác xa với những tuồng hát bội của văn

học Việt Nam nói chung trong cách hành văn và cấu trúc. Ở dòng này nếu có thì là tiểu đối, không có câu gối hạc – câu có 3 đoạn – văn cũng theo cách riêng, gần giống như thơ tự do sau này. Chữ dùng thì nhà văn Công Giáo sử dụng nhiều từ bình dân hơn và ít thành ngữ điển tích hơn. Để cho người bình dân dễ hiểu trong khi thưởng thức những cách nói như bạch, thán, Bắc xướng Nam xướng... nguyên là thành phần cần thiết của tuồng hát bội nói chung đã bị gạt bỏ nên không còn hiện diện. Lý do là nhóm nhà văn Công giáo chịu ảnh hưởng của văn học Tây phương qua các giáo sĩ mà họ được hướng dẫn khi sinh hoạt đạo. Những cách viết do ảnh hưởng của Trung Hoa mà các nho sĩ ngoài Công giáo thường sử dụng không có mặt nhiều trong các tuồng Công giáo.

Nhà văn Công Giáo phần nhiều là người ban đầu có chút kiến thức Nho giáo (hiếu, trung, thành tín (giữ lời hứa), chung thủy (vợ chồng thì sướng khổ có nhau...) rồi sau đó thêm kiến thức của văn học Tây phương hay là đã noi theo những hạnh của các thánh, cùng là những truyện về lịch sử đạo Thiên Chúa ở trời Tây mà nhà văn Việt theo truyền thống ảnh hưởng của văn hóa Trung Hoa không có được. Sự thủ đắc hai dòng văn hóa này là một lợi thế của nhà văn Công Giáo khiến cho họ có những tuồng quốc ngữ manh nha sau này biến thành kịch nói của Tây Phương, như Tuồng Cha Minh, Tuồng Cha Chúc Dữ Cho Các Con....

2. Chữ dùng quá xưa, tự điển Huỳnh Tịnh Của nhiều khi cũng không có, ta phải tìm tòi ở các tự điển khác như Tự điển Bá Đa Lộc Dictionarium Anamitico-Latinum 1872-73 (bản in lại của LM Nguyễn Khắc Xuyên, Sàigòn 1999), Tự điển Taberd, Dictionarium Anamitico-Latinum – 1838 (bản in lại của Trung Tâm Quốc Học Sàigòn, 2004), Tự điển Annam Lusitan Latinh – 1651 (bản in lại của nhóm Thanh Lãng, Hoàng Xuân Việt, Đỗ Quang Chính, Sàigòn – 1991, Tự điển Génibrel, Annamite Français, nhà in Tân Định 1898, Tự điển Jean Bonet, Annamite Français, Paris, Imprimerie Nationale 1899... để hiểu rõ nghĩa.

3. Khảo sát các từ đặc biệt ta thấy rõ đó là những từ ngữ hiện diện ở Nam Kỳ trước đó khiến ta đi tới giả thuyết rằng Vãn và Tuồng nói chung là tác phẩm Công Giáo của người Nam Kỳ Lục tỉnh với vài ba yếu tố như:

    A. Âm đọc đã được thay đổi chút ít:
    Kìm sắc (cầm sắc) ấy đạo hằng,
    Mỗ phò chúa chưa an nửa kiểng (cảnh).
    Đâu duông (dung) cho kẻ dữ,
    Rằng dong (dung) gã khôn toàn cơ nghiệp,
    Dươn (duyên) sao nên hại mỗ
    Luận đang (đương) việc nước,
    Tách đàng (đường) tốt mau chơn,
    Đồ thổ tám phương đam (đem) lại,
    Đứng (đấng) hào kiệt thơm danh
    Lửa dạ nọ hỡi (hãy) dầu sôi
    Tố bần tiện lại huờn (hoàn) bần tiện
    Ngươi đã chẳng khắng (khứng) nhìn thửa chúa tôi
    Từ Phi tinh khỉ (khởi) ngụy,
    Quờn (quyền) lộc để lại trào đình,
    Một bầu thế giái (giới) ai gầy dựng,
    Lập công họa đặng vang (vinh) hoa,
    Trên ngai xuống chiếu, dưới bệ xin vưng (vâng),
    Bởi lòng vua ra dạ hềm (hiềm) nghi,
    Lòng hiềm khôn cầm đặng
    Ngỡ là chàng tuyết (tiết) rạng danh rao.
    Hơi cáo nọ khôn đương vuối (với) sói,
    Ngày phưởng (phảng) phất hồn hoa.
    Đồ quới (quý) vật,

Ta nhận thấy là tác giả nhiều khi còn phân vân chưa dứt khoát với những âm mới nên sử dụng lộn xộn mới cũ. Lắm lúc một âm xưa bị biến thể thành hai âm mới... Chuyện này cũng bình thường vì khẩu âm người ta phát ra có thể chênh lệch với âm chuẩn có trước đó được sử dụng cả nước trong thời gian lâu dài.

B. Sử dụng một số từ xưa ở trong Nam

Xưa trong màn ngoài cháng (trướng),
Đòi bữa ngậm cay nuốt đắng,
Kẻo ghe ngày khởi ngụy,
Sao cho bậu tới nơi chinh chiến,
Hay khinh min chẳng đáng,
Chú nhiêu cho làm phước,
Tôi sẽ dưng đầu nó,
Xin lịnh nấy cho tôi,
Bóng cây bàn đá trước liễu xơ rơ,
Thì đầu gã đà biêu ngọn vác,
Phỉ nỗi cha kẻo những ước trông,
Nay đà hẳn thấy, xưa hãy mắng oai,
đã chầy ngày chẳng tới lâm trung,
Cúi đầu con mọn lạy cha,
Lựa là đó mới nên hào kiệt,
Tưởng chữ ấy nắm gan mà chịu,

4. Thử nhìn về ý niệm đề cao Chúa, tức Đ.C.T. thấy trong tuồng Đavid.

Nhà vua hết lòng sùng thượng Thiên Chúa, sau đó mới là thảo kính song thân:

Trên hết sức khâm sùng Thiên Chúa,
Dưới thìn lòng thảo kính mẹ cha.

Người có lòng thành thì luôn luôn tưởng nhớ tới Chúa, xin Chúa nhìn thấu tới tội lỗi mà mình đã phạm phải, nếu có phạt thì mình cũng coi đó là lẽ công bình, cái xác này bị đày đọa là chuyện bình thường, không có gì quan trọng, xin nhờ Chúa cho hồn lên được chốn yên ả tươi vui. Ý niệm này là tin tưởng và sùng thượng Chúa một cách tuyệt đối:

Chơn bước tới đền thờ,
Mặt lụy ngừng tưởng Chúa,
Xét tội tôi muôn ngàn dễ nhớ.

Xin Chúa nhìn khoăn khoái chớ quên,
Sá chi xác đọa trần phiền,
Xin nhờ Chúa hồn nương tiêu sái.

Trong đời sống ở chốn trần gian này thì ai đối xử bạc nghĩa với mình hãy phó cho Chúa soi xét cho lòng nhơn từ của mình, không có ý hại ai để trả thù:

Dám trách ai bạc ngãi,
Xin Chúa chứng lòng nhơn.

Người làm vua nương theo ý Chúa không vì quyền lợi mình mà làm hại bầy tôi, làm hại họ là trái với ý công minh và nhơn từ của Chúa. Do đó những người ở dưới – quần thần con cái - phải gián can kẻ bề trên để kẻ bề trên không hành xử quyền của mình cách xa lìa ý Chúa.

Nghe ngu tử gián lời.
Kẻo tủi thưa phận tôi,
Mà mất chưng ý Chúa.

Trong cuộc sống thì có Chúa soi sáng đường cho mình hành động không sai trật. Chúa luôn luôn hướng dẫn người ta, kể cả kẻ làm vua, con đường đúng nhứt. Nếu nhà vua đem lòng hiềm nghi thì mình cũng cứ lấy trung trinh mà đối xử, mà hành động:
Chứng có Chúa thiên đàng soi sáng,

Nếu mình là người có tài giỏi thì phải ra sức phát huy, trừ tàn khử bạo, để cứu dân đen ra khỏi cảnh ngụy tàn, để mặc cho dân bị đày đọa khổ sở sống chết trong chiến tranh là không trọng lời dạy của Chúa:

Gắng công ra sức cứu dân,
Kẻo lụy chúng ngụy tàn,
Mà nhẹ trong phép Chúa.

Điều quan trọng nhứt là quan niệm rằng vua là người thay mặt Chúa để cai trị dân, vua ra lịnh gì đó thì mình đừng cãi, vì cãi lại là cãi lời Chúa:

Đấng làm vua thay mặt Chúa trên,
Lịnh người dạy thì ta chớ cãi.

Nhưng nếu nhà vua làm trái lẽ thì không phải người bề tôi chống lại mà chính là Chúa không dung thứ nhà vua đó. Nhà vua bây giờ dưới mắt Chúa đã trở thành kẻ dữ, không còn phù hợp với ý thương dân của Chúa nữa và sẽ bị trừng phạt.

Vua nỡ phụ tôi ngay,
Chúa đâu duông cho kẻ dữ.

Hầu hết mọi sự đều do Chúa quyết định. Ai được lòng dân thì Chúa cho cầm quyền, ai mất lòng dân thì Chúa cất cái địa vị cao trọng do Chúa giao cho trước đó. Dầu cho trăm mưu bách kế của vị vua đương quyền mà làm quấy cãi lịnh Chúa chống lại kẻ thần dân cũng không được thành công, cũng mất ngai vàng thôi, có khi còn mất mạng nữa:

Xưa ta cũng là dân dã,
Chúa đoái nhìn một phút liền nên,
Nay Chúa cho kẻ khác cầm quờn,
Ta muốn chống chống làm sao đặng.

Vì vậy nhà vua không nên có ý giết người đã giúp dân lướt qua được cơn ngửa nghiêng của nước nhà. Làm như vậy là vong ơn, làm bất bình người đương phục vụ trong triều đình và nhứt là trái với ý Chúa. Cho nên những người thân của nhà vua – con trai con gái và quan lớn trong triều đình – có bổn phận phải gián can vua không để cho vua đi vô đường lỗi lầm nghịch ý Chúa:
Cúi xin vương phụ nhiêu mạng cho chàng,
Kẻo mích dạ nhơn thần,
Mà lỗi lề Thiên Chúa.

Người thờ phượng Chúa, tin theo lời Chúa nói về sướng / khổ, thì tố nào hành xử theo tố nấy không oán than. Lúc sung sướng vang danh thì giữ gìn không phạm vô điều ác nghiệt. Lúc khổ sở thì tin tưởng rằng một ngày kia Chúa sẽ giúp cho mình hết khổ nếu giữ trọn lời răn của Chúa:

Có khó xác thì mới rỗi hồn,

Hễ sang sau thì khó trước,
Lời Chúa dạy thì ta đã biết,
Chịu khốn khó mới đặng vui mừng,
Ta hãy giữ trọn răn,
Ắt có ngày Người sẽ giúp.

Nếu gặp cơn hoạn nạn thì cầu cứu tới Chúa:
Cầu xin cùng Chúa che chở quân mình.

Tóm lại ngoài những điều quan trọng khác, tuồng Đavid, tác giả là một tín đồ thuần thành của Chúa phô diễn về lòng tin và cách thờ phụng Chúa của mình: Tin tưởng Thiên Chúa lúc nào cũng hiện diện để phán xét hành vi của mỗi người. Tin theo điều này để luôn luôn là người nhân ái, lương thiện, không trách móc hoàn cảnh.

Kết:

Tuồng Đavid là một tác phẩm quan trọng trong văn học Việt Nam, ở trong cũng như ở ngoài tư tưởng có sự hiện diện của Thiên Chúa trong đời sống tinh thần của người Việt Nam.

Nguyễn Văn Sâm
(August 2024)

Tìm Đọc:

LÊ THANH HÙNG
ĐÊM TRÊN BÃI PHÚ HẢI

Đêm lặng lẽ, oằn cong vòng sống
Gió hồng hoang thổi lạc bến sông
Em gánh cá qua triền cát động
Rớt xuống đường từng vết long đong

Sóng khơi xa, xô bờ ào ạt
Biển giăng giăng, mờ tỏ ánh đèn
Trên bãi vắng con thuyền cũ nát
Nằm khát khao, hoài niệm đan xen

Em bước qua, sao còn ngoảnh lại
Mơ hồ nghe, tiếng vọng xa khơi
Lời biển gọi, nghìn đời ru mãi
Rì rầm trong con nước đầy vơi

Cuộc sống xoay vần chiều sáng tối
Lạc loài trong tiếng nhạc hoài mong
Nghe trống vắng, hoang mờ tội lỗi
Dửng dưng ngày, gió lộng trên sông

Em bước vội, đường đêm quạnh quẽ
Nhọc nhằn theo lối nhỏ quanh co
Chợt quang gánh, gượng rung nhè nhẹ
Vạm vỡ nhìn, thầm tiếc đắn đo... ∎

HUỲNH LIỄU NGẠN
Tám Tháng Xa Người

tháng giêng, hoa xoan chưa nở
thì em đã vội lấy chồng
mùi hương còn đang dang dở
rụng đầy xuống cả dòng sông

tháng hai, màu trăng đã cũ
chênh chao qua ngõ im lìm
em không còn gì để lại
chỉ màu nắng vỡ qua tim

tháng ba, mưa rào về sớm
trôi luôn cả dấu chân rồi
biết em bên phương trời ấy
vẫn còn đỏ thắm màu môi

tháng tư, mây sà xuống thấp
chắc là muốn hỏi gì đây
sao em không nhìn mây nữa
cho anh thấy mái tóc dày

tháng năm, lá vàng rơi rụng
vào lòng anh chút hoang liêu
anh đi thương mùa thu chớm
dù tình xưa đã xanh rêu

tháng sáu, vườn hoang cỏ dại
không còn ai đợi chờ ai
thôi đừng nhớ thương ngọn gió
chỉ làm sướt nhẹ bờ vai

tháng bảy, ngoài vườn chim hót
điệu buồn chợt níu hàng cây
hình dung em gầy guộc nhỏ
cho anh hơi ấm mỗi ngày

tháng tám, trời như trở lạnh
ước gì được nắm bàn tay
để nghe nhịp đời ngừng chảy
dù chỉ là một phút giây. ∎

1.8.2024

PHAN VĂN THẠNH
Thả Thơ Về Miền Thiên Thu

1-
Thơ ngà ngà say
Đâm đầu vách đá
Ngã lăn quay
Vòng cua ly tâm khốc liệt
Hất văng thi nhân khỏi trần gian
Mây thẫn thờ trôi
Hàng trăm ký tự tung tóe
Lời yêu nào cho em
Nhật nguyệt tan thành muôn mảnh
Thu nhặt biết đến bao giờ

2-
Thơ lên thoát khỏi cơn mê
Đường chiều hiu hắt lạ
Rầu rầu những chiếc lá khô cong
Người gác chắn cho phút bù giờ
Barrier chưa đóng
Đường trần nhích thêm bước
Cứ đi và đi - em ạ
"Bây giờ và ở đây"! ...
Dẫu hai ta như hình nhân rỗng ruột
Cõi hư vô bung lưới bủa vây

3-
Chắp tay xin lạy "nhiệm mầu"
Đổi "duyên" thành "phận" nát nhầu tình xưa
Rằng thôi thương mấy cho vừa
Cuộc trăm năm đó theo mùa rụng rơi

4-
Ta về thăm lại xuân thì
Vườn không nhà trống còn gì nữa đâu
Cố nhân ơi - nửa trái sầu
Bổ đôi kỷ niệm cho nhau muộn màng

5-
Vần thơ cũ
Vẫn chưa hoen
Lầm lũi bên nhau
Vườn địa đàng mật rót
Thân thể em - sườn cao đá dốc
Ta mở cửa vào - ngày tháng chẳng buồn trôi
Đường núi cao bước hết một đời
Nhưng nào thấy mộng đầu tiên muốn hái
Dù tình yêu ta còn nuôi và lớn mãi
Đất đá buồn, đất đá vẫn hoang sơ ...■

(Saigon 5/7/2024)

NGUYỄN HÀN CHUNG
Gửi Một Nhà Thơ Nữ

đọc thơ toàn triết, đã thèm
ngỡ em vào tuổi hom hem xế chiều
hơi đâu phung phí lời yêu
về quê gặp gái diễm kiều, tiếc đau

nhìn nhau không giống nhìn nhau
nhìn lâu không dám nhìn lâu, muộn là...
tự cho mình hiểu đàn bà
đàn ông từ trẻ tới già đừng mong! ∎

THY AN
Tan Ra Ở Một Khúc Quanh

bỗng nghe những chuyển mình rất lạ
khi mùa thu im lặng trở về
bước chân thật nhẹ
khám phá con đường uẩn khúc
những viên đá xanh lạc lõng
nỗi buồn vỡ trên tay
tan ra ở một khúc quanh

chứng từ tình yêu như ám ảnh
trên bàn tay da đã nhăn
vòng tròn bao quanh hai trái tim
thổn thức những ngủ quên
nhịp đập không đều đặn
như tiếng kêu bay lạc con chim nhỏ

hãy gọi về nhau áng mây hiền
đêm rất riêng cô độc trăng sao
đồng bằng ngấn lên tâm thức
vẽ lên câu lục bát
bay theo trận mưa đời lao xao

tiếng kêu nhu mì của tình nhân rất khẽ
một khúc quanh ray rứt
phù sa và dòng sông vẫy tay chào… ∎

HỒNG LĨNH PHẠM THỊ QUÝ
Mộng Tưởng

Những con diều giấy
bay qua cánh đồng tuổi thơ
Những ngọn gió dịu dàng
Thổi về khu vườn mộng tưởng
Hàng cây lã ngọn
Em nâng trái táo xanh đắng chát
Mùa chưa tới
Con đường vẫy gọi người hành hương
Cánh đồng vẫn xanh
những bóng hình quá khứ
Cơn gió huyền ảo
Hình dạng tương lai
Ngọn cỏ sương mai
Thấm đẫm lời mật ngọt
Ru người vào cơn mê mệt của ký ức
Những cánh diều tím thẫm
Trên bầu trời chập choạng hoàng hôn
Cánh đồng chìm vào giấc ngủ
Lặng yên
Hãy thắp nến lên
Đêm lung linh những đôi mắt sáng
Đất đá mù tăm
Cây khô xương xẩu

Em ngồi đếm những hạt chuỗi thời gian
Mù mờ vạch trắng vạch nâu
Trên nền cũ
Những giọt nến đỏ hồng
Sợi tơ nhện mong manh
Trên bờ tường rêu xám
Con thuyền ngược dòng
Trôi lên trôi xuống
Táng lục bình xoay tròn
Cơn xoáy mộng mị của trời đất
Chiếc thuyền giấy nằm im
Trên bãi cỏ đẫm sương
Đêm lững lờ trôi
Hãy thắp nến lên
Cho ta nhìn rõ mặt người. ■

TÔN NỮ MỸ HẠNH
Ký Ức Trong Veo

1-
Người đi tìm ký ức
Rong ruổi suốt hành trình
Đường đã xa vạn dặm
Biển đời thật u minh.

Trong khu vườn tỉnh thức
Ai về giữa sương mù
Chiều buông đầy âm vực
Xao xác lá vàng thu.

Bay qua miền mây trắng
Ký ức giờ xa xăm
Gọi ai về trong nắng
Quạnh quẽ cánh tay trần.

Đường về sao xa quá
Lãng đãng giọt mưa sa
Trên tóc người rất lạ
Gọi nhớ mùa đi qua.

Tro tàn gian bếp lạnh
Ngọn lửa chẳng ai cời
Khói in loang tường xám
Tình nhạt nhòa đêm trôi.

Chuyến tàu về ga cuối
Vắng người trên sân ga
Áo phơi màu lụa bạch
Lạnh hồn cơn mưa xa.

2-
Đi qua miền ký ức
Nỗi nhớ nào reo vui
Yêu thương và khát vọng
Trăn trở bao kiếp người.

Phơi cánh hồng buổi sớm
Tung tăng trên phím đàn
Bay vờn theo cánh bướm
Dịu dàng một điệu valse.

Hân hoan chào ngày mới
Ong mật lượn tìm hoa
Hạnh phúc chừng vẫy gọi
Suối nguồn khúc hoan ca.

Dòng sông trôi lấp lánh
Đỏ từng hạt phù sa
Bốn mùa xanh cây trái
Môi hồng chớm nụ hoa.

Những dấu chân sạm nắng
Bùn đất còn tươi nguyên
Giấc mơ nào già cỗi
Ruộng đồng thật thiêng liêng.

Trong ngôi nhà tĩnh lặng
Bỗng thấy lòng gieo neo
Bồng bềnh màu mây nổi
Ký ức thật trong veo. ∎

NGUYỄN THANH SƠN
Thơ Ngắn

Anh đưa em về
Em ở đâu anh đưa em về
Qua bao biển rộng bao núi đồi
Cho dù anh sắp tan thành đất
Anh sẽ tan vào em thẳm sâu

Nhớ Em
Nhớ em
Nhớ chỗ em nằm
Bóng trăng
Chiếu rọi bên thềm

Lả lơi
Nhớ em
Đứng
Dáng em ngồi
Tim ta chết lịm
Như hồi trẻ trâu
Bao lần
Trăng rớt xuống cầu
Vớt trăng
Bạc trắng mái đầu
Nhớ em. ∎

HÀ NGỌC HOÀNG
Say Hương

Hạt mưa rơi vỡ bên thềm
Bàn tay ướt lạnh cỏ mềm thấm mưa
Cho tôi tìm lại ngày xưa
Bông hoa gạo rớt người vừa bước qua

Nụ cười nghiêng cả tháng ba
Gió hiu hiu lạnh làn da ửng hồng
Bờ môi cô gái chưa chồng
Xách luôn cả chợ trong lòng bàn tay

Nụ cười má đỏ hây hây
Tôi chưa men rượu đã say trong lòng
Dáng em nghiêng mái đình cong
Gặp tôi e thẹn cứ vòng đường xa

Cái ngày hoa mận nở hoa
Gió luồn khe cửa món quà nhỏ xinh
Biết rằng thiếu nữ thích mình
Tôi chưa kịp đáp mối tình lặng câm. ∎

HỒ CHÍ BỬU
Tàn Thu

Vạt nắng chiều thu bóng nhạt nhòa
Giang hồ còn mỏi dấu chân xa
Gõ thanh kiếm gỗ cười rung gió
Học làm Trang Tử vỗ bồn ca

Ta vẫn còn đây vạt nắng buồn
Người về soi lại tóc mây buông
Có nghe gió nói lời tâm sự
Có thấy tình phai ở cuối đường

Có thấy tình rơi ở cuối đường
Hoa còn vàng thắm – khách ly hương
Hoa còn phong nhụy bên vườn cũ
Hay xác xơ rồi theo gió sương ?

Hay xác xơ tàn theo gió sương
Ừ thôi..buồn lắm kẻ tha phương
Cho hay đời vốn trăm ngàn lối
Thương nhớ chi rồi để vấn vương ?... ∎

NP PHAN
Ngỡ Như

ngỡ như là sóng dịu êm
ngỡ ta xuống mộng, ngỡ đêm dậy thì
ngỡ là tâm cảm vu quy
xin cho mắt phượng vơi đi nỗi buồn

ngỡ như tàn ánh tà dương
nên trong sâu thẳm đã vương chút sầu
ngỡ là những giọt mưa ngâu
nên ta ngồi khóc bể dâu rộn ràng

ngỡ như giông bão dịu dàng
cho ta đếm những huy hoàng thu đông
chỉ là trời đất mênh mông
có ta và có em trong cõi này ■

LÊ HÂN
Gặp Lại Thời Gian …

Tháng Tám chưa thấy mùa thu
Dù đôi khi gặp mưa mù bỗng dưng
Xứ này mưa nắng có chừng
Như tình người vẫn ấm lưng mọi người

Hôm nay ngọn nắng như cười
Trên giàn hoa nở tươi vui hương hè
Thả lòng trở lại ngọn tre
Chỉ trong tưởng tượng để nghe lại thời

Quê nội ba tháng vui chơi
Tát đìa bắt cá cùng người làng chung
Đi ra nổng đi vào nùng (*)
Tìm tiếng chim hót lạ lùng vút cao

Chim chưa gặp ngộ hàng rào
Ngôi đình làng cũ cúi chào người xưa
Một mình lẩn thẩn buổi trưa
Chợt nghe nỗi sợ bỗng vừa ghé ngang…

Chuyện xưa xa tận dặm ngàn
Sao như mới đụng vào bàn tay thơ
Thả rơi dòng chữ bất ngờ
Đầu thu cuối hạ lẽ nào hôm nay…■

(*) ghi chú:
nổng là vùng đất cao, tiếng địa phương.
nùng là vùng đất trũng, tiếng địa phương.

www.ingramcontent.com/pod-product-compliance
Lightning Source LLC
LaVergne TN
LVHW032047070526
838201LV00084B/4734